ഗ്രീൻ ബുക്സ്
കലാഭവൻ മണി
ഓർമ്മകളിലെ മണിമുഴക്കം
എഡിറ്റർ: ലിജീഷ്കുമാർ

നോവലിസ്റ്റ്, കഥാകൃത്ത്, തിരക്കഥാകൃത്ത്. മികച്ച ടീനേജ് റൈറ്റർക്കുള്ള പുരസ്കാരം, എസ്.കെ.പൊറ്റക്കാട് സാഹിത്യപുരസ്കാരം, സുന്ദരരാമസ്വാമി അവാർഡ്, കെ.സരസ്വതിയമ്മ അവാർഡ്, സോഷ്യൽ ലിറ്ററേച്ചറിനുള്ള ഗാന്ധി അവാർഡ് എന്നിവ നേടി. കഥ, നോവൽ, തിരക്കഥ എന്നീ വിഭാഗങ്ങളിൽ നിരവധി കൃതികൾ രചിച്ചിട്ടുണ്ട്.

ലൈഫ് സ്കെച്ചസ്

കലാഭവൻ മണി
ഓർമ്മകളിലെ മണിമുഴക്കം

എഡിറ്റർ
ലിജീഷ്കുമാർ

ഗ്രീൻ ബുക്സ്

green books private limited
gb building, civil lane road, ayyanthole,
thrissur- 680 003, kerala, ph: +91 487-2381066, 2381039
website: www.greenbooksindia.com
e-mail: info@greenbooksindia.com

malayalam
kalabhavan mani
ormakalile manimuzhakkam
life sketches
by
lijeeshkumar

first published february 2017
copyright reserved

cover design : rajesh chalode
inner photo courtesy : anil k. nair

branches:
thrissur 0487-2422515
palakkad 0491-2546162
kannur 0497-2763038
thiruvananthapuram 0471-2335301

isbn : 978-93-80884-98-1

---

no part of this publication may be reproduced,
or transmitted in any form or by any means,
without prior written permission of the publisher.

GBPL/871/2017

"ഇപ്പോൾ ഞാൻ
വലിയ കുഴപ്പക്കാരനാണെന്ന് പറയുന്നവർ
എന്റെ മരണശേഷം
എന്റെ പാട്ടിനെപ്പറ്റിയും
എന്നെപ്പറ്റിയും ഒരുപാട് നല്ലത് പറയും."

കലാഭവൻ മണി

കലാഭവൻ മണി

1971 ജനുവരി 1ന് തൃശ്ശൂർ ചാലക്കുടി ചേനത്തുനാട് കുന്നിശ്ശേരി രാമന്റെയും അമ്മിണിയുടെയും ഏഴുമക്കളിൽ ആറാമനായി ജനിച്ചു. ചാലക്കുടി ഗവ:ബോയ്സ് സ്കൂളിൽ പത്താം ക്ലാസ് വരെ പഠനം. ഉപജീവനത്തിന് ചാലക്കുടി ടൗണിൽ ഓട്ടോഡ്രൈവറായി. ചാലക്കുടി ജോക്കേഴ്സിന്റെ മിമിക്രിക്കാരനായി പൂരപ്പറമ്പുകളിൽ കലാജീവിതം തുടങ്ങിയ മണിയെ ഇരിങ്ങാലക്കുടയിൽ വെച്ച് പരിചയപ്പെട്ട പീറ്റർ എന്ന സുഹൃത്ത് കൊച്ചിൻ കലാഭവനിൽ ആബേലച്ചനു മുമ്പിലെത്തിച്ചു. ആറു മാസം കൊണ്ട് ഗ്രൂപ്പ് ലീഡറും കലാഭവന്റെ നെടുംതൂണുമായി മാറിയ ചാലക്കുടി മണി അങ്ങനെ കലാഭവൻ മണിയായി. 1995-ൽ സമുദായം എന്ന ചിത്രത്തിൽ ഒറ്റഷോട്ടിൽ അഭിനയിച്ചുകൊണ്ട് സിനിമയിലേക്ക്. ഹാസ്യനടനും സ്വഭാവനടനും നായകനും വില്ലനുമായി 200 മലയാള സിനിമകളിലും 31 തമിഴ് സിനിമകളിലും 5 തെലുങ്കു സിനിമകളിലും 3 കന്നഡ സിനിമകളിലും കലാഭവൻ മണി അഭിനയിച്ചു. ശബ്ദം കൊണ്ടും അഭിനയശേഷി കൊണ്ടും ഇടപെടലുകൾ കൊണ്ടും മലയാള സിനിമയിലെ ഏറ്റവും ജനകീയനായ താരം. 2016 മാർച്ച് 6ന് കലാഭവൻ മണി ഓർമ്മയായി.

ഭാര്യ : നിമ്മി, മകൾ : ശ്രീലക്ഷ്മി

നേരെ പടിഞ്ഞാറുസൂര്യൻ
താനെ മറയുന്ന സൂര്യൻ
ഇന്നലെ ഈ തറവാട്ടില്
തത്തിക്കളിച്ചൊരു പൊൻസൂര്യൻ
തെല്ലുതെക്കേപ്പുറത്തെ മുറ്റത്തെ
ആറടിമണ്ണിലുറങ്ങിയല്ലോ..

(കലാഭവൻ മണി രചിച്ച
അവസാന ഗാനത്തിൽനിന്ന്)

A promising career is cut short. Kalabhavan Mani was multifaceted & popular. Pained by his demise. Condolences to his family & fans

Narendra Modi / PM India

My condolences on the passing away of Kalabhavan mani - a talented actor, his untimely demise is a great loss to malayalam cinema.

Rahul Gandhi

സാധാരണക്കാരെയും സമൂഹത്തിലെ പാർശ്വവൽക്കരിക്കപ്പെട്ടവരെയും വെള്ളിത്തിരയിൽ അവതരിപ്പിച്ചാണ് കലാഭവൻ മണി നമ്മുടെ മനസ്സിൽ ചിരപ്രതിഷ്ഠ നേടിയത്. മണിയുടെ വിയോഗം വലിയ നഷ്ടമാണ്.

വി.എസ്. അച്ചുതാനന്ദൻ

പൂളുമ്മപൂളുമ്മ ചോപ്പുള്ള മാങ്ങ

ഇതിനെക്കാൾ സുന്ദരമായൊരുപമ കൊണ്ട് കലാഭവൻ മണിയെ അടയാളപ്പെടുത്താൻ എനിക്കറിയില്ല. ചൂഴ്ന്ന്ചൂഴ്ന്ന് ചെല്ലുന്തോറും, ഹൃദയത്തിൽ നിറച്ചുസൂക്ഷിച്ച സ്നേഹത്തിന്റെയും കരുതലിന്റെയും മായക്കാഴ്ചകൾ കൊണ്ടമ്പരപ്പിച്ചൊരാളെ പൂളുമ്മ പൂളുമ്മ ചോപ്പുള്ള മാങ്ങ എന്നല്ലാതെന്തു വിളിക്കാൻ.

മണിച്ചേട്ടന് അദ്ദേഹം അർഹിക്കുന്ന ഗൗരവത്തിൽ ഒരനുസ്മരണ പുസ്തകമൊരുക്കണം, നിങ്ങളെഴുതണം എന്നൊക്കെ പറയാൻ പലരെയും ബന്ധപ്പെടുന്നതിനിടയിൽ ഫോൺ കോൺടാക്ടിൽ ഒരു നമ്പർ കണ്ടു, 9846700076 - കലാഭവൻ മണി. ഇപ്പോൾ നിലവിലില്ലാത്തൊരു സബ് സ്ക്രൈബറുടെ വിലാസമാണ് അതെന്നറിഞ്ഞിട്ടും എനിക്കത് ഡിലീറ്റ് ചെയ്യാൻ കഴിയുന്നില്ല. ഒരിക്കലും ഉപേക്ഷിച്ചുകളയാനാവാത്ത പലതും പതിപ്പിച്ചാണ് മണിച്ചേട്ടൻ മടങ്ങിയത്. പെട്ടെന്നൊരു ദിവസം, പിണങ്ങിപ്പോവുന്നപോലെ.

കലാഭവൻ മണി ആത്മഹത്യ ചെയ്തോ, കൊല്ലപ്പെട്ടോ? തുടങ്ങിയ ചോദ്യങ്ങൾക്ക് ഉത്തരം കണ്ടെത്താൻ ഈ പുസ്തകം ശ്രമിക്കുകയോ - ആഗ്രഹിക്കുകയോ ചെയ്യുന്നില്ല. സംഭവിച്ചതെന്തായാലും കലാഭവൻ മണി ഇനിയില്ല. ഓട്ടോറിക്ഷ ഓടിച്ചും കൂലിപ്പണിയെടുത്തും ചുമടെടുത്തും കാപ്പിക്കച്ചവടം നടത്തിയും തെങ്ങുകയറിയും മിമിക്രി കാണിച്ചും പട്ടിണിയോട് പടവെട്ടി ജീവിച്ച സാഹസികനായ മണിരാമനെന്ന ചാലക്കുടിക്കാരൻ അഭ്രപാളികളിൽ അദ്ഭുതം തീർത്ത കലാഭവൻ മണിയായ കഥ അടയാളപ്പെടുത്താതെ പോവുന്നത് അനീതിയാണ് എന്നതുകൊണ്ട് മാത്രമാണ് ഈ പുസ്തകം.

ഒരിക്കലേ മണിച്ചേട്ടന്റെ വീട്ടിൽ ഞാൻ പോയിട്ടുള്ളു. പ്രവീൺ ഡ്രൈവ് ചെയ്ത വണ്ടിയിൽ അനിലേട്ടനോടൊപ്പം ഷൈൻ ടോം ചാക്കോയുടെ വീട്ടിലേക്കു പുറപ്പെട്ട യാത്രയാണ് കലാഭവൻ മണിയെ കാണാൻ ചാലക്കുടിക്ക് തിരിയുന്നത്. ഇന്ന് വീണ്ടും ചാലക്കുടിക്കുള്ള വണ്ടിയിലാണ്, ഇനി മണിച്ചേട്ടനില്ല. അഭിനയിക്കാമെന്നേറ്റ വേഷം ബാക്കിയാക്കി, തന്ന ഡേറ്റുകൾ ക്യാൻസൽ ചെയ്യാതെ മണിച്ചേട്ടനങ്ങുപോയി.

"അനിലേ, പൈസയൊക്കെ അവിടിരിക്കട്ടെ, ഹിറ്റായശേഷം അടുത്ത പടം എന്നെ നായകനാക്കി ചെയ്താൽ മതി, അനിൽ കെ നായരെ ഡയറക്ടറാക്കിയത് ഞാനാണ്. അപ്പോ നീ പറയും കലാഭവൻ മണിക്ക് ആദ്യമായി പത്തറുപത്തഞ്ചു ലക്ഷം രൂപ സാറ്റലൈറ്റ് വാങ്ങിത്തന്നത് നീയാണെന്ന്."

"ഹേയ്, അങ്ങനൊന്നുല്ല മണിച്ചേട്ടാ"

"അങ്ങനെത്തന്നെ പറയണം അനിലെ, ഏത് മണി എന്ന് ചോദിക്കുന്ന, പത്തുപൈസയുടെ മാർക്കറ്റ് വാല്യൂ ഉണ്ടാക്കാത്ത പിള്ളേരൊക്കെ അങ്ങനെയെങ്കിലും അറിയട്ടെ ഏത് മണിയെന്ന്'' പരിഹാസമോ പ്രതിഷേധമോ സങ്കടമോ അഭിമാനമോ പ്രകടിപ്പിക്കുന്നത് എന്ന് പിടിതരാത്ത പിന്നാലെ വന്ന പൊട്ടിച്ചിരി ഇപ്പോഴും അനിയേട്ടന്റെ ചെവിയിൽ മായാതെ കിടപ്പുണ്ടാവും. "മണിച്ചേട്ടാ, ഒരു പട്ടാളക്കാരന്റെ കഥയുണ്ട് - ഒരു ത്രില്ലടിപ്പിക്കുന്ന പടം. ലിജീഷ് തന്നെ എഴുതും. പറയാൻ ഞങ്ങള് വരുന്നുണ്ട്"

അനിയേട്ടൻ ചാലക്കുടിയിലെ വീട്ടുമുറ്റത്ത് കാത്തുനിൽക്കുന്നുണ്ട്. ചെമന്ന സൈറൺ മുഴങ്ങുന്ന മിനി കാരവന് പുറത്ത് ആൾക്കൂട്ടത്തിന്റെ ബഹളമാണത്രെ. ജസ്റ്റ് ഒരു വൺ ലൈൻ കേൾക്കാൻ അഞ്ചുമിനുട്ട് ടൈം കിട്ടുമോ? ഇനി ബുദ്ധിമുട്ടിക്കില്ല മണിച്ചേട്ടാ..

ആശുപത്രിമുതൽ തൃശ്ശൂർ നഗരം ചുറ്റി ചാലക്കുടിക്ക് യാത്രയായ കലാഭവൻ മണിയുടെ ജീവനറ്റ ഉടലിനുപോലും തന്നെ കാത്തുനിന്ന ആയിരങ്ങളോട് അവർക്കുമാത്രം മനസ്സിലാവുന്ന ഭാഷയിൽ സംവദിക്കാൻ കഴിയുന്നു. മരണത്തിന്റെ ഭാഷയിൽ കലാഭവൻ മണി പറഞ്ഞു...

മണിച്ചേട്ടൻ പോവ്വാട്ടോ

അതുകേട്ട് കരഞ്ഞവർക്ക്

ഉള്ളുപൊള്ളിയവർക്ക്...

ഈ പുസ്തകരചനയ്ക്ക് എന്നെ സഹായിച്ച വിപിൻ മാനന്തവാടി, വി.ജി. നകുൽ, പ്രൊഡക്ഷൻ കൺട്രോളർ തോബിയാസ്, പി.ആർ.ഒ. എ.എസ്. ദിനേശ്, Late. സുരേഷ് പിറവന്തൂർ, സ്റ്റിൽ ഫോട്ടോഗ്രാഫർമാർ, വെള്ളിനക്ഷത്രം, നാന, , മണിച്ചേട്ടന്റെ സുഹൃത്തുക്കൾ, സഹപ്രവർത്തകർ, ആരാധകർ, കുടുംബാംഗങ്ങൾ എല്ലാവർക്കും ഞാൻ നന്ദി പറയുന്നു.

ലിജീഷ്കുമാർ

ഉള്ളടക്കം

മണി മുഴങ്ങുന്നതാർക്കുവേണ്ടി 21
കലാഭവൻ മണി

ഭാഗം ഒന്ന്
സ്മരണ

കൊന്തയിൽ തെളിഞ്ഞ ഹൃദയവിശുദ്ധി 25
സുന്ദർദാസ്

മാനവികതയുടെ മണിമുഖം 30
സി.എസ്. സുധേഷ്

ചാലക്കുടിക്കാരൻ ചങ്ങാതി 32
ഐ.എം. വിജയൻ

കലാഭവൻ മണിയും ദലേർ മെഹന്തിയും 36
കുരീപ്പുഴ ശ്രീകുമാർ

വെളുപ്പിന്റെ നിഴലായി മാഞ്ഞ പ്രതിബോധ ആഖ്യാനം
39
മുഹമ്മദ് റാഫി എൻ.വി.

ഒതുക്കപ്പെട്ട ശരീരം; ഒതുക്കാനാവാത്ത ശരീരം 42
സി.എസ്. വെങ്കിടേശ്വരൻ

കറുത്തൊരു താജ്മഹൽ 55
ദീപ നിശാന്ത്

"ഇക്കൊല്ലം നമ്മക്ക് ഓണംല്ല്യടീ കുഞ്ഞ്യേച്ച്യേ... 58
കെ. ഗിരീഷ്കുമാർ

മണി എന്ന മണ്ണിന്റെ മകൻ 64
ബിപിൻ ചന്ദ്രൻ

കെട്ടഴിഞ്ഞ പാട്ടരങ്ങിലെ മണിശബ്ദ താരാവലി 69
ഡോ. സി.ആർ. രാജഗോപാലൻ

സിനിമാ സാമ്രാജ്യത്തിലെ മണി എന്ന പൗരൻ 85
അനൂപ് പരമേശ്വരൻ

പാട്ടുപോലൊരു ജീവിതം 89
ലാലുമോൻ ചാലക്കുടി

കറുപ്പിന്റെ മണിപ്രവാളം 92
എം.കെ. ഹരികുമാർ

സൗഭാഗ്യങ്ങൾ അനുഭവിക്കാൻ കഴിയാതെ... 96
കലാഭവൻ അൻസാർ

മുഴങ്ങിത്തീരാത്ത മണിയൊച്ചകൾ 100
വി.കെ. ജോബിഷ്

കലാഭവൻ മണി
തിരുത്തേണ്ടിയിരുന്ന ക്ലൈമാക്സ് 104
കെ.സി. മധു

മണിയെ അടയാളപ്പെടുത്തിയ മലയാളി അഥവാ
മണി അടയാളപ്പെടുത്തിയ മലയാളി 109
അപർണ പ്രശാന്തി

ആരുടെ പാട്ടാ...? 112
ബിനീഷ് പുതുപ്പണം

മരണാനന്തര ജീവിതത്തിലെ മണിയെന്ന താരം 114
കെ.കെ. ബാബുരാജ്

മണിച്ചേട്ടാ... 121
ദിവ്യപ്രഭ

പച്ചമനുഷ്യസ്മരണ 122
ഡോ. സംപ്രീത കേശവൻ

ഭാഗം രണ്ട്
കലാഭവൻ മണിയുടെ പാട്ടുകൾ

ആ പരലീപരല് 125
മിന്നാ മിനുങ്ങേ... 126
കണ്ണിമാങ്ങാ പ്രായത്തിൽ 127
ഉമ്മായിക്കുച്ചാണ്ട് പാണം കത്തണ്മ്മാ 128

പകല്‍ മുഴുവന്‍ പണിയെടുത്തു 129
ഓടപ്പഴം പോലൊരു പെണ്ണിന് വേണ്ടി ഞാന്‍ 130
വരിക്കച്ചക്കേടെ ചോളകണക്കില്‍ 131
വരുത്തന്റൊപ്പം ഒളിച്ചുചാടിയ തങ്കമ്മേ 133
എന്തേ കുഞ്ഞേലി നിന്നെ ഞാന്‍ കണ്ടതല്ലേടി 134
ഇക്കൊല്ലം നമ്മക്ക് ഓണല്ല്യേടി കുഞ്ഞേച്ചി 135
കുട്ടേട്ടാ കുട്ടപ്പന്‍ ചേട്ടാ 136
ഓടേണ്ട ഓടേണ്ട ഓടിത്തളരേണ്ടാ 137
അമ്മായീടെ മോളെ ഞാന്‍ 138
ആറടി മണ്ണിലുറങ്ങിയല്ലോ 139
ചാലക്കുടി ചന്തയ്ക്കു പോയപ്പോ 140

ഭാഗം മൂന്ന്
ഓര്‍മ്മകളില്‍ മണി 141

ഭാഗം നാല്
മണിയുടെ തിരശീലാ ജീവിതം 159

മണി ചിത്രങ്ങളിലൂടെ 169

മണി മുഴങ്ങുന്നതാർക്കുവേണ്ടി

കലാഭവൻ മണി

ചാലക്കുടിയിൽ നിന്ന് രണ്ടു കിലോമീറ്റർ ദൂരെയാണ് ചേനത്തുനാട്. ഒരു ഗവ. ആശുപത്രി, ഒരു മെഡിക്കൽ ഷോപ്പ്, ഒരു കള്ള്ഷാപ്പ്, ഒരു മരച്ചീനി പൊടിക്കുന്ന മില്ല്, മുളക് പൊടിക്കുന്ന മില്ല്, കാപ്പിപ്പൊടിമില്ല്, ഒരു ആയുർവ്വേദ ആശുപത്രി, നാലഞ്ചു ചായക്കട. അതായത് ആശുപത്രിമുതൽ കള്ളുഷാപ്പ് വരെ... എന്നിട്ടും ഞങ്ങളുടെ സ്വർഗ്ഗലോകം ഈ ചെറിയ ഗ്രാമമാണ്.

പാടത്തും പറമ്പിലും പണിയെടുക്കുന്ന കൂലിപ്പണിക്കാരനായിരുന്നു അച്ഛൻ, പേര് രാമൻ. അമ്മ അമ്മിണി. ജ്യേഷ്ഠൻ വേലായുധൻ. ജ്യേഷ്ഠനും കൂലിപ്പണിയാണ്. നന്നായി പാടും. മൂത്ത ചേച്ചിയുടെ പേരും അമ്മിണി എന്നുതന്നെയാണ്. അമ്മയും ചേച്ചിയും അമ്മിണിമാരായതെങ്ങനെയെന്നോ, അമ്മയോടുള്ള അച്ഛന്റെ അമിതമായ സ്നേഹം തന്നെ കാരണം. തൊട്ടുതാഴെയുള്ള ചേച്ചിയുടെ പേര് ലീല. അതിന്റെ താഴെയുള്ള ചേച്ചി തങ്കമണി. പിന്നെ ശാന്തച്ചേച്ചി, അതുകഴിഞ്ഞ് ഞാൻ മണി, പിന്നെ അനുജൻ രാമകൃഷ്ണൻ.

അമ്മ അടുത്ത വീട്ടിൽ അടുക്കളപ്പണിയിൽ സഹായിക്കുവാൻ പോയിരുന്നു. ആഹാരവും കൂലിയും മാത്രം പ്രതീക്ഷിച്ചല്ല അമ്മ അടുക്കളപ്പണിക്കു പോയിരുന്നത്. ആ വീട്ടിൽ നിന്നുള്ള മറ്റു സഹായങ്ങളും ആഗ്രഹിച്ചിരുന്നു. അങ്ങനെ അവിടത്തെ കുട്ടികളുടെ പഴയ ട്രൗസറും ഷർട്ടും വല്ലപ്പോഴും അമ്മയ്ക്ക് കിട്ടുമായിരുന്നു. അതു വലിയ കാര്യമായിട്ട് അമ്മ എനിക്ക് കൊണ്ടുവന്നു തരും. പുതിയ ഷർട്ടോ നിക്കറോ വാങ്ങി തരുവാനുള്ള കഴിവ് അന്ന് അച്ഛനുമമ്മയ്ക്കുമില്ലായിരുന്നു.

അന്നൊക്കെ ഞാൻ ഇടാറുള്ള നിക്കറിന്റെ പിറകുവശം എപ്പോഴും ചിരിക്കാറുണ്ടായിരുന്നു. അമ്മ ഷർട്ടോ ട്രൗസറോ കൊണ്ടുവന്നു തരുന്ന ദിവസം എനിക്ക് ഉത്സവമായിരുന്നു. പിറ്റേന്ന് ഞാൻ അതുമിട്ട് വലിയ സന്തോഷത്തോടെ സ്കൂളിൽ പോകും. ക്ലാസ്സിൽ ചെല്ലുമ്പോൾ ഈ വസ്ത്രങ്ങളുടെ യഥാർത്ഥ അവകാശി എന്നെ ഒരു നോട്ടം നോക്കും. ആ നോട്ടത്തിൽ

നിറഞ്ഞുനിൽക്കുന്ന അവജ്ഞ ഇന്നും എന്റെ മനസ്സിലുണ്ട്. എന്നിട്ടയാൾ മറ്റുകുട്ടികളോട് പറയും. "ഇത് ഏത് ഷർട്ടെന്നറിയാമോ എന്റേതാണ്. കീറിയപ്പോൾ എന്റെ അമ്മ കൊടുത്തതാ". ഇതുകേൾക്കുമ്പോൾ പഴയതാണെങ്കിലും ഒരു തുണി കിട്ടിയതിന്റെ സന്തോഷമൊക്കെ പമ്പകടക്കും.

പിന്നിട്ട വഴികൾ ഞാൻ മറക്കില്ല. "നീ ആരു വന്നു ചോദിച്ചാലും വാരിക്കോരി കൊടുക്കുന്നുണ്ട്. മോനേ നിന്റെ നില നിൽപ്പുകൂടി നീ നോക്കണം." അമ്മ ഓർമ്മിപ്പിക്കും.

"അമ്മേ നമ്മൾ ഒരുപാട് കഷ്ടപ്പെട്ടിട്ടുണ്ട്. എനിക്കു കിട്ടുന്നതിൽ നിന്ന് പത്തുരൂപ ഒരാൾക്ക് കൊടുത്താൽ ദൈവം അത് ഇരുപത്തിയഞ്ചായി തിരികെ തരും." സഹായിക്കണമെന്ന് പൂർണ്ണ ബോദ്ധ്യമുള്ളവരെ ഞാൻ തീർച്ചയായും സഹായിക്കും. അതെന്റെ പോളിസിയാണ്. അത് ആർക്കും മാറ്റാനാകില്ല.

ഓരോ ദിവസവും എന്റെ വീട്ടിൽ വന്നുമറിയുന്ന കത്തുകളുടെ കാര്യം പറയേണ്ട. എല്ലാം വായിക്കാൻ സമയം കിട്ടാറില്ല. ഒരു വലിയ പെട്ടിയിൽ എനിക്കുവരുന്ന കത്തുകളെല്ലാം ശേഖരിച്ചു വെച്ചിട്ടുണ്ട്. വയസ്സനാകുമ്പോൾ എന്റെ മക്കൾക്ക് കാണിച്ചുകൊടുക്കണം എന്നു പറഞ്ഞാണ് അമ്മ കത്തുകൾ അടുക്കിവയ്ക്കുന്നത്. കുറ്റവും കുറവും എല്ലാം ചൂണ്ടിക്കാണിച്ചു കൊണ്ടുള്ള കത്തുകളാണധികവും. കൂട്ടത്തിൽ പ്രേമലേഖനങ്ങളുമുണ്ടാകും.

എന്റെ വീട്ടിൽ കത്തു കൊണ്ടുവരുന്നത് പോസ്റ്റുമാനല്ല. പോസ്റ്റുമതിയാണ്, പേര് ലീല. ലീലച്ചേച്ചി പാവമാണ്. മോനേ... എന്നു വിളിച്ചുകൊണ്ടാണ് വീട്ടിലേക്കു വരുന്നത്. "മോന് ഇന്ന് കുറെ വന്നിട്ടൊണ്ട് കേട്ടോ..." സിനിമയിൽ എത്തും മുൻപേ എന്നോടു വലിയ കാര്യമാണ് ലീലച്ചേച്ചിക്ക്.

ഇടയ്ക്ക് ഞാൻ വീട്ടിൽ ചെല്ലുമ്പോൾ രാത്രി വൈകുന്നതു വരെ കത്തുകൾ വായിക്കും. അനുജൻ പ്രധാനപ്പെട്ട കത്തുകൾ തരം തിരിച്ചു വെക്കും. ആരാധകരിൽ ചിലർ കത്തെഴുതുമ്പോൾ ഒപ്പം അവരുടെ വീട്ടിലെ ഫോൺ നമ്പറും എഴുതും. മറുപടി പലപ്പോഴും എഴുതാൻ സമയം കിട്ടാറില്ല. പക്ഷേ, ഫോൺ നമ്പരുള്ളവരെ ഞാൻ ഫോണിലൂടെ ബന്ധപ്പെടും.

(കലാഭവൻ മണി, സുരേഷ് പിറവന്തൂരുമായി പങ്കുവെച്ച ഓർമ്മകൾ)

മണിക്കൂടാരത്തിലിപ്പോഴും ഒരു വലിയ പെട്ടിയിൽ ആ കത്തുകൾ സൂക്ഷിച്ചുവെച്ചിട്ടുണ്ട്. മറുപടിയെഴുതാനോ അയച്ചുകിട്ടിയ ഫോൺ നമ്പറുകളിൽ തിരികെ വിളിക്കാനോ മകൾക്കും കൊച്ചുമക്കൾക്കും വായിച്ചുകൊടുക്കുവോളം വയസ്സാകാനോ പക്ഷേ, കലാഭവൻ മണി നിന്നില്ല. ആ പെട്ടി ഒരു സ്മാരകമാണ്. അതിന്റെ ഇനിയും തുറക്കപ്പെടാത്ത ഓരോ നിലവറകളിലുമുണ്ട് കലാഭവൻ മണി എന്ന മൂല്യം തികയ്ക്കാനാവാത്ത നിധിക്കൂമ്പാരം.

ഭാഗം ഒന്ന്
ജീവിതാഖ്യാനങ്ങൾ

കൊന്തയിൽ
തെളിഞ്ഞ ഹൃദയവിശുദ്ധി
സുന്ദർദാസ്

സിബി സാറിന്റെ അസോസിയേറ്റായിരിക്കുന്ന കാലത്ത് ജ്യേഷ്ഠൻ സുഭാഷ് മിമിക്രിക്കാരനായ ചാലക്കുടിക്കാരന് ഒരു ചാൻസ് കൊടുക്കുന്നതിനെക്കുറിച്ച് പറയുമായിരുന്നു.

പലപ്പോഴും ചെറിയ വേഷങ്ങളൊക്കെ വരുന്ന ഘട്ടത്തിൽ അയാളുടെ കാര്യം മറന്നു പോകാറാണ് പതിവ്. അപ്പോഴാണ് സിബിസാറിന്റെ അക്ഷരമെന്ന ചിത്രത്തിലേക്ക് ഒരു ഓട്ടോക്കാരനെ ആവശ്യമായത്. ഞാൻ ജ്യേഷ്ഠനെ വിളിച്ച് പറഞ്ഞു. സിബി സാർ നേരിൽ കണ്ടിഷ്ടപ്പെട്ടാൽ ഓട്ടോക്കാരന്റെ വേഷം നൽകാമെന്ന ധാരണയിൽ ജ്യേഷ്ഠൻ പറഞ്ഞ നാട്ടുകാരനെ ലൊക്കേഷനിലേയ്ക്ക് വിളിച്ചു.

എറണാകുളം ബി.ടി.എച്ചിന്റെ പിറകിലുള്ള റോഡിലായിരുന്നു ഷൂട്ടിങ്ങ്. രാവിലെ സെറ്റിലെത്തിയപ്പോൾ ഒരു കറുത്ത ബാഗും പിടിച്ച് ജ്യേഷ്ഠൻ പറഞ്ഞുവിട്ട ആൾ കാത്ത് നിൽക്കുന്നു. സിബിസാർ വന്നു, അയാളെ ആ വേഷത്തിൽ അഭിനയിപ്പിക്കാമെന്ന് സിബി സാറും സമ്മതിച്ചു. പക്ഷെ ചില സാങ്കേതിക തടസ്സങ്ങൾ കാരണം അയാൾക്ക് വേണ്ടി നിശ്ചയിച്ച ആ സീൻ അന്നെടുക്കാൻ സാധിച്ചില്ല. ആ രംഗം ഒരാഴ്ച കഴിഞ്ഞെടുക്കാമെന്നായിരുന്നു സാറിന്റെ തീരുമാനം. സങ്കടത്തോടെയാണ് അയാൾ അന്ന് ചാലക്കുടിയിലേക്ക് തിരികെ പോയത്.

ഒരാഴ്ച കഴിഞ്ഞ് പാലാരിവട്ടത്തിന് സമീപം ഈ സീൻ ഷൂട്ട് ചെയ്യാൻ തീരുമാനിച്ചു. ജ്യേഷ്ഠൻ മുഖാന്തരം വീണ്ടും അയാളെ വിളിപ്പിച്ചു. അയാൾ സന്തോഷത്തോടെ ആദ്യ സീനിൽ അഭിനയിച്ചു. ഏതു തുടക്കക്കാരനും പരിഭ്രമിച്ച് പോകാവുന്ന സംഭവബഹുലമായ അരങ്ങേറ്റമായിരുന്നു ആ സീനിൽ അയാളെ കാത്തിരുന്നത്. കലാഭവൻ മണിയെന്ന അഭിനേതാവ് മലയാള സിനിമയുടെ വലിയ സ്ക്രീനിലേയ്ക്ക് ഒരു ഓട്ടോറിക്ഷയുമായി രംഗപ്രവേശനം ചെയ്യുകയായിരുന്നു. മണി പലയിടത്തും പലവട്ടം ഈയൊരു സംഭവബഹുലമായ ആദ്യ രംഗത്തെക്കുറിച്ച് പറഞ്ഞിട്ടുള്ളതാണ്.

സല്ലാപത്തിന്റെ ചർച്ചകളിൽ മുഴുകിയിരിക്കുന്ന സമയത്ത് ഞാനും ലോഹിയും ചാലക്കുടി ഗവൺമെന്റ് ഹൈസ്കൂളിൽ നടന്ന സ്കൗട്ട് ആൻഡ് ഗൈഡ്സിന്റെ സ്റ്റേറ്റ് റാലിയിൽ പങ്കെടുത്തിരുന്നു. അന്ന് നടന്ന ക്യാമ്പ്ഫയറിന്റെ മുഖ്യാതിഥി തിലകൻ ചേട്ടനായിരുന്നു. തിലകൻ ചേട്ടൻ പട്ടാളത്തിലുണ്ടായിരുന്ന കാലത്ത് പാടിയൊരു പാട്ട് പാടുന്നു. ഈ സമയം എന്റെ ജ്യേഷ്ഠൻ സുഭാഷ് എന്റെയടുത്തെത്തി. അന്ന് അക്ഷര ത്തിൽ അഭിനയിച്ച ആ പയ്യന് ഒരു മിമിക്രി അവതരിപ്പിക്കാൻ അവസരം ചോദിച്ച് നിൽക്കുന്നതായി ജ്യേഷ്ഠൻ അറിയിച്ചു. അങ്ങനെയൊരു രീതി യില്ലെങ്കിലും അന്ന് മണിക്ക് മിമിക്രി കാണിക്കാനുള്ള അവസരം ലഭിച്ചു. അയാളുടെ മിമിക്രി കൂടി കണ്ടിട്ട് പോകാമെന്ന് ലോഹി പറഞ്ഞു. അസാ മാന്യ പ്രകടനമായിരുന്നു മണിയുടേത്. മൃഗങ്ങളുടെ ചേഷ്ടകൾ വളരെ തന്മയത്വത്തോടെ അവതരിപ്പിച്ച മണി അതുവരെ കണ്ടുശീലിച്ച മിമി ക്രിയിൽ നിന്നെല്ലാം വ്യത്യസ്തമായൊരു മിമിക്രി അനുഭവമാണ് സമ്മാനിച്ചത്. തിരികെ പോരുമ്പോൾ സല്ലാപത്തിൽ ഏതെങ്കിലും വേഷ മുണ്ടെങ്കിൽ മണിയ്ക്ക് നൽകണമെന്ന് ലോഹി പറഞ്ഞു.

സല്ലാപത്തിന്റെ കഥാപാത്രങ്ങൾ രൂപപ്പെട്ടപ്പോൾ ചെത്തുകാരൻ രാജപ്പനെന്നൊരു കഥാപാത്രത്തെക്കുറിച്ച് ലോഹി സംസാരിച്ചു. പല പ്പോഴും കഥാസന്ദർഭം മനസ്സിൽ വരുമ്പോൾ തന്നെ ലോഹി പറയുക യാണ് പതിവ്. പിന്നീടാണ് പലപ്പോഴും ആ സന്ദർഭം എഴുതാറ്. ചിത്രീ കരണം തുടങ്ങും മുമ്പ് മണിയെ വിളിക്കാൻ പറഞ്ഞതും ലോഹിയായി രുന്നു. അങ്ങനെ ജ്യേഷ്ഠനെ ബന്ധപ്പെട്ട് മണിയെ ഷൊർണ്ണൂർ ടി.ബി യിലേക്ക് വിളിപ്പിച്ചു. ആദ്യം മുതൽ പതിവായി കാണാറുള്ള കറുത്ത പാന്റ്സും ചുവപ്പ് ഷർട്ടുമായിരുന്നു മണിയുടെ വേഷം. ആ ഒറ്റ ഷർട്ടും പാന്റ്സുമേ അന്ന് മണിയ്ക്കുണ്ടായിരുന്നുള്ളു. നാട്ടിൻപുറത്തെ ഒരു ചെത്തുകാരന്റെ നടപ്പൊന്ന് കാണിക്കാനായിരുന്നു ലോഹിയും ഞാനും മണിയോട് ആവശ്യപ്പെട്ടത്, മണി വളരെ സ്വാഭാവികതയോടെ പിൻതി രിഞ്ഞു നടക്കുന്ന ചെത്തുകാരന്റെ സ്വതസിദ്ധമായ സ്വാഭാവിക താള ത്തിൽ നടന്നു. ചെത്തുകാരൻ രാജപ്പന്റെ വേഷം മണിയിൽ ഭദ്രമാണെന്ന് അതോടെ ഉറപ്പിച്ചു. അഭിനേതാക്കളെന്ന നിലയിൽ ദിലീപിനും മഞ്ജു വിനും ബ്രേക്കായ സല്ലാപം ഒരു തരത്തിൽ പറഞ്ഞാൽ കലാഭവൻ മണി യെന്ന നടന്റെയും ജാതകം തിരുത്തിക്കുറിച്ച ചിത്രമായി.

സല്ലാപത്തിൽ തെങ്ങിന്റെ മുകളിൽ ചെത്താൻ കയറിയ മണിയുടെ കഥാപാത്രം മഞ്ജുവിന്റെ കഥാപാത്രത്തെ നോക്കി 'തങ്കഭസ്മക്കുറി യിട്ട തമ്പുരാട്ടി...' എന്ന പാട്ടുപാടുന്ന രംഗം വളരെ ഹിറ്റായിരുന്നു. തെങ്ങിന്റെ മുകളിലിരുന്ന് പാടിയ ആ പാട്ടിന്റെ രംഗം ഡബ്ബു ചെയ്യാനെ ത്തുമ്പോൾ മണി വളരെ ആശങ്കയിലായിരുന്നു. ദാസേട്ടൻ നന്നായി പാടുന്ന ഒരു പാട്ട് മോശമായി പാടുന്നതിലായിരുന്നു മണിയുടെ ആശങ്ക. "സാറെ ഞാൻ എന്റെ രീതിയിലാണ് പാടിയിരിക്കുന്നത്. അത് മാറ്റി

പാടണമോയെന്ന്" ഡബ്ബിങ്ങിന്റെ സമയത്ത് മണി ചോദിച്ചിരുന്നു. അത് അങ്ങനെ പാടേണ്ടതാണെന്ന് ഞാൻ പറഞ്ഞിട്ടും മണിയുടെ ശങ്ക മാറുന്നില്ല. "ദാസേട്ടൻ പാടിയൊരു പാട്ട് നമ്മള് പാടി ചീത്തയാക്കിയോ" എന്ന് മണി വീണ്ടും ആശങ്കയോടെ ആവർത്തിക്കുന്നു. ചെത്തുകാരൻ രാജപ്പൻ അത്രയേ പാടൂ എന്ന് മണിയോട് കഥാസന്ദർഭം ഓർമ്മപ്പെടുത്തി വിശദീകരിച്ചു. അതിന് മുന്നിലത്തെ സീനിൽ ഉത്സവത്തിന് ചെത്തുകാരൻ രാജപ്പനൊക്കെ പാടിയാൽ എത്രമാത്രം പാടുമെന്ന് ചോദിക്കുന്നതെല്ലാം മണിയോട് വിശദീകരിച്ചു. അങ്ങനെ വളരെ സന്തോഷത്തിലാണ് മണി അന്ന് ഡബ്ബിങ്ങിനായി ആ വരികളെല്ലാം പാടിയത്.

നാട്ടുകാരനായ മണിയോട് സല്ലാപത്തിന്റെ സെറ്റിൽ വച്ചു തന്നെ ഒരു നടൻ - സംവിധായകൻ ബന്ധത്തിന് ഉപരിയായ സൗഹൃദം ഉടലെടുത്തു. അവസാനം വരെ മണി എന്നോട് വളരെ അടുപ്പം പുലർത്തി. സിനിമയിൽ മണിക്ക് തിരക്ക് വർദ്ധിച്ച് വന്ന സമയത്തെല്ലാം പരസ്പര മുള്ള കൂടിക്കാഴ്ചകൾ കുറഞ്ഞെങ്കിലും സമയം കണ്ടെത്തി എന്നെ ഫോണിൽ വിളിച്ചു സംസാരിക്കാനുള്ള കരുതൽ മണി കാണിച്ചിരുന്നു. ആദ്യമായി കാറ് വാങ്ങിയപ്പോൾ മണി കാറുമായി എന്റെ വീട്ടിലെത്തി എന്നെയിരുത്തി ചാലക്കുടി ചുറ്റിയടിച്ചു. പിന്നീട് വിലകൂടിയ പുതിയ കാറുകൾ വാങ്ങിയപ്പോഴെല്ലാം മണി ഈയൊരു പതിവ് ആവർത്തിച്ചു. അവസാനം വാങ്ങിയ ജാഗ്വറിൽ സഞ്ചരിക്കാനുള്ള അവസരം മാത്രം എനിക്ക് ലഭിച്ചില്ല.

പിറന്ന നാടിനോടും വന്ന വഴിയോടും സൗഹൃദങ്ങളോടും ഇത്രയേറെ ആത്മാർത്ഥതയും സത്യസന്ധതയും പുലർത്തിയൊരു അഭിനേതാവ് മലയാള സിനിമയിൽ ഉണ്ടാകില്ല. സൗഹൃദങ്ങൾക്കായി എന്തും ചെയ്യാൻ മണി ഒരുക്കമായിരുന്നു. തന്റെ താരപദവിക്ക് ചീത്തപ്പേര് ഉണ്ടാകുമെന്ന് പോലും ചിന്തിക്കാതെ സുഹൃത്തുക്കൾക്കായി ഏത് വിഷയത്തിലും മണി തലയിടുമായിരുന്നു.

ചാലക്കുടിയിൽ എപ്പോഴും പഴയ മണിയായി ജീവിക്കാനായിരുന്നു മണിക്ക് ഇഷ്ടം. യാതൊരു താരപരിവേഷവും കാണിക്കാതെ ഒരു നരച്ച ടീ ഷർട്ടും കാവിമുണ്ടുമുടുത്ത് ചാലക്കുടി മാർക്കറ്റിൽ മീൻമേടിക്കാൻ വരുന്ന മണി നാട്ടുകാർക്ക് ഒരു സിനിമാ നടനായിരുന്നില്ല. ചാലക്കുടി വിട്ട് എറണാകുളം പോലുള്ള നഗരത്തിലെല്ലാം പോയി സെറ്റിൽ ചെയ്യാമായിരുന്ന സാഹചര്യം ഉണ്ടായിരുന്നെങ്കിലും മണി സ്വന്തം നാട്ടിൽ തന്നെ ജീവിക്കുന്നതിലാണ് സന്തോഷം കണ്ടെത്തിയത്. വന്ന വഴികളെക്കുറിച്ച് എവിടെയും തുറന്ന് പറയാൻ മണി മടിച്ചില്ല.

ആളുകളെ സഹായിക്കാൻ ഒരു മടിയുമില്ലാത്ത ആളായിരുന്നു മണി. ഞാൻ തന്നെ ശുപാർശ ചെയ്ത എത്ര ആളുകളെയാണ് മണി സഹായിച്ചതെന്ന് എനിക്കറിയാം. നാട്ടുകാരിൽ പലരും മണിയുടെ സഹായ മനഃസ്ഥിതി ചൂഷണം ചെയ്തിട്ടുണ്ട്. മണി വീട്ടിലുള്ളപ്പോൾ നേരം

വെളുക്കുമ്പോൾ മുതൽ മണിയുടെ വീടിനു മുന്നിൽ സഹായം അഭ്യർത്ഥിച്ചു വരുന്നവരുടെ ക്യൂ തന്നെയുണ്ടാവും. കൈയിലുള്ളത് അനുസരിച്ച് അവരെയെല്ലാം മണി സഹായിക്കുകയും ചെയ്തു. "അർഹിക്കുന്ന ആളുകളെ സഹായിച്ചോ, പക്ഷേ, സഹായം നമ്മുടെ ഒരു ബലഹീനതയായി കണ്ട് ആളുകൾ മുതലെടുക്കാൻ അനുവദിക്കരുതെന്ന്" ഞാൻ മണിയോട് പറഞ്ഞിരുന്നു. പക്ഷേ, ആളുകളെ സഹായിക്കാനുള്ള മനഃസ്ഥിതി മണിക്ക് മാറ്റാൻ പറ്റുന്നതായിരുന്നില്ല. പലവട്ടം സഹായം കിട്ടിയവർ പിന്നീട് സഹായം കിട്ടാതെ വന്നപ്പോൾ മണിയെ ദുഷിച്ചിരുന്നതും നമ്മൾ കണ്ടിരുന്നു. വേദനിക്കുന്നവന്റെ കണ്ണുനീരിനെ മണി വല്ലാതെ വിലമതിച്ചിരുന്നു. മണിയുടെ വാരിക്കോരി കൊടുക്കാനുള്ള മനസ്സിനെ പലരും ചൂഷണം ചെയ്തപ്പോഴും കൂടുതൽ ദാനശീലനാവുകയായിരുന്നു മണിയെന്ന് തോന്നിയിട്ടുണ്ട്.

ഞാൻ സംവിധാനം ചെയ്ത മണികിലുക്കമെന്ന ഒരു പരിപാടിക്കായി ഞാനും മണിയും നാദിർഷയും അടങ്ങുന്ന ഒരു സംഘം ബ്രിട്ടൻ, സ്വിറ്റ്സർലാൻഡ്, വിയന്ന, റോം എന്നിവിടങ്ങളിലെല്ലാം സഞ്ചരിച്ചിരുന്നു. ഏതാണ്ട് മൂന്നാഴ്ചയിലേറെ നീളുന്നൊരു യാത്രയായിരുന്നു അത്. അങ്ങനെ ഞങ്ങൾ റോമിലെത്തി. ചരിത്ര പ്രസിദ്ധമായ സെന്റ്.പീറ്റേഴ്സ് ബസിലിക്ക കാണാനുള്ള അവസരം ഞങ്ങൾക്ക് കൈവന്നു. പോപ്പിനേയും കാണാൻ ആഗ്രഹിച്ചെങ്കിലും പനി ബാധിച്ചതിനാൽ പോപ്പ് സന്ദർശകർക്ക് അനുവാദം നൽകുന്നുണ്ടായിരുന്നില്ല. സെന്റ് പീറ്റേഴ്സ് ബസിലിക്കയിലെ മൈക്കലാഞ്ജലോയുടെ പ്രതിമയെല്ലാം കണ്ട് ഞങ്ങൾ അദ്ഭുതപരതന്ത്രരായി നടന്നു. ഒടുവിൽ തിരികെ പോരാൻ തുടങ്ങുമ്പോൾ നമ്മുടെ കൂട്ടത്തിൽ മണിയെ കാണുന്നില്ല. അത്യാവശ്യം തെറ്റില്ലാത്ത വെയിലുമുണ്ട്. ഞങ്ങളാ വെയിലത്ത് മണിയെ തിരഞ്ഞ് നടന്നു. കാൽമണിക്കൂർ കഴിഞ്ഞ് വിയർത്തൊലിച്ച് വലിയൊരു കവറുമായി മണി ഓടിവരുന്നു. എവിടെ പോയിരുന്നുവെന്ന ചോദ്യത്തിന് വെറുതെയൊരു തലയാട്ടൽ മാത്രമായിരുന്നു മറുപടി.

ഞാനും മണിയും ഒരു സ്പോൺസറുടെ വീട്ടിലാണ് താമസിക്കുന്നത്. അന്നുരാത്രി ഭക്ഷണം കഴിഞ്ഞ് ഞങ്ങൾ ബാൽക്കണിയിൽ സംസാരിച്ച് നിൽക്കുകയാണ്. സെന്റ് പീറ്റേഴ്സ് ബസിലിക്കയിൽ നിന്നും വാങ്ങിയ പൊതിയെക്കുറിച്ച് ഞാൻ മണിയോട് തിരക്കി. "ഏയ് അതൊന്നുമില്ല സാറെ" യെന്ന് ലാഘവത്തോടെ മണി മറുപടി പറഞ്ഞു. വീണ്ടും ചോദിച്ചപ്പോൾ മണി ആ പൊതിയെടുത്ത് തുറന്നു കാണിച്ചു. ഏതാണ്ട് പത്തമ്പതോളം കൊന്തകളായിരുന്നു ആ പൊതിയിൽ ഞാൻ ആശ്ചര്യത്തോടെ എന്തിനാണ് ഇത്രയേറെ കൊന്തകളെന്ന് മണിയോട് ചോദിച്ചു. "സാറെ നമുക്ക് റോമിലൊക്കെ വന്ന് കാണാനുള്ള ഭാഗ്യമുണ്ടായി. റോമിൽ നിന്ന് വാങ്ങുന്ന കൊന്തയെ വിശുദ്ധമായി കാണുന്ന എത്ര പേർ എന്റെ വീടിന്റെ ചുറ്റിലും ഉണ്ടെന്നറിയാമോ. അവർക്ക് കൊടുക്കാനായി വാങ്ങിയതാണ്."

ഞാൻ ഒരു നിമിഷം മണിക്ക് മുന്നിൽ ചെറുതായിപ്പോയി. എത്ര ഉയരത്തിൽ നിൽക്കുമ്പോഴും സഹജീവികളുടെ ചെറിയ സന്തോഷങ്ങളെ വലിയ സന്തോഷങ്ങളായി അനുഭവിക്കുന്ന മണിയുടെ മനസ്സിന്റെ വലുപ്പം ആ വിശുദ്ധ നഗരത്തിൽ വച്ച് ഒരിക്കൽ കൂടി ഞാൻ തിരിച്ചറിഞ്ഞു.

തിരികെയെത്തിയ മണി ചേന്നത്തുനാട്ടിലെ കനാലിന്റെ കരയിലെല്ലാം താമസിക്കുന്ന പാവപ്പെട്ടവർക്കെല്ലാം ആ കൊന്തകൾ വിതരണം ചെയ്തിട്ടുണ്ടാകാം. റോമിലെ കൊന്തകിട്ടിയവരേക്കാൾ സന്തോഷം ആ കൊന്തകൾ എല്ലാവർക്കും സമ്മാനിച്ച മണി അനുഭവിച്ചിട്ടുണ്ടാകും. മണി നൽകിയ സ്നേഹവും ആത്മാർത്ഥതയും സത്യസന്ധതയും അതേ അളവിൽ മണിക്ക് തിരിച്ച് കിട്ടിയിരുന്നോ എന്നെനിക്ക് തീർച്ചയില്ല.

മണിയുടെ നൈർമ്മല്യമുള്ള ഹൃദയത്തിന്റെ ആഴം പലപ്പോഴും സഹായം കിട്ടിയവർപോലും തിരിച്ചറിഞ്ഞിരുന്നോയെന്ന് സംശയമാണ്. ഞാൻ നെഞ്ചോട് ചേർത്ത് പിടിക്കുന്ന നല്ല കലാകാരൻമാരുടെ പട്ടികയിൽ മണിക്ക് മുൻപന്തിയിലാണ് സ്ഥാനം. മണിയുടെ വിയോഗം വ്യക്തിപരമായി എന്റെ സ്വകാര്യ നഷ്ടങ്ങളിലൊന്നു കൂടിയാണ്. ■

മാനവികതയുടെ മണിമുഖം

സി.എസ്. സുധേഷ്

ഒരു സിനിമാ നടൻ എന്ന നമ്മുടെ സങ്കല്പങ്ങൾക്കുപരി കലാഭവൻ മണി എന്ന പച്ച മനുഷ്യൻ സ്നേഹത്തിന്റെ, കരുണയുടെ ചെത്തി ക്കൂർപ്പിച്ച അമ്പ് അടുത്തവരുടെ ഹൃദയത്തിലേക്ക് എയ്തെയ്ത് കടന്നു പോയവനാണ്. നടൻ ആയിരിക്കെത്തന്നെ ഇന്ന് വെള്ളിത്തിരയിൽ തകർത്താടുന്ന വെള്ളപൂശിയ മുഖങ്ങൾക്കിടയിൽ കറുപ്പിന്റെ നന്മയും, താങ്ങും സിനിമയിലുള്ളവർ പലരും അനുഭവിച്ചിട്ടുള്ളതാണ്. കലാഭവൻ മണിയെ നായകനാക്കി ഒരു സിനിമ ചെയ്യാൻ സാധിച്ചതിൽ ഏറെ അഭി മാനിക്കുന്ന ഒരാളാണ് ഞാൻ. എന്റെ മൂന്നാമത്തെ സിനിമയാണ് മല യാളി. കടുത്ത സാമ്പത്തിക പ്രതിസന്ധിയിൽ നിർമ്മാണത്തിനിടയിൽ നിന്നുപോയേക്കാവുന്ന ഒരു സിനിമ, മണി എന്ന മനുഷ്യൻ കടം തന്നും, പ്രതിഫലം വേണ്ടെന്നു വച്ചും കൂടെ നിന്നതു കൊണ്ടു മാത്രം തിയേറ്റ റുകളിൽ എത്തിയതാണ്. പല ഭാഷകളിലായി മണി എത്രയോ സിനിമ കളിൽ അഭിനയിച്ചു. മണി മരിച്ചപ്പോൾ ആദരാഞ്ജലികളർപ്പിച്ച് നമ്മൾ കണ്ട ഫ്ളക്സുകളിലേറെയും മലയാളി എന്ന സിനിമയിലെ നന്തിലേ ടത്തു മാധവൻ എന്ന മണിയുടെ നായക കഥാപാത്രത്തിന്റെ സ്റ്റിൽ ഫോട്ടോ ആയിരുന്നു. മഞ്ഞ ഷർട്ടിട്ട് ചിരിക്കുന്ന മണിയുടെ ഫോട്ടോ കഥാപാത്രത്തിനുവേണ്ടി എന്റെ മനസ്സറിഞ്ഞ് ഡിസൈനർ കോളിൻ ഡിസൈൻ ചെയ്തതാണ്. നെറ്റിയിൽ ഭസ്മക്കുറിയിട്ട നമ്മൾ കണ്ട സ്റ്റിൽ ഫോട്ടോ സിനിമയിലെ നന്തിലേടത്തു മാധവനുമാണ്. മലയാളിയുടെ ഷൂട്ടിങ്ങിന്റെ ഒരു പ്രധാന ലൊക്കേഷൻ പാലക്കാട് വടക്കുഞ്ചേരി കാവ ശ്ശേരിയിലെ ഒരു വീടായിരുന്നു. ഷൂട്ടിങ്ങിന്റെ ഇടവേളകളിലെപ്പോഴോ മണിയുമായി ചങ്ങാത്തത്തിലായ ഒരു വൃദ്ധൻ, വായിൽ ഒരു പല്ലുപോലും ഇല്ലാത്തയാൾ. മണിയും പുള്ളിക്കാരനുമായുള്ള സൗഹൃദം ഞങ്ങൾ ക്കൊക്കെ കൗതുകമായിരുന്നു. ഞങ്ങൾ ലൊക്കേഷനിലെത്തുന്നതിനു മുമ്പേത്തന്നെ അയാൾ മണിയെ കാണാനായി ലൊക്കേഷനിലെത്തു മായിരുന്നു. ചിത്രീകരണത്തിന്റെ ഇടവേളകളിലൊക്കെത്തന്നെയും, ഷൂട്ടിങ്ങ് കഴിഞ്ഞ് എല്ലാവരും പിരിഞ്ഞുപോയാലും മണി ആ വൃദ്ധനു വേണ്ടി സമയം കണ്ടെത്തുമായിരുന്നു. മണി ഒരിക്കൽ പറഞ്ഞു ചേട്ടാ, മൂപ്പർക്ക് എന്റെ അച്ഛന്റെ മുഖച്ഛായയാണ്. എനിക്ക് എവിടെയൊക്കയോ

അച്ഛന്റെ സാമീപ്യം അനുഭവപ്പെടുന്നു. ഞാൻ അങ്ങേരെ സെറ്റ്പല്ല് വയ്ക്കാൻ നിർബന്ധിക്കുക യാണ് പുള്ളിക്കാരൻ വഴങ്ങുന്നില്ല. ഷൂട്ടിങ്ങിന്റെ അവസാന ദിവസങ്ങളി ലെന്നോ മണി ആ വൃദ്ധനുമായി മണിയുടെ സ്കോർപ്പിയോ വണ്ടിയിൽ വന്നിറങ്ങുന്നു. മണിയോടൊപ്പം വണ്ടിയിൽ നിന്ന് മടിച്ചു മടിച്ച് ഇറങ്ങിയ അയാൾ ആരോടും ചിരിക്കുന്നില്ല. മണി ആ സർപ്രൈസ് പൊട്ടിക്കുന്നു അയാൾ ചിരിക്കുന്നു. വെളുവെളുത്ത പല്ലുകളുള്ള ഒരു ചിരി. ആ വൃദ്ധനെ ഞങ്ങളുടെ മുന്നിലേക്ക് നിർത്തി മണി പറഞ്ഞു, ഒടുവിൽ ഞാൻ സമ്മതിപ്പിച്ചു. എന്റെ അച്ഛനല്ലെ ഞാൻ പറഞ്ഞാൽ കേൾക്കാതിരിക്കുമോ. ആ ചിരി ഒരു കരച്ചിലായി മാറി. മണിയും കരയുന്നുണ്ടായിരുന്നു. മലയാളിയുടെ ഷൂട്ടിങ്ങിനിടെയാണ് എന്റെ അച്ഛൻ മരിക്കുന്നത്. ഒരു ദിവസത്തെ ബ്രെയ്ക്കിനു ശേഷം ഞാൻ ലൊക്കേഷനിലെത്തുന്ന പകൽ മണിക്ക് വർക്കില്ലായിരുന്നു. രാത്രി എന്റെ മുറിയിൽ വന്ന് എന്നെ ആശ്വസിപ്പിക്കുമ്പോൾ എന്നെ കെട്ടിപ്പിടിച്ച് എന്നേക്കാളേറെ ശബ്ദത്തിൽ ഉറക്കെയുറക്കെ കരഞ്ഞതും പിന്നീട് മണിയെ ഞാൻ സമാധാനിപ്പിക്കേണ്ട അവസ്ഥവന്നതും മണി എന്ന പച്ച മനുഷ്യന്റെ മനസ്സിന്റെ നേർമ്മ ഒന്നു കൊണ്ടു മാത്രമാണ്. മണിയുടെ മൃതശരീരം തൃശ്ശൂരിൽ സംഗീത നാടക അക്കാദമി ഹാളിൽ പൊതുദർശനത്തിനു വച്ച അന്ന് മൊബൈൽ ഫ്രീസറിന്റെ ചില്ലുപാളിയിൽ തൊട്ടപ്പോൾ അനുഭവപ്പെട്ട തണുപ്പ് ഒരു സങ്കടക്കടലായി എന്നിൽ തിരയടിച്ചു. ഞാനെന്റെ അച്ഛനെ ഓർത്തു. ആൾക്കൂട്ടത്തിനിടയിൽ നിന്ന് എനിക്ക് ഉറക്കെയുറക്കെ കരയണമെന്നുണ്ടായിരുന്നു. പക്ഷേ, എന്നിലെ കാപട്യം അവിടെ നിന്നും എന്നെത്തന്നെ മാറ്റിനിർത്തുകയായിരുന്നു. പക്ഷേ, മണി അതായിരുന്നില്ല. ചുറ്റുപാടുകൾ തന്റെ ഉള്ളു തുറക്കാൻ മണിക്ക് ഒരു തടസ്സമായിരുന്നില്ല. നമുക്കു വേണ്ടി എന്തെങ്കിലുമൊക്കെ സഹിച്ചിട്ടുള്ളവരുടെ വേർപാട് നെഞ്ചിൽ ഒരു നീറ്റലായി അങ്ങനെ കിടക്കും. കലാഭവൻ മണി എന്ന മനുഷ്യന് മരണം കൊണ്ട് ഒരുപാടു പേരുടെ മനസ്സിൽ ഉമിത്തീനീറലനുഭവിപ്പിക്കാൻ കഴിഞ്ഞിട്ടുണ്ടെങ്കിൽ അത് ആ മനസ്സിന്റെ നന്മ മാത്രമാണ്.

■

ചാലക്കുടിക്കാരൻ ചങ്ങാതി
ഐ.എം. വിജയൻ

ചാലക്കുടിയിൽ എനിക്കൊരു സുഹൃത്തുണ്ടായിരുന്നു. സന്തോഷ് ട്രോഫിയിൽ ഒപ്പം കളിച്ച, സെൻട്രൽ എക്സൈസ് ജീവനക്കാരൻ സാബു. ഒരു ഞായറാഴ്ച ദിവസം രാവിലെ സാബു എന്നെ വിളിച്ചു. "വിജയാ, നീ ഇപ്പോൾത്തന്നെ വീട്ടിലേക്കു വരണം. ഇവിടെ നിന്നെ പരിചയപ്പെടാൻ ഒരു വി.ഐ.പി. കാത്തിരിക്കുന്നു" വരാമെന്ന് പറഞ്ഞാണ് ഫോൺ വച്ചത്.

ചാലക്കുടിയിലേക്കുള്ള യാത്രയ്ക്കിടയിൽ ഞാൻ ചിന്തിച്ചത് ഒരേയൊരു കാര്യമായിരുന്നു - ആരാവും ആ വി.ഐ.പി? സാബുവിന്റെ വീട്ടിലേക്ക് കയറുമ്പോൾത്തന്നെ ആ മുഖം കണ്ടു.

മലയാള സിനിമയിലെ മികച്ച നടൻമാരിലൊരാളായ കലാഭവൻ മണി. പരസ്പരം കേട്ടറിയുന്നതിനാൽ സാബുവിന് ഞങ്ങളെ പരിചയപ്പെടുത്തേണ്ടി വന്നില്ല. അതായിരുന്നു ആദ്യ കൂടിക്കാഴ്ച.

ഒരേ ജീവിതസാഹചര്യത്തിൽ നിന്ന് വന്നതുകൊണ്ടാവാം മണിയും ഞാനും തമ്മിൽ പെട്ടെന്നാണ് അടുത്തത്. ഒരുപാട് കഷ്ടപ്പെട്ടാണ് മണി ഈ നിലയിലെത്തിയത്. കുടുംബത്തിലെ ദാരിദ്ര്യം മാറ്റാൻ ചെയ്യാത്ത ജോലികളൊന്നുമില്ല. ഒടുവിൽ ആഗ്രഹിച്ചതിനുമപ്പുറത്ത് മണിയെത്തി. അതേപോലെ തന്നെയായിരുന്നു ഞാനും. മണിയുടെ അച്ഛനെപ്പോലെ എന്റെ അച്ഛനും കൂലിപ്പണിക്കാരനായിരുന്നു. മാത്രമല്ല ഒരേ സമുദായത്തിൽപ്പെട്ടവരും.

ഇന്ത്യയിലെ മികച്ച നടനുള്ള സ്പെഷൽ ജൂറി പരാമർശം മണിക്ക് ലഭിച്ചപ്പോൾ, മൂന്നുതവണ ഇന്ത്യയിലെ മികച്ച ഫുട്ബോൾ കളിക്കാരനായി ഞാനും തെരഞ്ഞെടുക്കപ്പെട്ടു. അവൻ എനിക്ക് മണിഭായ് ആയി. ഞാൻ അവന് ഐ.എമ്മും. അവൻ ഫുട്ബോളിനെ ഇഷ്ടപ്പെട്ടപ്പോൾ ഞാൻ സിനിമയെ ആരാധിച്ചു.

ഫുട്ബോളിനോട് മണിക്ക് ഭ്രാന്തായിരുന്നു. സമയം കിട്ടുമ്പോഴൊക്കെ എന്റെ കൂടെ കളി കാണാൻ വരും. മലപ്പുറത്ത് ഞങ്ങൾക്കൊരു സുഹൃത്തുണ്ട്, കുഞ്ഞാക്ക. ഒരു ദിവസം കുഞ്ഞാക്ക എന്നെ വിളിച്ചു.

"പാവപ്പെട്ട കാൻസർ രോഗികൾക്കുവേണ്ടി ടിക്കറ്റ് വച്ച് നമുക്കൊരു ഫുട്ബോൾ മത്സരം നടത്തണം. കലാഭവൻ മണിയെക്കൂടി വിളിക്കാം."

തിരക്കുകാരണം മണിഭായിക്ക് വരാൻ കഴിയുമോ എന്ന സംശയ മുണ്ടായിരുന്നു എനിക്ക്. അതിനാൽ മടിച്ചുമടിച്ചാണ് പറഞ്ഞത്.

"ഐ.എം.അതങ്ങ് ഉറപ്പിച്ചോളൂ. നമുക്ക് കളിക്കാടോ. ഏതു ദിവസ മായാലും ഞാൻ വന്നോളാം." ഷൂട്ടിംഗുള്ള കാര്യം ഓർമ്മിപ്പിച്ചപ്പോൾ മറുപടി ഇങ്ങനെ. "ഷൂട്ടിംഗൊക്കെ നമുക്ക് അഡ്ജസ്റ്റ് ചെയ്യാം. രോഗി കളുടെ കാര്യമല്ലേ."

ഞങ്ങളൊന്നിച്ചാണ് അന്ന് പെരിന്തൽമണ്ണയ്ക്കടുത്ത എടത്തനാട്ടു കരയിലെത്തി ഫുട്ബോൾ മാച്ചിൽ കളിച്ചത്.

വൻ ജനക്കൂട്ടമായിരുന്നു. മണിഭായ് ആയിരുന്നു കളിയുടെ ആവേശം. അവിടെനിന്ന് കിട്ടിയ അഞ്ചുലക്ഷം രൂപ കളി കഴിഞ്ഞയുടനെ മണി ഭായ് തന്നെ സംഘാടകരെ ഏല്പിക്കുകയും ചെയ്തു. പിന്നീടു ഒരു പാടുതവണ ഞങ്ങളൊന്നിച്ച് കളിച്ചിട്ടുണ്ട്.

രാമവർമ്മപുരത്തെ കെ.എ.പി ഫസ്റ്റ് ബറ്റാലിയനിൽ ഞാൻ ജോലി ചെയ്യുന്ന സമയം. മണിഭായ് അടുത്ത സുഹൃത്താണെന്ന് അറിഞ്ഞപ്പോൾ കമാന്റന്റ് സുനിൽസാർ എന്നെ വിളിപ്പിച്ചു. "ട്രെയിനിംഗ് പിള്ളേർക്കു വേണ്ടി കലാഭവൻ മണിയുടെ ഒരു ക്ലാസ് സംഘടിപ്പിച്ചാലോ? മണി നേരിട്ട ജീവിതസാഹചര്യങ്ങൾ മാത്രം പറഞ്ഞാൽ മതി."

മണി ഭായിയോട് ഇക്കാര്യം പറഞ്ഞപ്പോൾ നൂറുശതമാനം സമ്മതം.

അങ്ങനെയാണ് കെ.എ.പിക്കാർക്ക് ക്ലാസെടുക്കാൻ മണിഭായ് വന്നത്. ജീവിതത്തിലെ കഷ്ടതകളെ നർമ്മം ചേർത്ത് അവതരിപ്പിച്ച പ്പോൾ അത് പുതുമയുള്ള ക്ലാസായി മാറി. ഒപ്പം നാടൻപാട്ടുകളും പാടി യാണ് ക്ലാസ് അവസാനിപ്പിച്ചത്. സർവീസിനിടയില് ഇത്രയും ആസ്വ ദിച്ച ക്ലാസുണ്ടായിട്ടില്ലെന്നാണ് അന്ന് ട്രെയിനിംഗ് പിള്ളേർ എന്നോടു പറഞ്ഞത്.

മണിഭായ് എവിടെ പ്രോഗ്രാമിന് പോകുമ്പോഴും ആദ്യം എന്നെ വിളിക്കും. "ഐ.എമ്മേ ഇന്ന് എന്തെങ്കിലും പരിപാടിയുണ്ടോ?"

ഇല്ലെന്നു പറഞ്ഞാൽ നമുക്കൊരിടം വരെ പോകണമെന്ന് പറയും. എവിടെയാണെന്ന് പറയില്ല. ചിലപ്പോൾ അത് ബാംഗ്ലൂരിലാവാം. ഹൈദരാ ബാദിലാവാം. എവിടെയെത്തിയാലും എന്നെ സ്റ്റേജിലേക്ക് വിളിച്ചു വരുത്തും. അതാണ് ശീലം.

നാലുമാസം മുമ്പ് ബഹ്റിനിൽ ഒരു പ്രോഗ്രാമുണ്ടായിരുന്നു ഭായിക്ക്. അത് സംഘടിപ്പിച്ചത് അവിടത്തെ എന്റെ സുഹൃത്തുക്കളായിരുന്നു. മണി ഭായിക്കൊപ്പം വരാൻ വേണ്ടി അവരെനിക്ക് വിസയും ടിക്കറ്റുമൊക്കെ അയച്ചുതന്നു. ഞങ്ങളൊന്നിച്ചാണ് ബഹറിനിലേക്ക് പോയത്. കൂടെ മണി

ഭായിയുടെ മാനേജർ ജോബിയുമുണ്ട്. മുറിയിലെത്തി ഫ്രഷായിക്കഴിഞ്ഞ ശേഷം എന്നോടു പറഞ്ഞു. "ഐ.എമ്മേ നമുക്കൊരിടം വരെ പോകണം."

എവിടെയാണെന്ന് ചോദിച്ചെങ്കിലും മറുപടി കിട്ടിയില്ല. കാർ ചെന്നു നിന്നത് വലിയൊരു ടെക്സ്റ്റയിൽസിന്റെ മുമ്പിലാണ്. ഒരേപോലുള്ള ഷർട്ട്, ജീൻസ്, കാൻവാസ് ഷൂ, സോക്സ് എന്നിവ എടുത്തതിനുശേഷമാണ് തിരിച്ച് മുറിയിലേക്ക് വന്നത്.

"വൈകിട്ടത്തെ പ്രോഗ്രാമിന് ഇതിട്ടിട്ടുവേണം സ്റ്റേജിന്റെ മുമ്പിലിരിക്കാൻ"

ഞാൻ അനുസരിച്ചു. പ്രോഗ്രാം തുടങ്ങി. മണിഭായ് സ്റ്റേജില് വന്ന് എല്ലാവർക്കും സ്വാഗതം പറഞ്ഞതിനശേഷം എന്നെ നോക്കി ചിരിച്ചു.

"നമുക്കൊരു വിശിഷ്ടാതിഥിയുണ്ട്. ഞാൻ അയാളെ വേദിയിലേക്ക് ക്ഷണിക്കാം." എന്നു പറഞ്ഞുകൊണ്ട് എന്നെ ഉച്ചത്തിൽ വിളിച്ചു. ഞാൻ സ്റ്റേജിലേക്ക് കയറി.

"ഇത് ഐ.എം. എന്റെ അനിയൻ"

സദസ്സിൽ നീണ്ട കരഘോഷം. എന്നെ പുകഴ്ത്തിയാണ് പിന്നീടുള്ള സംസാരം മുഴുവനും. അതാണ് കലാഭവൻ മണി. അതിനുശേഷമാണ് പ്രോഗ്രാം തുടങ്ങിയത്. ഒരുപാടുപേർക്ക് മണിഭായ് സഹായം നൽകിയിട്ടുണ്ട്. പക്ഷേ, അതൊന്നും ആരോടും പറയാറില്ല. പലതും അറിഞ്ഞത് മരിച്ചുകഴിഞ്ഞതിനുശേഷമാണ്. ഒരുപാട് വിവാഹങ്ങൾ നടത്താൻ കാശും സ്വർണ്ണവും കൊടുത്തിട്ടുണ്ട്. അസുഖമാണെന്ന് പറഞ്ഞ് മുമ്പിലെത്തിയാൽ കൈയിൽ കാശില്ലെങ്കിൽ കടം വാങ്ങിച്ചെങ്കിലും കൊടുക്കും. മണിഭായ് കല്യാണം നടത്തിക്കൊടുത്ത വീട്ടമ്മമാർ കൈക്കുഞ്ഞുങ്ങളുമായാണ് മരിച്ചതിന്റെ പിറ്റേന്നാൾ ചാലക്കുടിയിലെത്തിയത്.

"മണിച്ചേട്ടൻ ഞങ്ങളെ രക്ഷിച്ചു. പക്ഷേ, മണിച്ചേട്ടനെ രക്ഷിക്കാൻ ഞങ്ങൾക്ക് കഴിഞ്ഞില്ലല്ലോ"

നെഞ്ചിൽ കൈവെച്ചു കൊണ്ടുള്ള ആ നിലവിളി കേട്ടാൽ കണ്ണു നിറഞ്ഞുപോകും.

കോട്ടയം സ്വദേശിയായ ബസ് കണ്ടക്ടറുടെ കുടുംബത്തെ മരിക്കുന്നതുവരെ സഹായിക്കാൻ മണിഭായ് മനസ്സ് കാണിച്ചിരുന്നു. ഒരു ദിവസം കണ്ടക്ടറുടെ കാലിലൂടെ ബസ്സിന്റെ ടയർ കയറിയിറങ്ങി. അതോടെ അയാൾ കിടപ്പിലാവുകയും ചെയ്തു. ചികിത്സ മാത്രമായിരുന്നില്ല, അവരുടെ പ്രശ്നം. കുടുംബത്തിന്റെ ഏക വരുമാനം നിലയ്ക്കുകയും ചെയ്തു. നാട്ടുകാരിൽ ആരോ പറഞ്ഞാണ് കണ്ടക്ടർ മണിഭായിയെ വിളിക്കുന്നത്. രണ്ടുദിവസം കഴിഞ്ഞ് മണിഭായ് കോട്ടയത്തുപോയി കണ്ടക്ടറെ കണ്ടു. ചികിത്സയ്ക്കുള്ള കാശ് മാത്രമല്ല, കുടുംബത്തെയും

സഹായിച്ചു. ഇതൊക്കെ വൈകിയാണ് ഞങ്ങളറിയുന്നത്. ഇതുപോലെ അങ്ങോട്ടുപോയി സഹായം ചെയ്യുന്ന ഒരു താരത്തെയും കണ്ടിട്ടില്ല.

മണി ഇനിയില്ലെന്ന യാഥാർത്ഥ്യം ഉൾക്കൊള്ളാൻ ഇതുവരെയും എനിക്കു കഴിഞ്ഞിട്ടില്ല. ഒരാഴ്ചയോളം ഉറക്കം കിട്ടിയില്ല. ഐ.എമ്മേ... എന്നു വിളിക്കുന്നതുപോലെ. തമ്മിൽ കണ്ടിട്ട് ഒരുമാസമായെങ്കിലും ഇടയ്ക്കൊക്കെ വിളിക്കുമായിരുന്നു.

ഷുഗർ കൂടിയപ്പോൾ ആള് വല്ലാതെ മെലിഞ്ഞുപോയി. പക്ഷേ ആ സമയത്തും പ്രോഗ്രാമുകൾക്ക് മുടക്കമില്ല. മരിക്കുന്നതിന് ഒരാഴ്ച മുമ്പും മലപ്പുറത്ത് പോയി പ്രോഗ്രാം ചെയ്തു.

ഗംഭീര പരിപാടിയായിരുന്നു അത്. ലോകത്ത് എവിടെ മലയാളികളുണ്ടോ അവിടെയെല്ലാം മണിഭായിക്ക് ആരാധകരുണ്ട്. സംസ്കാരത്തിനെത്തിയ ജനക്കൂട്ടം തന്നെയാണ് അതിന് തെളിവ്. മൃതദേഹം അടക്കിയ ദിവസം സന്ധ്യക്ക് മണിഭായിയുടെ വീട്ടിൽ നിന്ന് പുറത്തേക്കിറങ്ങുമ്പോൾ ഗേറ്റിനടുത്ത് ചെറിയൊരാൾക്കൂട്ടം. കുറച്ചു ചെറുപ്പക്കാരാണ്, എല്ലാവരും എനിക്കു ചുറ്റും കൂടി.

"ഞങ്ങൾ പയ്യന്നൂരിൽ നിന്ന് വന്നതാണ്. അവസാനമായി മണിയേട്ടനെ ഒന്നു കാണാൻ. പക്ഷേ, തിരക്കുകാരണം ബോഡിയുടെ അടുത്തേക്കു പോകാൻ പോലും കഴിഞ്ഞില്ല. മണിയേട്ടനെ ഇനി കാണാൻ പറ്റില്ലെന്നറിയാം. അടക്കിയ സ്ഥലമെങ്കിലും കണ്ടാൽ മതി ഞങ്ങൾക്ക്..."

ഞാനവരെ അകത്തേക്കു ക്ഷണിച്ചു. മണിയെ അടക്കിയ സ്ഥലത്ത് കുറച്ചുനേരം അവർ മൗനമായി നിന്നു. അപ്പോഴും ചിത കെട്ടടങ്ങിയിട്ടില്ല. കൂട്ടത്തിലൊരാൾ ചൂടുള്ള ചാരം വാരി നെഞ്ചോടു ചേർത്തു.

"മണിയേട്ടാ, ഇതുമാത്രം മതി ഞങ്ങൾക്ക്."

ആ ശബ്ദം ഇടറുന്നുണ്ടായിരുന്നു. അത്രയ്ക്കുണ്ട്, മണിഭായി നൽകിയ സ്നേഹം. ∎

കലാഭവൻ മണിയും ദലേർ മെഹന്തിയും
കുരീപ്പുഴ ശ്രീകുമാർ

മലയാളത്തിന്റെ പ്രിയപ്പെട്ട നടനും ഗായകനുമായ കലാഭവൻമണിയും പഞ്ചാബി ഗായകനായ ദലേർ മെഹന്തിയും തമ്മിൽ വളരെ വളരെ വ്യത്യാസങ്ങൾ ഉണ്ട് എങ്കിലും ഒരു കാര്യത്തിൽ അസാധാരണമായ ഒരു സാമ്യമുണ്ട്. അത് പാട്ടിന്റെ കാര്യത്തിലാണ്...

ദലേർ മെഹന്തി ആര്യനും കലാഭവൻ മണി ദ്രാവിഡനും. ദലേർ മെഹന്തി ഗായകരുടെ കുടുംബത്തിൽ ജനിച്ചയാളും കലാഭവൻമണി കീഴാള സംഗീതം കേട്ടുപഠിച്ചു വളർന്നയാളുമാണ്. ദലേർ മെഹന്തിക്ക് മിമിക്രിയിൽ തീരെ പ്രാഗല്ഭ്യം ഇല്ല. കലാഭവൻ മണിയാകട്ടെ അനുകരണ കലയിലൂടെയാണ് ആദ്യം ശ്രദ്ധിക്കപ്പെട്ടത്. ഇവർ രണ്ടുപേരും പാട്ടിന്റെ ജീവനായി സ്വീകരിച്ചത് ഗ്രാമീണ സംഗീതം.

മലയാളനാട്ടിൽ ജനശ്രദ്ധയാകർഷിക്കുന്ന ഗാനമേള ഒരു മിമിക്സ് പരേഡുതന്നെയാണ്. യേശുദാസിനേയും എസ് ജാനകിയേയും അനുകരിച്ച് കൈയടി നേടുന്ന ഗായകർ മലയാള സംഗീത ശാഖയ്ക്ക് തനതായ ഒരു സംഭാവനയും നൽകുന്നില്ല. യേശുദാസിനെ വേഷത്തിൽ പ്പോലും അനുകരിക്കുന്ന ഗായകർ പ്രബുദ്ധരായ സഹൃദയരിൽ ചിരിയാണ് സൃഷ്ടിക്കുന്നത്. ചലച്ചിത്ര ഗാനങ്ങൾ ഏറ്റുപാടുന്നതിൽ ഒരു പുതുമയും ഇല്ല.

മിമിക്രി ആർട്ടിസ്റ്റ് ആയിരുന്നിട്ടുകൂടിയും കലാഭവൻമണി സിനിമാ പ്പാട്ടുകളെ അപ്പടി അനുകരിച്ച് സ്റ്റേജിൽ അവതരിപ്പിച്ചിട്ടില്ല. അങ്ങനെ യൊരു കൈയടി ജന്മനാ കലാകാരനായിരുന്ന കലാഭവൻ മണിക്ക് ആവശ്യമില്ലായിരുന്നു.

ലോകപ്രസിദ്ധ ഗായകരായ ബോബ് മാർലി, മൈക്കൽ ജാക്സൻ, ഷക്കീറ, അലീഷാ ചിനോയ്, ദലേർ മെഹന്തി, ഉഷാ ഉതുപ്പ് എന്നിവ രാരും സിനിമാപ്പാട്ടുപാടിയല്ല ശ്രദ്ധേയരായത്. അവർ സ്വന്തമായി പാട്ടു ണ്ടാക്കുകയായിരുന്നു. ദലേർ മെഹന്തിയും കലാഭവൻ മണിയും പഞ്ചാ ബിയിലേയും മലയാളത്തിലേയും ഗ്രാമീണ സംഗീതത്തെ വരികളിൽ

ആവാഹിച്ച് ഗാനമേളകളെ അസാധരണമായ അനുഭൂതിതലത്തിലേക്ക് ഉയർത്തി. ജനങ്ങൾ അവരോടൊപ്പം പാടുകയും ആടുകയും ചെയ്തു.

കലാഭവൻ മണി പാടിയ പാട്ടുകളിൽ അധികവും എഴുതിയത് അറുമുഖൻ വെങ്കിടങ്ങ് ആയിരുന്നല്ലോ. മലയാളത്തിന്റെ വരേണ്യ ഗാനസാഹിത്യം ഓരങ്ങളിലേക്ക് മാറ്റിനിർത്തിയ ഓടപ്പഴവും കണ്ണിമാങ്ങയും ശീമക്കൊന്നയും വേലായുധനും പെൺപൊലീസും കുയാന കുത്തി മരിച്ച ആളുകളും ആലത്തൂരങ്ങാടിയും കലാഭവൻ മണി പൊതുവേദിയിലേക്ക് ആനയിച്ച് അദ്ഭുതപ്പെടുത്തി.

വീടിന്നടയാളം ശീമക്കൊന്ന എന്നു പറയുന്നിടത്ത് കണിക്കൊന്നയെയാണ് കലാഭവൻ മണി മാറ്റിനിർത്തിയത്. കണിക്കൊന്ന കണികാണാൻ വേണ്ടി മാത്രം ഉപയോഗിക്കുന്ന സ്വർണ്ണനിറമുള്ള പൂക്കൾ തരുന്ന മരമാണ്. എന്നാൽ ശീമക്കൊന്നയാകട്ടെ കണികാണാൻ പാകത്തിനുള്ള സ്വർണ്ണപ്പൂവൊന്നും തരുന്നില്ലെങ്കിലും വ്യത്യസ്ത നിറവും അഴകുമുള്ള പൂക്കളെയാണ് കാഴ്ചവയ്ക്കുന്നത്. കൊന്നപ്പൂവിന് പ്രവേശനമുള്ള പൂമുഖത്തോ പൂജാമുറിയിലോ ശീമക്കൊന്നയ്ക്ക് പ്രവേശനമില്ല. ശീമക്കൊന്നയുടെ ഇലകളാകട്ടെ ചാണകവുമായി ചേർന്ന് വളമാക്കി കൃഷിക്ക് ഉപയോഗിക്കുകയും ചെയ്യും. കണിക്കൊന്നയ്ക്ക് ഒരു ആഭിജാത്യ സ്വഭാവവും ശീമക്കൊന്നയ്ക്ക് ഒരു അടിയാള സ്വഭാവവും ആരോ കല്പിച്ചു നൽകിയിട്ടുണ്ട്. രണ്ടും മരങ്ങളാണെങ്കിലും രണ്ടുമരങ്ങളും നമ്മൾക്ക് തരുന്നത് പ്രാണവായുവാണെങ്കിലും ഒരു വ്യത്യാസം ഈ മരങ്ങളിൽ പ്രകടമാണ്. മനുഷ്യനെ ഭിന്നിപ്പിച്ചത് മനുഷ്യൻ തന്നെയാണല്ലോ. അതേ മനുഷ്യൻ തന്നെയാണ് വൃക്ഷങ്ങളിലും ഭിന്നിപ്പുക്കൾ സൃഷ്ടിച്ചത്. ആലും ഈന്തപ്പനയും ഒലീവും ഇപ്പോൾ ആരുടെയൊക്കെയോ മരങ്ങളാണ്. പശു ആരുടെയോ വിശുദ്ധമൃഗമാണ് എന്നു പറയുന്നതു പോലെ.

കലാഭവൻ മണിയുടെ ശബ്ദത്തിനും ഗ്രാമീണമായ ഒരു ആകർഷകത്വം ഉണ്ടായിരുന്നു. നിരന്തര സാധകത്തിലൂടെ ശുദ്ധീകരിച്ചെടുക്കാത്ത സ്വാഭാവികമായ നാദസവിശേഷതയായിരുന്നു അത്. ദലേർ മെഹന്തിയും പരിശീലിക്കപ്പെട്ട ശുദ്ധനാദത്തിൽ നിന്നും പരുക്കൻ ഗ്രാമീണതയിലേക്ക് തൊണ്ടയെ തിരിച്ചുവിട്ട ഗായകനാണല്ലോ.

ആരെങ്കിലും പാടിയ സിനിമാപ്പാട്ടുകൾ ആ ഗായകരുടെ ഇടർച്ചകളും വെള്ളിയും കഫക്കെട്ടും സഹിതം അനുകരിക്കുന്നതിനുപകരം പുതിയ ഒരു ഗാനസംസ്കാരം കലാഭവൻമണി ആവിഷ്കരിച്ചു. കേരളീയതയുടെ അരിവാളും നെൽക്കതിരും, ഓണവും കുട്ടേട്ടനും, കൂടെപ്പിറപ്പും തണ്ടും തടിയും തണ്ടെല്ലും ആ പാട്ടുകളിൽ നിറഞ്ഞുനിന്നു. ചുള്ളിച്ചെറിയ പെണ്ണും പട്ടാമ്പിയിൽ പഠിച്ച കുട്ടിയും വട്ടം കറങ്ങണ തോമാച്ചനും പാട്ടരങ്ങിലേക്ക് മണിയോടൊപ്പം വന്നു.

സഹജീവികൾക്ക് സ്നേഹത്തിന്റെ നറുമുത്തങ്ങൾ നൽകിയ വലിയ മനുഷ്യസ്നേഹിയായിരുന്നു കലാഭവൻ മണി. കീഴാളക്കരുത്തോടെ മണ്ണിൽ കുരുത്ത മണി ജാതീയമായി അപമാനിക്കപ്പെട്ടപ്പോൾ പുലിക്കുട്ടിയായി. വിജാതീയ വിവാഹത്തിലൂടെ ജാതിവ്യവസ്ഥയെ നിരാകരിച്ചു കൊണ്ട് ഡോ. അംബേദ്കറെപ്പോലെ മനുഷ്യൻ എന്ന മഹത്തായ ആശയത്തിലേക്ക് നടന്നു കയറി.

സ്നേഹവും ഗാനവും കലയുമായിരുന്നു കലാഭവൻമണി. അദ്ദേഹം മരിച്ചപ്പോൾ മലയാളം കരഞ്ഞു. ഒരു സംഘടനാ നിർദ്ദേശവും ഇല്ലാതെ തന്നെ മലയാളികൾ സ്വന്തം കവലകളിൽ കലാഭവൻ മണിക്ക് ആദരാഞ്ജലികൾ എന്ന് എഴുതിവച്ചു. ഏഴഴകുമായി മണി മലയാളിയുടെ മനസ്സിൽ സ്ഥിരവാസം തുടങ്ങി. ∎

വെളുപ്പിന്റെ നിഴലായി മാഞ്ഞ പ്രതിബോധ ആഖ്യാനം

മുഹമ്മദ് റാഫി എൻ.വി.

ഇന്ദുചൂഡൻ, നീലകണ്ഠൻ, ജോസഫ് അലക്സ്, മാധവനുണ്ണി, സേതുരാമയ്യർ തുടങ്ങിയ ധീരോദാത്തനതിപ്രതാപവാനായ ഉത്തമനായകന്റെ ശരീരം കലാഭവൻ മണിയിലേക്ക് പരകായപ്രവേശം നടത്താൻ മലയാള സിനിമ വിസമ്മതിച്ചതിനു പിന്നിലുള്ള രാഷ്ട്രീയം കൂടിയാണ് സിനിമയിലെ ബ്രാഹ്മണ്യ ബോധം. മണിയുടെ ശരീരനിറത്തിനും ദ്രാവിഡ താളത്തിന്റെ തൊണ്ട തുറന്നുപാട്ടിനും പുറംതിരിഞ്ഞ് നിൽക്കുന്നതായിരുന്നു മുഖ്യധാരാ മലയാള സിനിമാ ഭാവനയുടെ സൗന്ദര്യ ശാസ്ത്രം. പൂവള്ളിയിലെയും അറയ്ക്കലെയും മനകളിൽ സങ്കല്പിച്ചെടുത്ത നായികാ ശരീരങ്ങളും മണിയുടെ എത്നിക് ശരീര യാഥാർത്ഥ്യവും തമ്മിലുള്ള ഇക്വേഷൻ എന്ന ദ്വന്ദ്വം സങ്കല്പിച്ചെടുക്കുക മലയാള സിനിമക്ക് സാധ്യമാവുന്ന ഒന്നായിരുന്നില്ല. അവരുടെ നിറം ശ്യാമമേഘത്തിന്റേതല്ല. ശരീര, ആംഗ്യ, ഭാഷണ ഭാഷകൾ ആഢ്യത്വത്തിന്റെ ചെടിപ്പ് കലർന്ന വഴുവഴുക്കലാണ്. അത് മണിയുമായി ഒരിക്കലും മെയ്ഡ് ഫോർ ഈച്ച് അദർ ആവുകയേ ഇല്ല. സിനിമയിലായാലും, ജീവിതത്തിലായാലും മണിക്ക് നൂറ്റൊന്ന് വെറ്റില നൂറുതേച്ചു നൽകാനും, ഓട്ടു കിണ്ടിയിൽ വെള്ളമെടുത്തു നൽകാനും, നൃത്തം ചവിട്ടി ചിലങ്ക പറിച്ചെറിയാനും, ഉത്സവം നടത്തി വിജയശ്രീലാളിതനായി തിരികെ വരുമ്പോൾ പറിച്ചെറിഞ്ഞ ചിലങ്ക സൂക്ഷിച്ച പെട്ടി തുറക്കാനും, വീശിയ വലതു കൈക്ക് മോന്ത കാട്ടിക്കൊടുത്ത് അടികൊണ്ട പ്രണയപാരവശ്യത്താൽ കരയാനും ബ്രാഹ്മണിക് ഹെജിമണിക് പശ്ചാത്തലഭാവന നിർമ്മിച്ചെടുത്ത നായികാ വ്യക്തിത്വങ്ങൾ അറച്ചു നിന്നു.

(കുറിപ്പ് : ആശയപരമായ / പ്രത്യയശാസ്ത്രപരമായ മേൽക്കോയ്മയ്ക്കാണ് ഗ്രാംഷി ഹെജിമണി എന്നു പറയുന്നത്. അധീശ വർഗത്തിന്റെ ബോധം പൊതുബോധത്തിൽ മേൽക്കോയ്മ നേടുന്ന അനുഭവമാണത്. സമൂഹത്തിലെ പരമ്പരാഗത ബുദ്ധിജീവികൾ ഈ മേൽക്കോയ്മയുടെ ഇടനിലക്കാരായി മാറുമെന്ന് ഗ്രാംഷി സൂചിപ്പിക്കുന്നുണ്ട്. ഇന്ത്യൻ സാഹചര്യത്തിൽ ബ്രാഹ്മണിക് ബോധം പൊതുബോധമായി

മാറി സാമൂഹിക ഘടനയെപ്പോലും നിർണയിക്കുന്നത് ഹെജിമണിക്ക് ഉദാഹരണമാണ്. കേരളീയ സാഹചര്യത്തിൽ സദ്യ കേരളീയ ഭക്ഷണത്തിന്റെയും കസവു വേഷ്ടി കേരളീയ വസ്ത്രത്തിന്റെയും കഥകളി കേരളീയ കലയുടേയും പ്രതിനിധാനമാകുന്നതും സംസ്കാരത്തിന്റെ ഹെജിമണൈസേഷൻ ആണ്.)

മണിയുടെ നായികയായി അഭിനയിക്കാൻ മലയാള ചലച്ചിത്ര ലോകത്തെ വെളുത്ത നായികമാർ പലരും വിസമ്മതിച്ചിരുന്നു എന്നത് ഓർക്കുക. മണി തമിഴിലും കന്നഡയിലും പോയി നായകനായി അഭിനയിച്ചത് കൂട്ടി വായിക്കുക.

സംസ്കാരം രൂപപ്പെടുത്തുന്ന ഹെജിമണൈസ്ഡ് അധീശ രൂപകങ്ങളുടെ ഗണത്തിൽ ഉൾപ്പെടുന്ന ആംഗ്യ വിക്ഷേപങ്ങളും ഭാഷണവും മണിയെ കൊണ്ട് മലയാള സിനിമാ ഭാവന ചെയ്യിക്കില്ല. ആ അർത്ഥത്തിൽ സൗന്ദര്യാത്മകമായ അയിത്തം പുലർത്തിയാണ് മലയാള സിനിമാ ഭാവന കലാഭവൻ മണിയെ പരിചരിച്ചത്. 'ഊണ് കാലായിട്ടോ, പപ്പടം കാച്ചാറായില്ല്യേ' എന്ന് മണിക്കു വേണ്ടി എഴുതാൻ സിനിമാ എഴുത്തുകാരന്റെ കൈ ചലിക്കില്ല.

പൂവള്ളിയിൽ ഇന്ദുചൂഡൻ, അറയ്ക്കൽ മാധവനുണ്ണി തുടങ്ങിയ നായക നാമങ്ങളും ശരീരങ്ങളും നിർമ്മിച്ചെടുക്കുന്നത് കേരളീയ പൊതുബോധ സമ്മതിയുടെ ജനപ്രിയ ആഖ്യാന പരിസരത്ത് നിന്നാണ്. ബ്രാഹ്മണിക് ഹെജിമണൈസ് ചെയ്ത ഹൈന്ദവ പരിസരത്തിലെ തമ്പുരാൻ മാതൃകയിലെ പരിവാര ഭാവനകളുടെ കൂട്ടത്തിൽപോലും മണിയെന്ന എത്നിക് ശരീരത്തെ കടത്തിയിരുത്താൻ മുഖ്യധാരാ മലയാള വിനോദ ഉത്പന്നമായ ചലച്ചിത്രഭാവന മടിച്ചു നിൽക്കും. പ്രതിനായകനായും സംവരണം വഴി കയറിക്കൂടിയ പൊലീസ്കാരനായും ജൻമനാ ആക്രാമകനും ശല്യക്കാരനുമൊക്കെയായെ മണിശരീരം മലയാള സിനിമയിൽ ജീവിച്ചിട്ടുള്ളു. സവർണ പരിസരത്ത് എന്നെങ്കിലും അയാളെ കടത്തിയിരുത്തിയിട്ടുണ്ടെങ്കിൽ കുടുംബത്തിലെ/സംഘത്തിലെ അധമനോ ഭ്രാന്തനോ മ്ളേച്ഛനോ അപഹാസ്യനോ ഒക്കെയായി മലയാളസിനിമ അയാളെ ഭാവന ചെയ്തു. കേരളീയ സിനിമയിലെ ആഢ്യഅവബോധം അയാളെ ചളിയിൽ കൂടി ഓടിച്ചിട്ട് പട്ടിയെ കൊണ്ട് കടിയേല്പിച്ചു. നായകൻമാരെ ചുറ്റിപ്പറ്റി നടക്കുന്ന പെൺകുട്ടികൾക്കു മുമ്പിൽ ഹനുമാൻവേഷവും കോമാളിക്കളികളും നടത്തിപ്പിച്ച് പരിഹസിച്ചു. അവർക്ക് ഇടിക്കാനും ചവിട്ടാനും പരിഹസിക്കാനുമേ അയാൾ കൊള്ളു എന്ന് വിധി എഴുതി. കലാഭവനിലെ മഹാ മനുഷ്യ സ്നേഹി ആബേലച്ചൻ കാണിച്ച സത്യസന്ധതയുടെയും സ്നേഹത്തിന്റെയും ക്ളാസിക് അഭിനയ ശരീരമായാണ് അയാളുടെ രംഗപ്രവേശം. എന്നാൽ മലയാള സിനിമാ പൊതുബോധനത്തിന് മണിക്ക് ജന്മനാ കിട്ടിയ അധികോർജത്തിന്റെ പ്രതിഭ ഉൾവഹിക്കാനുള്ള സൗന്ദര്യബോധം രൂപപ്പെട്ടിരുന്നില്ല. ആദി ദ്രാവിഡ

ഊർജം പ്രസരിക്കുന്ന, താളവും ഈണവും തൊണ്ട തുറന്ന് പാടാൻ മിടിച്ചു നിന്ന അയാളുടെ ശരീരം സിനിമയ്ക്ക് പുറത്ത് ജനനിബിഡമായ ദന്തഗോപുര ജീവിതം ജീവിച്ചു. പാഡിയിലെ മധുശാലയും കാട്ടുയാത്രകളും രാത്രികളെ പകലുകളാക്കി. പകലുകളെ രാത്രികളും. വിശപ്പിന്റെയും ഉടുപ്പില്ലായ്മയുടെയും കടുത്ത രുചികൾ അനുഭവിച്ച് സിനിമയിലേക്ക് വന്ന മണി അകാലത്തിൽ പൊലിഞ്ഞ കറുപ്പിന്റെ പ്രത്യയശാസ്ത്രം തന്നെയാണ്. ചിരിയുടെയും താളത്തിന്റെയും മസിൽ പെരുക്കത്തിന്റെയും കള്ള് കപ്പ കരിമീൻ കായൽ കാട് മണി സന്ധ്യകളും ആഘോഷപ്പെരുക്കങ്ങളും കൂടിയായാണ് അയാൾ കടന്നു പോയത്. മലയാള സിനിമയിൽ രൂപപ്പെടാൻ മടിച്ചു നിന്നിരുന്ന ഒരു പ്രതിബോധ സൗന്ദര്യശാസ്ത്ര പരിസരത്ത് ജീവിതവും നടന ജീവിതവും കൊട്ടിയാടേണ്ടി വന്ന കാലത്തിന്റെ പേര് കൂടിയാണ് കലാഭവൻ മണി. ■

ഒതുക്കപ്പെട്ട ശരീരം;
ഒതുക്കാനാവാത്ത ശരീരം

സി.എസ്. വെങ്കിടേശ്വരൻ

കാണുന്നില്ലോരക്ഷരവും എന്റെ വംശത്തെപ്പറ്റി
കാണുന്നുണ്ടനേക വംശത്തിൻ ചരിത്രങ്ങൾ
എന്റെ വംശത്തിൻ കഥ എഴുതി വച്ചീടാൻ പണ്ടീ
ഉർവിയിലൊരുവരുമില്ലാതെ പോയല്ലോ

-പൊയ്കയിൽ അപ്പച്ചൻ
എന്റെ വംശത്തെപ്പറ്റി.

ഞാൻ ജനിച്ച വംശവും ജാതിയും സമൂഹവും മനുഷ്യജീവിതത്തിന്റെ ഒരു കാലഘട്ടം മുതൽ അന്യർക്കേകുവാൻ 'നന്ദി'യും 'ഭക്തി'യും മാത്രം ജീവിതത്തിൽ അവശേഷിപ്പുള്ളവരായിത്തീർന്നു. നിലവിലുള്ള വ്യാഖ്യാനങ്ങളനുസരിച്ച് ആരോടും 'ഔദാര്യം' കാട്ടാനുള്ള അവകാശം ആ കാലഘട്ടം മുതൽ ഞങ്ങൾക്കില്ലാതായി. അറിഞ്ഞുകൊണ്ടോ അല്ലാതെയോ ആ അവകാശം ഞങ്ങൾ ഇതരർക്കു നൽകുകയാണുണ്ടായത്. - **കെ.കെ.ഗോവിന്ദൻ ആശാൻ**

അറുകൊലക്കണ്ടം-
ആളുകൾ കണ്ടുകണ്ടാണ് സർ
കടലുകൾ ഇത്ര വലുതായത്
പുഴകൾ ഇതിഹാസങ്ങളായത്

കെ.ജി.ശങ്കരപ്പിള്ള

കറുപ്പിന്റെ ഭാരം

'**സി**നിമ അന്തരിച്ചു! സിനിമ നീണാൾ വാഴട്ടേ!' എന്ന തന്റെ പ്രശസ്തമായ പ്രഭാഷണത്തിൽ ചലച്ചിത്രസംവിധായകനും ചിന്തകനുമായ പീറ്റർ ഗ്രീനവേ ഒരു നൂറ്റാണ്ടു പിന്നിട്ടിട്ടും സിനിമ ഇപ്പോഴും ഒരു ചിത്രകഥ മാത്രമായി അവശേഷിക്കുന്നതിനു കാരണമായി ചൂണ്ടിക്കാണിക്കുന്ന നാലു അടിമത്തങ്ങളിലൊന്ന് സിനിമയ്ക്കു നടനോടുള്ള അടിമത്തമാണ്. ഭാവന ചെയ്യുന്നതെന്തും ദൃശ്യവത്കരിക്കാനുള്ള വരം

ഡിജിറ്റൽ സാങ്കേതികവിദ്യ തന്നിട്ടും എന്തിനു പിന്നെയും നടനെ (മനുഷ്യ ശരീരത്തെ) എല്ലാ ഫ്രെയിമിന്റെയും കേന്ദ്രബിന്ദുവാക്കി അതിനുചുറ്റും കറങ്ങിക്കൊണ്ടേയിരിക്കുന്നു എന്നാണ് അദ്ദേഹം ചോദിക്കുന്നത്. ശരീരത്തോടുള്ള ഈ അടങ്ങാത്ത ആസക്തി/ആശ്രിതത്വം സിനിമയിൽ തുടക്കം മുതലുണ്ട്. സുന്ദരവും സുഭഗവുമായ ശരീരങ്ങൾ നോക്കുക/കാണിക്കുക എന്നതാണ് സിനിമയുടെ എക്കാലത്തെയും ആകർഷണങ്ങളിലൊന്ന്. ഗ്രീനവേയുടെ വിമർശം സിനിമയുടെ ഈ ശരീരബദ്ധത/ആശ്രിതത്വം മാധ്യമവും ആഖ്യാനപരവും ആയ സ്വാതന്ത്ര്യങ്ങളെ തളച്ചിടുന്നു എന്നതിലാണ്. ശരീരത്തിനുള്ള ഈ കേന്ദ്രത്വത്തിലൂടെ സിനിമ കാണിക്കുവേണ്ടി ഒരു ദൃശ്യരതിസാമ്രാജ്യം ഒരുക്കുക മാത്രമല്ല, ശരീരങ്ങളിലൂടെ ഒരു അധികാരഘടനയെക്കൂടി വിന്യസിക്കുകയും പ്രവർത്തനക്ഷമമാക്കുകയും ചെയ്യുന്നുണ്ട്. അധികാരശ്രേണികൾക്കകത്ത് വിവിധ ശരീരങ്ങൾക്കുള്ള സ്ഥാനങ്ങളെയും ദൃശ്യാദൃശ്യനിലകളെയും കൂടി അത് 'സാധാരണ'മാക്കുന്നുണ്ട്. നിരന്തരമായ അത്തരം ആഖ്യാനങ്ങളിലൂടെയാണ് വിവിധ ശരീരസാന്നിധ്യങ്ങൾ നമ്മുടെ സംസ്കാരത്തിൽ ലയിച്ചുചേർന്ന് സ്വാഭാവികമാകുന്നത്. ശരീരത്തെ ചുറ്റിപ്പറ്റി സൂക്ഷ്മവും സ്ഥൂലവുമായ ഒരു ഭാഷതന്നെ അങ്ങനെ നിലവിൽ വരുന്നു. അതിന്റെ വ്യാകരണനിയമങ്ങൾ നമ്മളുടെ പൊതുബോധത്തിൽ അടിഞ്ഞലിഞ്ഞ് സനാതനമായിത്തീരുന്നു.

'ആധുനിക ലോകത്തിന്റെ സംഘാടനത്തിന്റെ കേന്ദ്രത്വത്തിൽ വർത്തിക്കുന്ന ഒന്നാണ് വംശീയ ബിംബാവലി' എന്ന പ്രസ്താവനയോടെയാണ് റിച്ചാർഡ് ഡെയർ തന്റെ 'വൈറ്റ്' എന്ന പുസ്തകം ആരംഭിക്കുന്നതു തന്നെ. ലോകവേദികളിൽ ആരുടെ ശബ്ദം ശ്രദ്ധിക്കപ്പെടും ആർക്ക് എന്ത് ജോലി, വീട്, ആരോഗ്യരക്ഷ, വിദ്യാഭ്യാസം ലഭിക്കും ഇതെല്ലാം വംശീയബിംബാവലിയുമായി കെട്ടുപിണഞ്ഞിരിക്കുന്നു എന്നദ്ദേഹം നിരീക്ഷിക്കുന്നു. അതിനകത്തെ ഏറ്റവും കടുത്ത അനീതി/അസമത്വം എന്നത് 'വെളുത്തത്' എന്ന പദം/സംജ്ഞ 'വംശീയത'യെ ഒരിക്കലും പ്രതിനിധാനം ചെയ്യുകയോ വിളിച്ചുവരുത്തുകയോ ചെയ്യുകയില്ല എന്നതാണ്. വംശീയം എന്നത് എപ്പോഴും കറുപ്പന്റെയും മൂക്ക് പതിഞ്ഞവന്റെയും കണ്ണ് നേരിയവരുടെയും പ്രശ്നമൊ വിശേഷണമോ സൂചനയോ ആണ്. വെളുത്തവരാണ് എല്ലാറ്റിന്റെയും മാനകം/മാനവം; വെളുപ്പ് ആണ് മനുഷ്യൻ എന്ന പദത്തിന്റെ, മാനവികത എന്ന അവസ്ഥയുടെ നേർപര്യായം. ബാക്കിയുള്ളതെല്ലാം അതിനെ അപേക്ഷിച്ചും എതിരെയും അപവാദമായും അബദ്ധമായും മാത്രമേ നിലനിൽക്കുകയുള്ളൂ. അങ്ങനെയാണവ എല്ലാ പൊതുവ്യവഹാരങ്ങളിലും 'സ്വാഭാവിക'മായി പ്രത്യക്ഷപ്പെടുക/അണിനിരത്തപ്പെടുക. വെളുത്തവരല്ലാത്തവരെല്ലാം വിവിധ വംശീയതകളായിരിക്കുമ്പോൾ വെളുപ്പ് എന്നത് എപ്പോഴും പൊതുവായ അർഥത്തിൽ 'മനുഷ്യ' രോ 'ജനത'യോ ആയിരിക്കുന്നു. വെളുപ്പ് സ്വാഭാവികമായി സ്വന്തമാക്കുന്ന ഈ സാർവജനീനത/മാനവികത

മറ്റെല്ലാറ്റിനെയും അതിന്റെ അപരമാക്കി മാറ്റുന്നു. അധികാരത്തിന്റെ/ വെളുപ്പിന്റെ ഈ അദൃശ്യതയും ആവർത്തനംകൊണ്ട് സ്വന്തമാക്കുന്ന സ്വാഭാവികതയുമാണ് അതിനെ തുറന്നുകാണിച്ചു കൊടുക്കുന്നതിനും എതിർക്കുന്നതിനുമുള്ള ഏറ്റവും വലിയ തടസ്സം; എന്തെന്നാൽ ഒന്നും തുറക്കാനില്ലാത്തതെന്നവണ്ണം ഉള്ള സ്വയം വ്യക്തതയാണത്. എല്ലാറ്റിന്റെയും കേന്ദ്രമായി അത് വാഴുന്നു; മറ്റെല്ലാറ്റിന്റെയും നേരും ഗുണവും ഗണവും ഈ കേന്ദ്രത്തിൽ നിന്ന് കാതലിൽ നിന്നുള്ള ദൂരത്താൽ അളക്കപ്പെടുന്നു. അപരങ്ങളെല്ലാം വെളുപ്പിന്റെ അധികാരക്രമത്തിനകത്തേക്ക് സംഘടിപ്പിക്കപ്പെടുന്നു. വെളുപ്പിൽ നിന്നുള്ള ദൂരം എന്ന ആപേക്ഷിക മൂല്യം 'ദൂരം' എന്ന സംജ്ഞയെത്തന്നെയും വെളുപ്പിൽനിന്നുള്ള വ്യത്യാസവും നിറപ്പകർച്ചയും 'വ്യത്യാസം' എന്ന സങ്കല്പനം തന്നെയായും രൂപം മാറുന്നു. രൂപകങ്ങളും സൂചകങ്ങളും ചിഹ്നനങ്ങളും മാത്രമല്ല ഭാഷ തന്നെ വംശീയതയുടെ വ്യാകരണത്തിനനുക്രമപ്പെടുന്നു. ആദ്യകാലത്തെ ഫിലിംസ്റ്റോക്കുകളുടെ (ചിത്രീകരിക്കാൻ ഉപയോഗിക്കുന്ന ഫിലിം നെഗറ്റീവുകൾ) രാസഗുണങ്ങൾ അതിന്റെ പ്രകാശലേഖനക്ഷമത വെളുത്തതൊലിയെ മാത്രം മാനകമാക്കിയുള്ളതായിരുന്നു എന്ന് ഡ്വെയർ ചൂണ്ടിക്കാണിക്കുന്നുണ്ട്; അതുകൊണ്ട് കറുത്ത കഥാപാത്രത്തിനുവേണ്ടി ഒരു രംഗത്തിന്റെ പ്രകാശക്രമീകരണം നടത്തിയാൽ അതിൽ വെളുത്ത കഥാപാത്രങ്ങളുടെ ചിത്രീകരിക്കാനാവില്ല-അവരുടെ രൂപങ്ങൾ അധിക പ്രകാശത്തിൽ 'ബ്ലീച്ച്' ആയി പോകും - മറിച്ച് വെള്ളക്കാരനുവേണ്ടിയുള്ള പ്രകാശക്രമത്തിൽ കറുത്തവരുടെ രൂപം കാണപ്പെടുകയേ ഇല്ല; അവർ ആർക്കും കാണാനാവാത്ത ഒരു ഇരുണ്ട സാന്നിധ്യം മാത്രമായിരിക്കും; വളരെ പിന്നീടാണ് വെളുത്തതല്ലാത്ത തൊലികളോടും നീതി പുലർത്തുന്ന, അവയെയും ചിത്രീകരിക്കാവുന്ന, ഫിലിം സ്റ്റോക്കുകൾ വികസിക്കപ്പെടുന്നത്. ഡ്വെയറുടെ അഭിപ്രായത്തിൽ സാങ്കേതികവിദ്യയുടെ ഈ വർണവെറി 'സ്വാഭാവിക' മായ ഒന്നല്ല; മറിച്ച് വെളുപ്പിനെ/ വെള്ളക്കാരെ മാത്രം മാനകമാക്കുന്ന, മനുഷ്യനായിക്കാണുന്ന ഒരു സമൂഹത്തിന്റെ ശാസ്ത്ര-അബോധം തന്നെയാണ്.

ഡ്വെയർ ചൂണ്ടിക്കാണിക്കുന്നതുപോലെ 'വെറും' മനുഷ്യനായിരിക്കാൻ കഴിയുക എന്നതിനേക്കാളധികം ശക്തമായ ഒരു പടുതിയില്ല. അധികാരത്തിന്മേലുള്ള അവകാശം എന്നത് മാനവരാശിയെക്കുറിച്ച് പൊതുവായി സംസാരിക്കാനുള്ള അവകാശമാണ്. അവരവരെക്കുറിച്ച് സംസാരിക്കുമ്പോഴും വെള്ളക്കാർ സംസാരിക്കുമ്പോൾ അത് മാനവരാശിയെക്കുറിച്ച് പൊതുവായി സംസാരിക്കുന്നതായിത്തീരുന്നു. എന്നാൽ മറ്റു വംശങ്ങളിൽനിന്നുള്ളവർക്ക് അത് ചെയ്യാനാവില്ല. അവർക്ക് അവരുടെ വംശത്തിനായി മാത്രം സംസാരിക്കാനുള്ള അവകാശമേയുള്ളൂ ഞാൻ, ഞങ്ങൾ, തുടങ്ങിയ ഉത്തമപുരുഷപ്രയോഗങ്ങൾ, ജനത/ജനം തുടങ്ങിയ പ്രഥമപുരുഷപ്രയോഗങ്ങൾ, മനുഷ്യൻ തുടങ്ങിയ സാമാന്യ പദങ്ങൾ ഇവയെല്ലാം ഇവിടെ മായികമായി ചേർന്ന് വെളുപ്പിൽ ലയിക്കുന്നു.

ഡെയർ സൂചിപ്പിക്കുന്ന ആഗോളലോകക്രമത്തിന്റെ അതേ രീതികളാണ് ജാതിബിംബാവലിയുടെ കാര്യത്തിൽ ഇന്ത്യൻ സമൂഹവും സിനിമയും പിന്തുടരുന്നത്. നിരന്തരമായ ആഖ്യാനവത്കരണത്തിലൂടെയും തൊലിനിറം, ആചാരവിശ്വാസങ്ങൾ, ശരീരഭാഷ, വേഷം, ഭക്ഷണരീതികൾ, താത്പര്യങ്ങൾ, സംഭാഷണം, ഭാഷാപ്രയോഗങ്ങൾ തുടങ്ങിയ വിവിധ ജാതീയസൂചകങ്ങളുടെയും സൂചനകളുടെയും പ്രത്യക്ഷവും പരോക്ഷവുമായ ആവർത്തനങ്ങളിലൂടെയും ഒരു വശത്ത് അവയെ വാർത്തെടുക്കുകയും അവയെ നമ്മുടെ ചരിത്രബോധത്തിന്റെയും സാംസ്കാരിക ഓർമയുടെയും ഭാഗമാക്കിയെടുത്ത് 'സംരക്ഷി'ക്കുകയും ചെയ്യുന്നു. അങ്ങനെ നമ്മൾ സമൂഹത്തിൽ നിന്ന് ഉച്ചാടനം ചെയ്തു എന്നു നടിക്കുന്ന ജാതീയത വളരെ കൃത്യമായി നമ്മൾ അനുസരിക്കുന്നു/ നടപ്പിലാക്കുന്നു, പലപ്പോഴും ആഘോഷിക്കുന്നു.

അങ്ങനെയാണ് ഗോവിന്ദാനാശാൻ മുകളിൽ സൂചിപ്പിച്ച നന്ദിയും ഭക്തിയും മാത്രം നൽകാനും ഔദാര്യം നൽകാൻ അവകാശമില്ലാത്തതുമായ ഒരു കൂട്ടം മനുഷ്യർ സമൂഹത്തിൽ ഉണ്ടായിവരുന്നതും ഉണ്ടാക്കിയെടുക്കപ്പെടുന്നതും. ആ പരമ്പരയിൽ ജനിക്കുകയും എന്നാൽ ആ വ്യവസ്ഥയെ അതിന്റെ തന്നെ അളവുകോലുകൾക്കും നിയമങ്ങൾക്കുമകത്ത് വെല്ലുവിളിക്കുകയും അതിവർത്തിക്കുകയും ചെയ്ത സമകാലിക ഉദാഹരണമായിരുന്നു കലാഭവൻമണി.

ആഖ്യാനത്തെ കവിഞ്ഞ ശരീരം

മലയാളസിനിമയുടെ അതിപരിമിതമായ ആഖ്യാനലോകത്തിന് ഉൾക്കൊള്ളാനോ ആവിഷ്കരിക്കാനോ കഴിയാതിരുന്ന ഒരു ശരീരം/ ശാരീരം ആയിരുന്നു കലാഭവൻമണി. എന്നാൽ, തന്നെ ചൂഴ്ന്നു നിൽക്കുന്ന നിയമങ്ങളെ അപ്രസക്തമാക്കിക്കൊണ്ട് മണി അരങ്ങിൽ നിറഞ്ഞാടി, തന്റെ അഭിനയം കൊണ്ടും പാട്ടുകൊണ്ടും ലാളിത്യം കൊണ്ടും അതിവിപുലമായ ഒരു പ്രേക്ഷകസമൂഹത്തിന് പ്രിയപ്പെട്ടവനായി.

മറ്റാർക്കും കഴിയാത്തവണ്ണം തന്റെ സാന്നിധ്യം ഒന്നുകൊണ്ടുമാത്രം വൻസദസ്സുകളെ ത്രസിപ്പിക്കുവാൻ മണിക്ക് കഴിഞ്ഞു; മലയാള സിനിമയിൽ തന്റെ നില തികച്ചും പരിമിതമായിക്കൊണ്ടിരുന്നപ്പോഴും മണിക്ക് കാണികളും കേൾവിക്കാരും ഉണ്ടായിരുന്നു. ഒരു സാധാരണക്കാരനാണ് താൻ എന്നതായിരുന്നു (വിട്ടെങ്ങും പോകാത്ത ചാലക്കുടിക്കാരൻ) മണി ഇമേജിന്റെ കാതൽ; സിനിമയുടെ പ്രഭയെ അതിവർത്തിക്കുന്ന ഒന്നായിരുന്നു അത് എന്നതുകൊണ്ടുതന്നെ ബോക്സ് ഓഫീസ്, ഔദ്യോഗിക അംഗീകാരങ്ങൾ തുടങ്ങിയവ അർഹതയുള്ളപ്പോഴും മണിയെ സംബന്ധിച്ചിടത്തോളം പ്രസക്തമായിരുന്നില്ല.

ഈ പിടിതരാത്ത അതിരുകവിയൽ, ഊർജപ്രസരം, അതു നേടിയെടുത്ത നിരുപാധികമായ സ്നേഹവായ്പ് എന്നിവ മറ്റൊരു

സിനിമക്കാരനും കേരളത്തിൽ ലഭിച്ചിട്ടില്ല, ലഭിക്കാനുമിടയില്ല. അതിന്റെ സ്വാഭാവികമായ അതിർത്തി ലംഘനങ്ങളും പൊട്ടിത്തെറികളും ആണ് മണിയുടെ ശരീരത്തിന്റെ അവസാനയാത്രയ്ക്കിടയിലും നമ്മൾ കണ്ടത്. തികച്ചും അപ്രതീക്ഷതവും അസ്വാഭാവികവുമായി സംഭവിച്ച ആ മരണ വാർത്ത അറിഞ്ഞതിനുശേഷം ആ വിയോഗത്തെ അംഗീകരിക്കുവാനും ഉൾക്കൊള്ളുവാനും വേണ്ടത്ര സമയം കടന്നുപോയിരുന്നില്ല. അവിടെ പല വി.ഐ.പികൾക്കും താരങ്ങൾക്കും അസൗകര്യങ്ങളുണ്ടായെങ്കിൽ അതിൽ അദ്ഭുതമില്ല; ആ ആഘാതത്തിൽനിന്ന് പുറത്തുകടക്കുന്നതിനു മുൻപ് തങ്ങളുടെ ആരാധനാപാത്രത്തിന്റെ ഭൗതികശരീരം കാണാൻ ക്ഷമയോടെയും അച്ചടക്കത്തോടെയും കാത്തുനിന്ന് വരിവരിയായി നീങ്ങി വണങ്ങി വീട്ടിലേക്കുമടങ്ങുന്ന ഒരു ആരാധക/പ്രേക്ഷക സമൂഹം എന്നത് മണിയുടെ കാര്യത്തിലെങ്കിലും തികച്ചും അസ്വാഭാവികവും ഒരു പക്ഷേ, അശ്ലീലവും ആയിരിക്കും. അതിനെ ആൾക്കൂട്ടപ്പെരുമാറ്റത്തിന്റെ താന്തോന്നിത്തമായി കാണുന്നത് മധ്യവർഗമാന്യതയിൽ നിന്നുയരുന്ന ചില അസ്വാരസ്യങ്ങൾ മാത്രമാണ്. വൈയക്തികമായ ദുഃഖത്തിന്റെയും കൂട്ടമായ നഷ്ടബോധത്തിന്റെയും നിർഭാഗ്യകരമെങ്കിലും സ്വാഭാവിക മായ പൊട്ടിത്തെറികളായിരുന്നു അവ. അത്തരത്തിലുള്ള ഒരു വൻ പ്രേക്ഷകസമൂഹത്തെ നമ്മുടെ സംവിധാനങ്ങൾ പ്രതീക്ഷിച്ചില്ല; അതി നുള്ള സൗകര്യങ്ങൾ ചെയ്യാനോ അതനുസരിച്ച് കാര്യങ്ങൾ ഒരുക്കാനോ അവർ തയ്യാറായതുമില്ല. മണിയും മലയാളസിനിമാവ്യവസ്ഥയും തമ്മി ലുള്ള അതേ സംഘർഷങ്ങൾ ഇവിടെയും തുടർന്നത്/കവിഞ്ഞൊഴുകി യത് യാദൃച്ഛികമല്ല. തിയേറ്ററിന്റെയും തിരശ്ശീലയുടെയും വാർത്താചാനലു കളുടെയും അടഞ്ഞ ചതുരത്തിനകത്തും ഗോസിപ്പ് വാർത്താപ്രസിദ്ധീ കരണങ്ങളുടെ പരിമിതി വൃത്തത്തിനകത്തും മണിയോടുള്ള സ്നേഹ വായ്പിനെ തളയ്ക്കാനായി/വില്ല എന്നതിന്റെ മറ്റൊരു ഉദാഹരണമായി രുന്നു അത്.

മണിയുടെ അഭിനയസ്വരൂപം ഒരിക്കലും അച്ചടക്കത്തിന്റെയും നിയ ന്ത്രണത്തിന്റേതുമായിരുന്നില്ല; സിനിമയ്ക്കകത്തും പുറത്തും ആധിക്യ ങ്ങളെയാണ് മണി ആവിഷ്കരിച്ചതും ആഘോഷിച്ചതും. ആ അതിരുക വിയൽ, വൈദ്യുതോർജപ്രവാഹം, സ്വയം ഉരുകുന്ന അതിന്റെ ആലക്തിക കാന്തി, നിരുപാധികമായ ആകർഷണം - ഇവയൊക്കെയാണ് പ്രേക്ഷ കരെ/കേൾവിക്കാരെ/മനുഷ്യരെ മണിയിലേക്ക് അടുപ്പിച്ചത്.

ദാരിദ്ര്യത്തിന്റെ സാമൂഹികപാഠങ്ങൾ

1971-ൽ ജനിച്ച മണിയുടെ ജീവിതത്തിലെ ആദ്യദശകങ്ങൾ ദാരിദ്ര്യ ത്തിനകത്തും അനുഭവ 'സമ്പന്ന'മായിരുന്നു. ദാരിദ്ര്യം സമൃദ്ധമായി നൽ കിയ സാമൂഹികപാഠങ്ങൾ, എത്തിച്ച വിവിധതരം തൊഴിലുകൾ, അതി ലൂടെ വളർന്ന സാധാരണക്കാരും പട്ടിണിക്കാരുമായ മനുഷ്യരുമായുള്ള

കലാഭവൻ മണി - ഓർമ്മകളിലെ മണിമുഴക്കം

സഹവാസം, സ്നേഹവായ്പ്, എന്നിവയോടൊപ്പം പലരിൽനിന്നും നേരിടേണ്ടിവന്ന സ്പർധകൾ, അപമാനങ്ങൾ, അവമതികൾ... മണി പിന്നീട് എല്ലാ അവസരങ്ങളിലും ഓർമിച്ചെടുത്തതും ആവർത്തിച്ചുപറഞ്ഞതും ആഘോഷിച്ചതുമായ ഇക്കാര്യങ്ങളാണ് മണി എന്ന കലാകാരന്റെ വീറ് നിലനിർത്തിയത്. മണിയുടെ ലോകവീക്ഷണത്തെ ആഴത്തിൽ സ്വാധീനനിച്ച ജീവിതപാഠങ്ങളായിരുന്നു അവ. മണിയുടെ പൊതുകലാജീവിതത്തെ രൂപപ്പെടുത്തിയത് കലാഭവൻ എന്ന സ്ഥാപനവും അവിടത്തെ സഹപ്രവർത്തകരും അവരൊത്ത് നാടുനീളെ നടത്തിയ യാത്രകളും പരിപാടികളുമായിരുന്നു. അത് മണിയിലെ അനുകരണ കലാസിദ്ധിയെയും പാട്ടുകാരനെയും പോഷിപ്പിച്ചതിനോടൊപ്പം കാണികളുമായുള്ള നേരിട്ടുള്ള മുഖാമുഖത്തിന്റെ ലഹരികളെ പരിചയപ്പെടുത്തി അതു നൽകുന്ന സവിശേഷമായ ഊർജത്തെ ആവാഹിച്ചു; ഈ പരിചയം പിന്നീട് സിനിമയിൽ എത്തിയപ്പോൾ താൻ അഭിമുഖീകരിച്ച ഒറ്റക്കണ്ണൻ ക്യാമറയെ തന്റെ മുന്നിൽ ആർത്തുവിളിക്കുന്ന ജനലക്ഷങ്ങളായി കാണാൻ മണിയെ ഒരുക്കിയെടുത്തു. മനുഷ്യരുമായുള്ള അത്തരം നേർമുഖാമുഖങ്ങൾ മണിക്ക് എന്നും ലഹരിയായിത്തന്നെ തുടർന്നു. (കഴിഞ്ഞവർഷം ചാലക്കുടി കണ്ണമ്പുഴ ഭഗവതിക്ഷേത്രത്തിൽ ഗാനമേളയ്ക്കെത്തിയ മണിയുടെ പാട്ടിൽ പ്രതീക്ഷിച്ച ഹരം ലഭിക്കാത്ത കാണികൾ അക്ഷമ പ്രകടിപ്പിച്ചപ്പോൾ മണി അവരോട് പറഞ്ഞതിങ്ങനെയാണ്. “നിങ്ങളാണ് എന്നെ വളർത്തി വലുതാക്കിയത്, ഇപ്പോൾ നിങ്ങൾ തന്നെ ഇല്ലാതാക്കുന്നു.” കാണികളിലൂടെ ജീവിച്ച, തത്സമയപ്രകടനത്തിൽ മാത്രം ലഭിക്കുന്ന ഹരമറിഞ്ഞ ഒരു കലാകരാന്റെ വേദന നമുക്കവിടെ കേൾക്കാം), തന്റെ മുൻപിലിരിക്കുന്ന ജനസഞ്ചയത്തിന്റെ താത്പര്യങ്ങൾക്കും പ്രതികരണങ്ങൾക്കുമനുസരിച്ച് സ്വന്തം പ്രകടനം ചിട്ടപ്പെടുത്തിയെടുക്കാനുള്ള ശേഷി/ വൈഭവം ജീവിതത്തിലുടനീളം മണിയിലെ നടന്റെ/പാട്ടുകാരന്റെ ആത്മവിശ്വാസവും ശക്തിയുമായിരുന്നു. സിനിമയിൽ തന്റെ കൂടെയുള്ള മറ്റൊരു നായകനടനും കാണികളെ ഈ രീതിയിൽ പിടിച്ചിരുത്താനും തന്റെ കൂടെ ചുവടുവെപ്പിക്കാനും താളം പിടിപ്പിക്കാനുമുള്ള ശേഷിയില്ല എന്ന് മണിക്കറിയാമായിരുന്നു. ഇത് ഒരു സാമ്പ്രദായിക സിനിമാനടനെക്കാളും ഇരട്ടി ഉത്തരവാദിത്വവും സമ്മർദ്ദവും മണിയിൽ ചെലുത്തി. സിനിമാസെറ്റിന്റെ സുരക്ഷിതവലയത്തിൽ ക്യാമറയെ മാത്രം അഭിമുഖീകരിച്ചുകൊണ്ടുള്ള പ്രകടനവൈഭവം മാത്രമല്ല മണിയിൽ നിന്ന് ആരാധകർ പ്രതീക്ഷിച്ചത്. നാട്ടിലും വേദിയിലും തെരുവിലും സുഹൃദ്സദസ്സിലും എല്ലാം അവർ മണിയിലെ കലാകാരനെ ആവാഹിച്ചുകൊണ്ടേയിരുന്നു. തിരിച്ച് അത് മണിയെയും ഹരം കൊള്ളിച്ചുകൊണ്ടിരുന്നു; അത് ഒരു മനുഷ്യനിൽ ഏല്പിക്കുന്ന സമ്മർദങ്ങളെ വകവെക്കാതെ... ഈ രീതിയിൽ തന്നെത്തന്നെ തന്റെ ശരീരത്തെ/ശാരീരത്തെ നിരുപാധികം/ ഒന്നും നോക്കാതെ വലിച്ചെറിയാൻ വെമ്പിയ, അതിൽ ഹരംകൊണ്ട ഒരു കലാകാരനായിരുന്നു മണി.

സിനിമാജീവിതത്തിന്റെ രണ്ടുപതിറ്റാണ്ട്

1995ലാണ് മണിയുടെ സിനിമയിലെ അരങ്ങേറ്റം(അക്ഷരം). എങ്കിലും ആദ്യത്തെ ശ്രദ്ധേയമായ റോൾ സുന്ദർദാസിന്റെ സല്ലാപത്തിലായിരുന്നു (1996). ഇതിലെ ചെത്തുകാരൻ രാജപ്പന്റെ അഭിനയമികവ് പിന്നീടുള്ള അവസരങ്ങൾക്ക് വഴിയൊരുക്കുകയും ഒപ്പം റോളുകൾക്ക് മാതൃകയാവുകയും ചെയ്തു. പിന്നീടിറങ്ങിയ കിരീടമില്ലാത്ത രാജാക്കന്മാർ, കല്യാണസൗഗന്ധികം, കാതിൽ ഒരു കിന്നാരം, പടനായകൻ, ദില്ലിവാലാ രാജകുമാരൻ, മൈ ഡിയർ കുട്ടിച്ചാത്തൻ (1996), മന്നാടിയാർ പെണ്ണിന് ചെങ്കോട്ട ചെക്കൻ, വാചാലം, ഉല്ലാസപൂങ്കാറ്റ്, മന്ത്രമോതിരം, ഭൂതക്കണ്ണാടി, ആറാം തമ്പുരാൻ, കഥാനായകൻ (1997), സമ്മർ ഇൻ ബത്‌ലഹേം, ഒരു മറവത്തൂർ കനവ്, മീനാക്ഷികല്യാണം, കൊട്ടാരം വീട്ടിൽ അപ്പൂട്ടൻ, കാറ്റത്തൊരു പെൺപൂവ്, കൈക്കുടന്ന നിലാവ്, (1998), കണ്ണെഴുതിപ്പൊട്ടും തൊട്ട്, സാഫല്യം, പല്ലാവൂർ ദേവനാരായണൻ (1999) തുടങ്ങിയ ചിത്രങ്ങളിൽ ഒരു കൊമേഡിയനും നായകന്റെ സഹചാരിയും വില്ലനും ഒക്കെയായി പ്രത്യക്ഷപ്പെട്ടു. 1999 മണിയുടെ അഭിനയജീവിതത്തിൽ വളരെ പ്രധാനപ്പെട്ട ഒരു വർഷമാണ്; വാസന്തിയും ലക്ഷ്മിയും പിന്നെ ഞാനും എന്ന ചിത്രത്തിലെ പ്രധാന കഥാപാത്രത്തെ അവതരിപ്പിച്ചതിലൂടെ ദേശീയ ശ്രദ്ധ മണിക്ക് ലഭിച്ചു. തുടർന്നുള്ള വർഷങ്ങളിൽ മണിക്ക് വളരെ ശ്രദ്ധേയവും ശക്തവുമായ കഥാപാത്രങ്ങൾ അവതരിപ്പിക്കാനുള്ള അവസരങ്ങൾ ലഭിച്ചുകൊണ്ടേയിരുന്നു. രാക്ഷസരാജാവ്, ദി ഗാർഡ്, കരുമാടിക്കുട്ടൻ, ആകാശത്തിലെ പറവകൾ, വാൽക്കണ്ണാടി, കിസാൻ, ചാക്കോ രണ്ടാമൻ, കേരളാ പോലീസ്, ആണ്ടവൻ, സ്വർണ്ണം, നഗരം തുടങ്ങി അനവധി ചിത്രങ്ങളിൽ നായക നടനായി മണി പ്രത്യക്ഷപ്പെട്ടു. മൈഡിയർ കരടി, ബാംബു ബോയ്സ്, മത്സരം, കണ്ണിനും കണ്ണാടിക്കും, താളമേളം, ബെൻ ജോൺസൺ, അബ്രഹാം ലിങ്കൺ, ലോകനാഥൻ ഐ.പി.എസ്, അനന്തഭദ്രം, ഒരു ബ്ലാക്ക് ആൻഡ് വൈറ്റ് കുടുംബം, ആയിരത്തിൽ ഒരുവൻ, കറൻസി, മലയാളി, പ്രമുഖൻ, കേരളോത്സവം, ബ്ലാക് സ്റ്റാല്യൻ, അണ്ണാറക്കണ്ണനും തന്നാലായത്, ക്യാൻവാസ്, പുള്ളിമാൻ, ചേകവൻ, ആഴക്കടൽ, എം.എൽ.എ മണി; പത്താം ക്ലാസും ഗുസ്തിയും, പ്രിയപ്പെട്ട നാട്ടുകാരേ, ബാച്ചിലർ പാർട്ടി, ഒരു കുടുംബ ചിത്രം, യാത്ര ചോദിക്കാതെ, അലീഫ് എന്നീ ചിത്രങ്ങളിൽ മണി പ്രധാന റോളുകളിൽ അഭിനയിച്ചു. അതിനുപുറമെ ഇക്കാലത്തുതന്നെ സൂപ്പർ താരങ്ങളും മറ്റുനടന്മാരോടൊപ്പമുള്ള റോളുകളും മണിക്ക് ലഭിച്ചുകൊണ്ടിരുന്നു; വല്യേട്ടൻ, ജയിംസ് ബോണ്ട്, കൊച്ചു കൊച്ചു സന്തോഷങ്ങൾ, ദാദാ സാഹേബ്, വക്കാലത്ത് നാരായണൻകുട്ടി, വൺമാൻ ഷോ, മലയാളിമാമനു വണക്കം, കുബേരൻ, നക്ഷത്രക്കണ്ണുള്ള രാജകുമാരൻ അവനുണ്ടൊരു രാജകുമാരി, വെള്ളിത്തിര, പട്ടാളം, സി.ഐ. മഹാദേവൻ അഞ്ചടി നാലിഞ്ച്, അന്നൊരിക്കൽ, പൗരൻ, പൊൻമുടിപ്പുഴയോരത്ത്, ഉടയോൻ, മായാബസാർ, ബുള്ളറ്റ്, ട്വന്റി ട്വന്റി, ഒളിപ്പോര്, തുടങ്ങിയവ.

എന്നാൽ വളരെ അപൂർവം ചിത്രങ്ങളിലൊഴികെ ഇവയിലെല്ലാം തന്നെ മണി കൂടുതലും അവതരിപ്പിച്ചത് ഒന്നുകിൽ നായക നന്മയുടെയും വരേണ്യതയുടെയും തറവാടിത്തത്തിന്റെയും അപരം, അല്ലെങ്കിൽ എന്തെങ്കിലും അസാധാരണത്വമോ വൈകല്യമോ ഏങ്കോണിപ്പോ ഉള്ള കഥാപാത്രങ്ങൾ, അർഹതയില്ലാത്ത സ്ഥാനത്തും മറ്റും എത്തിപ്പെട്ടവരോ നായകലോകത്തിലെ കരടുകളോ 'മാന്യ'യുക്തികളെ ഭീഷണിപ്പെടുത്തുന്നവരോ നിഗൂഢമായ ആഭിചാരശക്തികളോ പുറത്തുനിന്ന് വരുന്ന ശത്രുരൂപങ്ങളോ ആയിരുന്നു ആ കഥാപാത്രങ്ങൾ. ബുദ്ധിയും മനസ്സുമുള്ള ഒരു സാധാരണ മലയാളി മനുഷ്യനായി മണി പ്രത്യക്ഷപ്പെട്ടത് അപൂർവം ചിത്രങ്ങളിൽ മാത്രമായിരുന്നു (ഒളിപ്പോര്, പ്രഭുവിന്റെ മക്കൾ തുടങ്ങിയവ ചില ഉദാഹരണങ്ങളാണ്).

'ജീവിതം എന്ന അപകടം, മരണം എന്ന അപകടം' എന്ന കുറിപ്പിൽ (http://www.reporterlive.com/2016/03/08/246083.html) ജി.പി. രാമചന്ദ്രൻ മണി കഥാപാത്രങ്ങളെക്കുറിച്ചു നടത്തുന്ന നിരീക്ഷണം ഇവിടെ പ്രസക്തമാണ്: "കലാഭവൻ മണി വ്യത്യസ്ത ചിത്രങ്ങളിലവതരിപ്പിച്ച കഥാപാത്രങ്ങളുടെ പേരുകൾ/സ്വഭാവങ്ങൾ നോക്കുക - സമുദായം-മീൻ വില്പനക്കാരൻ, അക്ഷരം-ഓട്ടോഡ്രൈവർ, സല്ലാപം-കള്ളുചെത്തുകാരൻ രാജപ്പൻ, കഥാനായകൻ- കുട്ടൻ, ഗജരാജമന്ത്രം-പരമൻ, ഭൂതക്കണ്ണാടി-അയ്യപ്പൻ, സമ്മർ ഇൻ ബത്‌ലഹേം - മോനായി, ചിത്രശലഭം- ബക്കർ പരപ്പനങ്ങാടി, വാസന്തിയും ലക്ഷ്മിയും പിന്നെ ഞാനും - അന്ധനായ രാമു, വല്ല്യേട്ടൻ-കാട്ടിപ്പള്ളി പപ്പൻ, മിസ്റ്റർ ബട്‌ലർ - മേജർ കുട്ടൻ, ദാദാസാഹിബ്-തങ്കച്ചൻ, കരുമാടിക്കുട്ടൻ- അപ്പുണ്ണി, മലയാളി മാമന് വണക്കം- തിരുപ്പതി പെരുമാൾ/മുനിയാണ്ടി, കൺമഷി -മുരുകൻ, ജഗതി ജഗദീഷ് ഇൻ ടൗൺ- മല്ലേശ്വരൻ, ബാംബു ബോയ്സ്-ഒളങ്ങ, വെള്ളിത്തിര-വാക്കത്തി വാസു, ബാലേട്ടൻ-മുസ്തഫ, പട്ടാളം-മൊയ്തു പിലാക്കണ്ടി, സേതുരാമയ്യർ, സി.ബി.ഐ - ഈശോ അലക്സ്, സി.ഐ. മഹാദേവൻ അഞ്ചടിനാലിഞ്ച് - കരിമ്പുലി അന്തോണി, കണ്ണിനും കണ്ണാടിക്കും - പ്രാവ് മണിയൻ, നാട്ടുരാജാവ്-മണിക്കുട്ടൻ, ഇരുവട്ടം മണവാട്ടി - കോരത്ത് രാഘവൻ, അന്യൊരിക്കൽ -പാണ്ടി, പൗരൻ-ട്രേഡ് യൂണിയൻ നേതാവ്, ഉടയോൻ -മാത്തൻ, അനന്തഭദ്രം-ചെമ്പൻ, വേറെയുമുണ്ട്. ഭൂരിപക്ഷം കഥാപാത്രങ്ങൾക്കും പരിഷ്കൃത നാമധേയങ്ങളില്ല. അവരൊന്നുകിൽ ദളിതൻ അല്ലെങ്കിൽ തമിഴൻ, അതുമല്ലെങ്കിൽ പിന്നാക്കജാതിക്കാരൻ, അതും കഴിഞ്ഞ് മുസ്ലിം ചിലപ്പോൾ (അവശ!) ക്രിസ്ത്യാനി. പലപ്പോഴും വികലാംഗൻ, അതല്ലെങ്കിൽ അതിവിദഗ്ധൻ തൊഴിലാളി. മുഖ്യധാരാ സമൂഹം അപരവത്കരിക്കുന്ന പ്രതിനിധാനങ്ങളെയാണ് കലാഭവൻ മണിയിലൂടെ മലയാള സിനിമ സാക്ഷാത്കരിക്കാൻ ശ്രമിച്ചതെന്നു ചുരുക്കം. ഈ അപരപ്രതിനിധാനസാക്ഷാത്കാരത്തിലൂടെ, മുഖ്യധാരാസമൂഹത്തിന്റെ സൗന്ദര്യ/അധികാര ബലതന്ത്രങ്ങൾ തന്നെയാണ് പുനഃസ്ഥാപിക്കപ്പെട്ടത്. കറുത്ത നിറമുള്ളവനും ദളിതനും വേണ്ടത്ര വിദ്യാഭ്യാസമില്ലാത്തവനും ഓട്ടോറിക്ഷ

ഓടിച്ചു നടന്നവനും മിമിക്രിക്കാരനും കോമാളി നടനും തെരുവിലെ അന്ധ ഗായകന്റെ വേഷത്തിന് അവാർഡ് പ്രതീക്ഷിച്ചവനും അവാർഡ് ലഭിക്കാത്തപ്പോൾ ബോധം കെടുന്നതരം അവിവേകവും അല്പത്തരവും കാണിച്ചവനുമായ കലാഭവൻ മണിയെ ശാരീരികമായും മാനസികമായും ദ്രോഹിച്ച് അവഹേളിച്ചതിലൂടെ പ്രേക്ഷകർക്ക് ലഭിച്ച ആനന്ദം നിഷ്കളങ്കമായ ഒന്നായിരുന്നില്ല. അത് കേരള സമൂഹത്തിന്റെ വലതുപക്ഷവത്കരണത്തിന്റെയും ഫാസിസ്റ്റവത്കരണത്തിന്റെയും ലക്ഷണങ്ങളാണെന്ന് തിരിച്ചറിയാൻ ആലസ്യത്തിന്റെ കൊടുമുടിയിലെത്തിയ നാം കൂട്ടാക്കിയതുമില്ല."

ഇത്തരം റോളുകളിൽ തളച്ചിടുമ്പോഴും മണി മലയാള സിനിമയുടെ ആഖ്യാനലോകത്തുണ്ടാക്കിയ ചലനം എന്നത് വാർപ്പുറോളുകൾ അഭിനയിക്കുമ്പോഴും അതിന്റെ അതിർത്തികളെ/പരിമിതികളെ ഉല്ലംഘിക്കുന്ന അഭിനയരീതികൾ അതിലേക്കു കൊണ്ടുവന്നു എന്നുള്ളതാണ്. ഒന്ന്, താൻ അവതരിപ്പിക്കുന്ന കഥാപാത്രത്തിന്റെ ഭാവഹാവാദികളെയും, ശബ്ദം, ചലനം, സംഭാഷണം എന്നിവയെയും ഒരു കട്ട കൂടി ഉയർത്തിക്കൊണ്ട്, ആ കഥാപാത്രത്തിന്റെ സാമ്പ്രദായിക വാർപ്പുറപ്പുകളെ അതിവർത്തിക്കുന്ന ഭാവസാന്നിധ്യവും പ്രകടനത്തിലുള്ള ഊർജവും കൊണ്ടുവന്നു, മറ്റൊന്ന്, തിരശ്ശീലയ്ക്ക് പുറത്ത് പാട്ടിലൂടെയും വേദികളിലൂടെയും തന്നിലെ ഗായകനും നർത്തകനും ഉണ്ടാക്കിയെടുത്ത പ്രീതിയും ആവേശവും മണിയിലെ സിനിമാഭിനയത്തിന് അധികമാനങ്ങൾ നൽകി. ഇത് കാണികളുമായുള്ള ബന്ധത്തിന് ഒരുതരം വൈയക്തികതീവ്രതയും സിനിമയെ കവിയുന്ന താരസ്വരൂപം എന്ന പ്രഭയും മണിക്കു നൽകി.

എന്തായിരുന്നു മണിയെപ്പോലുള്ള ഒരാൾക്ക് മലയാള സിനിമ എന്ന ആഖ്യാനലോകവും വ്യവസായവും തിരിച്ചുനൽകിയത്? തുടക്കം മുതലേ ഇത്തരം ഒരു ശരീരത്തെ -ശക്തിയും താളബോധവും സംഗീതവും എല്ലാം ഉള്ള ഒന്ന് എന്തുചെയ്യണം എന്ന കുഴമറിച്ചിൽ കാണാം. സ്വാഭാവികമായും ഹാസ്യം/കോമാളിത്തം അല്ലെങ്കിൽ വില്ലൻ/ദുഷ്ടൻ തുടങ്ങിയ റോളുകളാണ് ഇത്തരം കറുത്ത യുവശരീരങ്ങൾക്കുവേണ്ടി നമ്മുടെ സിനിമ മാറ്റിവച്ചിട്ടുള്ളത്. ആദ്യകാലസിനിമകളിൽ ഈ രണ്ടു തരം റോളുകളിലും മണി മാറിമാറി പ്രത്യക്ഷപ്പെട്ടു.

നായകന്റെ ആട്ടും തുപ്പുമേറ്റ് കൂടെയും അല്ലെങ്കിൽ അയാളുടെ ഇടിയും കുത്തുമേറ്റ് എതിരായും അതുമല്ലെങ്കിൽ നായികാനായകന്മാരുടെ സുന്ദര ലോകത്തെ വേട്ടയാടുന്ന ഒരു ഇരുണ്ട സാന്നിധ്യമായും മണി വന്നു. ഇത്തരം ഭാവനാശൂന്യവും ആത്മനിന്ദാപരവുമായ റോളുകൾ അഭിനയിക്കുമ്പോഴും മണി അവിടെയും തന്റേതായ ഒരു ശൈലി, സാന്നിധ്യശക്തി പ്രകടമാക്കിക്കൊണ്ടിരുന്നു. ആ റോളുകൾക്ക് നമ്മളതുവരെ കണ്ടിട്ടില്ലാത്ത ഒരുതരം വന്യത/വീറ് മണി നൽകി. അങ്ങനെ മണിക്ക് തന്റെ അഭിനയജീവിതത്തിന്റെ സുവർണകാലം സൂപ്പർതാരങ്ങളുടെ വാർധക്യത്തിലും നീണ്ടു കൊണ്ടിരുന്ന നിഴലിൽ ധൂർത്തടിക്കേണ്ടിവന്നു. അവരുടെ അടിയാളും അടിയോരും അടിമയും ഒക്കെയായി അയാൾക്ക് സിനിമയ്ക്കകത്തെ പല ജീവിതങ്ങളും ഒതു(ട്ടു)ക്കേണ്ടിവന്നു. അയാൾക്ക്

ആഖ്യാനത്തിൽ കേന്ദ്രസ്ഥാനം ലഭിക്കുമ്പോഴെല്ലാം അത് തെറിച്ച റോളുകളായിരുന്നു, മണി കഥാപാത്രങ്ങൾ അതിരുകളിൽ, അരികുകളിൽ നിന്നുള്ള ഭീഷണികളും ഭീതികളും ആയാണ് നിറഞ്ഞാടിയത്.

1999-2007 കാലഘട്ടത്തിലാണ് തന്റെ കഴിവിനൊപ്പമുയരുന്ന/വെല്ലുവിളിക്കുന്ന ചില റോളുകളെങ്കിലും മണിക്ക് ലഭിക്കാനിടയായത്. മലയാള സിനിമാവ്യവസായം ഗാഢമായ പ്രതിസന്ധിയിലാഴ്ന്ന കാലഘട്ടം കൂടിയായിരുന്നു അത്. ഈ സമയത്ത് തിയറ്റർ ശൃംഖലകൾ വലിയ രീതിയിൽ ശോഷിച്ചുതുടങ്ങിയിരുന്നു (സിനിമയിലെ ചില നടന്മാർ 'തിയ്യറ്റർ' നടന്മാരാണ്, അതായത്, അവരുടെ തനിസ്വരൂപം തിയ്യറ്ററിന്റെ വിസ്തൃതിയിലും തിരശ്ശീലയുടെ വലുപ്പത്തിലുമാണ് പടർന്നു പന്തലിക്കുക. അതായത് ടെലിവിഷന്റെയോ മറ്റ് വിനോദോപാദികളുടെ ചെറിയ തിരശ്ശീലയെയോ അല്ല അവരുടെ അഭിനയരീതി /ഊർജം അഭിസംബോധന ചെയ്യുന്നതും മുന്നിൽ കാണുന്നതും അവർക്ക് നിറഞ്ഞ് ആടാൻ തിയറ്ററിന്റെ സ്ഥലവിസ്താരവും ശബ്ദഘോഷവും ആൾത്തിരക്കും വേണം. എം.ജി.ആർ, രജനികാന്ത്, ആദ്യകാല അമിതാഭ് ബച്ചൻ, ചിരഞ്ജീവി, കലാഭവൻ മണി തുടങ്ങിയവർ അടിസ്ഥാനപരമായി 'തിയറ്റർ' നടന്മാരാണെങ്കിൽ, ശിവാജി ഗണേശൻ, കമലഹാസൻ, ഷാറൂഖ് ഖാൻ, നാഗാർജ്ജുന, ഫഹദ് ഫാസിൽ തുടങ്ങിയവരെ ചെറിയ തിരശ്ശീലകളിലും നമുക്ക് ആസ്വദിക്കാൻ കഴിയും. ഈ രണ്ടു കാണൽ രീതികളിലും വെളിച്ചവും വിരുദ്ധദിശകളിലാണ് പ്രസരിക്കുന്നത്. സിനിമയിൽ വെളിച്ചം തിരശ്ശീലയിലേക്ക് പ്രക്ഷേപിക്കപ്പെടുകയാണ് എങ്കിൽ ടെലിവിഷൻ/കമ്പ്യൂട്ടർ/മൊബൈൽ പോലുള്ള ഉപകരണങ്ങൾ കാണിയിലേക്ക് വെളിച്ചം പുറപ്പെടുവിക്കുകയാണ് ചെയ്യുന്നത്. അവ രണ്ടുമൊരുക്കുന്ന കാഴ്ചകളിലുള്ള ഈ വ്യത്യാസം കൂടി ഇവിടെ പ്രസക്തമാണെന്നു തോന്നുന്നു) തിയറ്ററുകളുടെ എണ്ണം കുറഞ്ഞതോടെ സിനിമയ്ക്ക് ടിക്കറ്റ് വരുമാനത്തെ ആശ്രയിച്ചുമാത്രം നിലനില്ക്കാൻ കഴിയാതെയായി. ക്രമേണ സിനിമയുടെ നിലനില്പുതന്നെ പൂർണമായും ടെലിവിഷനെ ആശ്രയിച്ചായി. ബോക്സ് ഓഫീസിൽ നിന്ന് ഇഡിയറ്റ് ബോക്സിലേക്കുള്ള ഈ പതനത്തെത്തുടർന്ന് ടെലിവിഷനിൽ സൂപ്പർ താരങ്ങൾക്ക് ലഭിച്ച റേറ്റിങ് സർവാധിപത്യവും അതുവഴി കിട്ടിയ വർധിത മൂല്യവും വിലയും സിനിമയുടെ സമ്പദ് വ്യവസ്ഥയെ ഞെരുക്കി.

ആ കാലത്തുതന്നെയാണ്, വ്യവസായത്തിനകത്ത് നിർമാതാക്കൾ, സംവിധായകർ, നടീനടന്മാർ, വിതരണക്കാർ, പ്രദർശകർ എന്നിവരെല്ലാം തമ്മിലുള്ള വൈരങ്ങൾ മൂർച്ഛിക്കുന്നതും അത് ഒട്ടേറെ പൊട്ടിത്തെറികളിലെത്തുന്നതും (വിവിധ സംഘടനകൾ തമ്മിലുള്ള വടംവലികൾ, വിനയനും തിലകനും മറ്റുമെതിരായ വിലക്കുകൾ തുടങ്ങിയവ) ടെലിവിഷൻ വഴി സിനിമാരംഗത്ത് സൂപ്പർ താരങ്ങൾ സ്ഥാപിച്ചെടുത്ത ആധിപത്യം സിനിമാ ആഖ്യാനങ്ങളെയും തങ്ങളുടെ വരുതിയിൽ കൊണ്ടുവരുന്നതിനും അവരുടെ പ്രായത്തെ വകവെയ്ക്കാത്ത കഥകൾക്കും കഥാപാത്രനിർമ്മിതികൾക്കും രൂപം കൊടുക്കേണ്ട ഗതികേടിലേക്കും

സിനിമയെ നയിച്ചു. അന്ന് ഒരർഥത്തിൽ മലയാള സിനിമയെ താങ്ങി നിർത്തിയത് കലാഭവൻ മണിയായിരുന്നു. പ്രമേയ പ്രാധാന്യമുള്ള, നാടൻ കഥാപാത്രങ്ങളെ അഭിനയിച്ച് ഫലിപ്പിക്കാനുള്ള കഴിവും വമ്പിച്ച ജന പ്രീതിയും ഏതൊരു നിർമാതാവിനും സംവിധായകനും പ്രാപ്യതയും ഉള്ള നായകനടൻ മണിയായിരുന്നു. ആരോടൊപ്പവും സിനിമ ചെയ്യാൻ തയ്യാറുള്ള, താരപദവിയുള്ള ഒരു നടനായി മണി അപ്പോഴേക്കും ഉയർന്നി രുന്നു. അപ്പോൾപോലും നിറം അയാളെ വേട്ടയാടിക്കൊണ്ടേയിരുന്നു. അപൂർവം ചിലരൊഴിച്ചാൽ അന്നത്തെ പല പ്രമുഖനടിമാരും മണിയുടെ നായികയായി അഭിനയിക്കാൻ വിസമ്മതിച്ചു.

എന്നാൽ കഴിഞ്ഞ ദശകത്തിന്റെ അവസാനത്തോടെ മലയാള സിനിമാവ്യവസായവും അതിന്റെ ആഖ്യാനങ്ങളും വലിയ മാറ്റത്തിനു വിധേയമായി. സൂപ്പർതാരങ്ങളുടെ യുഗം 'അവസാനിക്കാൻ തുടങ്ങു' കയും ഒരു പുതിയ നിര സംവിധായകരും സാങ്കേതികവിദഗ്ധരും നടീ നടന്മാരും തിരക്കഥാകൃത്തുക്കളും (സ്വയം 'ന്യൂ ജനറേഷൻ' എന്നു വിശേഷിപ്പിച്ചവർ) രംഗപ്രവേശം ചെയ്യുകയും അവർ മറ്റൊരു തരം സിനി മയ്ക്ക് തുടക്കം കുറിക്കുകയും ചെയ്തു. അവരുടെ സിനിമയിൽ മണി യെപ്പോലുള്ള 'തനിനാടൻ' മനുഷ്യർക്ക് ഇടമില്ലായിരുന്നു. ഉണ്ടെങ്കിൽ ത്തന്നെ നാടും നാടന്മാരും അവിടെ പശ്ചാത്തലദൃശ്യങ്ങൾ മാത്രമായി രുന്നു. പുതിയ തലമുറ യുവനായകനടന്മാരുടെ സ്നേഹിതനോ എതി രാളിയോ ആകാൻ മണിയെപ്പോലുള്ള നടൻ അതുവരെയുണ്ടാക്കിയെ ടുത്ത അഭിനയസ്വരൂപവും ഗരിമയും തടസമായി എന്നുവേണം കരുതാൻ. കൊണ്ടാടപ്പെട്ട ഒരു 'ന്യൂജനറേഷൻ' സിനിമയിലും മണിയില്ല എന്നത് ശ്രദ്ധേയമാണ്. (ആമേൻ മാത്രമായിരിക്കും ഒരപവാദം; അതിലെ നാടൻ അന്തരീക്ഷം കൂടി അതിനു കാരണമായിരിക്കാം) 'ന്യൂജനറേഷൻ' എന്ന് സ്വയം വിശേഷിപ്പിച്ചവർ സൂപ്പർ സ്റ്റാറുകളുടെ കാലം കഴിഞ്ഞു എന്ന് വീണ്ടും വീണ്ടും ഉദ്ഘോഷിക്കുമ്പോഴും അവരുടെ തന്നെ വികലവും ദുർബലവു മായ പതിപ്പുകൾ സൃഷ്ടിക്കാനാണ് ഇപ്പോഴും എപ്പോഴും കൊതിക്കുന്നത്.

അങ്ങനെ സൂപ്പർസ്റ്റാറുകളുടെ ആധിപത്യകാലത്ത് അവരോട് മല്ലിട്ടും അവരുടെ നിഴലിലും നിൽക്കേണ്ട നില, പിന്നെ അവരുടെ കാലം കഴി ഞ്ഞപ്പോൾ പുതിയ ആഖ്യാനലോകത്തിൽ അപ്രസക്തനോ അനാവ ശ്യമോ ആയിത്തീരുന്ന അവസ്ഥ. നമ്മുടെ സിനിമാവ്യവസായവും ആഖ്യാനലോകവും മണിയെപ്പോലുള്ള ഒരു മഹാനടന് നൽകിയ സർഗ ഇടം അതായിരുന്നു. മണിയെ അത് ഒരു ശരീരം മാത്രമാക്കി ചുരുക്കി എന്നത് കഴിഞ്ഞ രണ്ട് പതിറ്റാണ്ടത്തെ മലയാളസിനിമയുടെ കഥ കൂടി ചുരുക്കിപ്പറയുന്നുണ്ട്.

മണി എന്ന ദളിത് സ്വരൂപം

നമ്മുടെ രാഷ്ട്രീയ/സാമൂഹിക ചരിത്രത്തിലെ സവിശേഷമായ ഒരു സന്ധിയിലാണ് മണി സിനിമയിലേക്ക് വരുന്നത്. അതായത് 1990-കളുടെ

ആദ്യവർഷങ്ങളിൽ ആഗോളീകരണ ഉദാരീകരണ നയങ്ങൾ നടപ്പിലാക്കിയതിനു ശേഷം. അതുകൊണ്ടുതന്നെ മണിയുടെ കഥ മണിയുടെ മാത്രമല്ല കേരളത്തിലെ ദളിത് സ്വത്വബോധത്തിന്റെ കൂടിയാണ്.

എന്തെന്നാൽ 1990-കൾ മുതലുള്ള കാലത്താണ് ദളിത് ആദിവാസി ശബ്ദങ്ങൾ സാഹിത്യത്തിലും രാഷ്ട്രീയത്തിലും ഉയർന്നുവരാൻ തുടങ്ങുന്നത്. ഇക്കാലത്താണ് മണി സിനിമയിലേക്ക് കടന്നുവരുന്നതും ജനപ്രിയനാകുന്നതും. അതായത് മണിയെപ്പോലുള്ള ഒരു ശരീരത്തിന്റെയും ശാരീരത്തിന്റെയും പ്രസക്തിയും സാധുതയും സാധ്യതയും അതിന്റെ രാഷ്ട്രീയ മാനങ്ങളും തെളിഞ്ഞുതുടങ്ങിയ ഒരു സന്ദർഭം ആയിരുന്നു അത്. സാഹിത്യത്തിലും രാഷ്ട്രീയത്തിലും അത് വളരെ ഉച്ചത്തിൽതന്നെ പ്രത്യക്ഷപ്പെട്ടു തുടങ്ങിയിരുന്നു. (സി.കെ.ജാനു, ളാഹ ഗോപാലൻ, ആദിവാസിഗോത്രമഹാസഭ, സാധുജന വിമോചന സംയുക്തവേദി, മുത്തങ്ങ വെടിവെപ്പ്, ചെങ്ങറ സമരം തുടങ്ങിയ പലതും) എന്നാൽ നമ്മുടെ സിനിമയിൽ നിലനിന്ന ഭാവുകത്വം അത്തരം സമകാലിക അവബോധങ്ങൾക്കും മുൻനിര നിലപാടുകൾക്കും ഒരിക്കലും പ്രവേശിക്കാനാവാത്തവിധം അടഞ്ഞതായിരുന്നു. മാറുന്ന ലോകത്തോടും ജീവിതത്തോടും ഉയർന്നുവരുന്ന സ്വാതന്ത്ര്യാകാംക്ഷകളോടും വിമോചനപ്രതീക്ഷകളോടും 'വിമുഖത പുലർത്തിക്കൊണ്ട് ഇന്നും അത് തുടരുന്നു.

മണിയുടെ മുഖ്യധാരാസാന്നിധ്യം കേരളത്തിലെ ദളിത് സമൂഹത്തിന് ആത്മാഭിമാനവും തന്റേടവും നൽകി- അവരെ പ്രതിനിധാനം ചെയ്യുന്ന ശരീരത്തെ മണി വെള്ളിവെളിച്ചത്തിൽ കൊണ്ടുവന്നുനിർത്തി, അവരുടെ ശബ്ദത്തെ ഉച്ചത്തിൽ എല്ലാവരും കേൾക്കുന്ന ഒന്നാക്കി മാറ്റി, ആർക്കും അഭിമാനിക്കാവുന്ന, ആരാധിക്കാവുന്ന എന്നാൽ ആരെയും കൂസാത്ത ഒരു ദളിത് സാന്നിധ്യമായിരുന്നു മണി. പാട്ടിനെ പുതിയ ശീലുകളിലേക്കും താളങ്ങളിലേക്കും അവതരണരീതികളിലേക്കും മണി കൊണ്ടുപോയി. ദളിത് ഈണങ്ങളെയും താളങ്ങളെയും പിൻപറ്റുമ്പോഴും അവയെ കാലത്തിനനുസരിച്ച് പുതുക്കിപ്പാടി. 'നാടൻ പാട്ട്' എന്ന് പ്രചരിച്ചിരുന്ന രണ്ടുധാരകൾ ഒന്ന് ആൽത്തറയും അമ്പാരിയും മറ്റുമുള്ള സവർണജീവിതപരിസരത്തിന്റെയും ഫ്യൂഡൽ ഗൃഹാതുരത്വത്തിന്റെയും പാട്ടുകൾ, മറ്റൊന്ന്, ദൈന്യവും വേദനയും തുളുമ്പുന്ന ഏകതാനമായ കാർഷികജീവിത ഏങ്ങലുകൾ -മണി ഇവയ്ക്കപ്പുറം പോയി; പാട്ടിന്റെയും പാടലിന്റെയും ആഘോഷത്തെയും അതിലെ ശരീരസാന്നിധ്യത്തെയും മണി പാടിത്തെളിയിച്ചു.

ഒപ്പം ഭക്തിപ്പാട്ടുകളുടെയും (അയ്യപ്പൻപാട്ടുകൾ), ആടു പാമ്പേ... തുടങ്ങിയവ) വൈയക്തികദുഃഖങ്ങളുടെ പാട്ടുകളുടേയും സാർവജനീനതയിലൂടെ ജാത്യതീതമായ ഒരു ആരാധക സമൂഹത്തെ മണി സൃഷ്ടിച്ചെടുത്തു. മണിയുടെ തുറന്ന ദളിത് ശബ്ദം അതിന്റെ ജനപ്രീതികൊണ്ട് മലയാളി 'പൊതു' സമൂഹത്തിന്റെ ശബ്ദമായി മാറി. ഒരുപക്ഷേ, സിനിമയിൽ അരികിലാക്കപ്പെട്ടപ്പോഴും മണിയുടെ ജനപ്രിയത നിലനിന്നതും

വളർന്നതും പാട്ടുകളിലൂടെയായിരുന്നു. വരേണ്യ ചിട്ടവട്ടങ്ങളെ ലംഘിച്ചു കൊണ്ട് അത് പൊതു ഇടങ്ങളിലും ആൾക്കൂട്ടങ്ങൾക്കിടയിലും പരന്നു; അതിന്റെ ആരെയും ചുവടുവെപ്പിക്കുന്ന താളബോധം, ശ്രുതിയിലും ഉച്ചാരണത്തിലുമുള്ള ശുദ്ധി, വാക്കുകളിലെ വരികളിലെ രാഗവായ്പ്, ആർജവം, ഇവ ശബ്ദത്തിന്റെയും താളത്തിന്റെയും ശാരീരികമായ ആദിമോർജങ്ങളിലേക്ക് കേൾവിക്കാരെ ആനയിച്ചു. ഒരുപക്ഷേ, ഗായകനായ മണിക്ക് നടനേക്കാൾ സ്വാധീനമുണ്ടായിരുന്നു.

ഇവിടെ ദളിത് പ്രകാശനങ്ങളുടെ ലോകത്തിൽ പിന്നെയും അകലം ജയിക്കുന്നു; കേൾവി കാണലിനുമുകളിൽ നിൽക്കുന്നു: ശാരീരം ശരീരത്തെക്കാൾ വലുതാകുന്നു. ദൃശ്യത്തെ സംബന്ധിച്ചിടത്തോളം നമ്മുടെ കണ്ണിന്റെ സഹകരണം കൂടുതൽ ആവശ്യമുണ്ട്; ശബ്ദം ദൂരെനിന്ന് 'കാതിൽ വന്നുപതിക്കു'മ്പോൾ, കണ്ണിന് ദൃശ്യത്തിലേക്ക് സഞ്ചരിക്കേണ്ടതുണ്ട്; ദൂരം കൂടംതോറും കാഴ്ച കുറയുകയും ചെയ്യും. ദളിത ശബ്ദത്തിന് എവിടെ നിന്നും നമ്മിലെത്താനുള്ള സാധ്യതയുണ്ട് എങ്കിൽ, ദളിത ശരീരം/രൂപം കാഴ്ചപ്പെടുവാൻ നമ്മൾ നോക്കേണ്ടതുണ്ട്. തൊട്ടു കൂടായ്മയും കണ്ടുകൂടായ്മയും പോലെ കേട്ടുകൂടായ്മ ശക്തമല്ലാത്തതിനാലായിരിക്കാം അശരീരിയായ ദളിത് ശബ്ദത്തിന് കൂടുതൽ സഞ്ചരിക്കാൻ കഴിഞ്ഞത്/കഴിയുന്നത്.

സിനിമയിൽ സ്വതന്ത്രവും സ്വച്ഛവും ആയ ആവിഷ്കാരാന്വേഷണങ്ങൾക്ക് ശബ്ദവും ശരീരവും നൽകാൻ കഴിയാതെപോയ നടനായിരുന്നു കലാഭവൻ മണി; തൊട്ടുകൂടായ്മയും തീണ്ടികൂടായ്മയും പറയാതെ പാലിക്കുന്ന ഒരു കാലത്തിലകപ്പെട്ട് സ്വന്തം പ്രകാശനസാധ്യതകൾ തട്ടിപ്പറിക്കപ്പെട്ട ശരീരമായിരുന്നു മണി. പണ്ട് പൊയ്കയിൽ അപ്പച്ചൻ പറഞ്ഞത് അങ്ങനെ ഇന്നും പ്രസക്തമായിത്തന്നെ തുടരുന്നു: "എന്റെ വംശത്തിൻ കഥ എഴുതിവച്ചിടാൻ ഉർവ്വിയിലൊരുവരുമില്ലാതെ പോയല്ലോ".

മലയാള സിനിമ വരച്ച കളങ്ങളിലേക്ക് ഒതുങ്ങാൻ മണിയുടെ ശരീരവും മനസ്സും വിസമ്മതിച്ചു. തൊലിനിറവും ജാതിയും വർഗവും താരപ്പൊലിമയും കെട്ടുകാഴ്ചകളും നിർമിച്ച വേലിക്കെട്ടുകളെ അയാൾ തകർത്തെറിഞ്ഞു. ഒരു വ്യവസ്ഥയിലേക്കും സ്വയം ചുരുക്കാൻ അയാൾ തുനിഞ്ഞില്ല. ലോകത്തിലുള്ളതെല്ലാം -സ്ഥലം, നാട്, കാലം, ചരിത്രം, കീർത്തി, പദവി, ലഹരി- തനിക്ക് തുല്യാവകാശമുണ്ടെന്ന് അയാൾ സ്ഥാപിച്ചുകൊണ്ടേയിരുന്നു. സിനിമയ്ക്കകത്തും പുറത്തും മണി ഒന്നിനും ഒന്നിലും ഒതുങ്ങാതെ ആധിക്യങ്ങളെ ആഘോഷിച്ചു, ആവിഷ്കരിച്ചു. ഒരു കട്ട കൂടുതലായിരുന്നു അയാളുടെ സ്വരങ്ങൾക്കെല്ലാം; ഒരുപടി മുകളിലായിരുന്നു അയാളുടെ താളബോധം; ഒരു ഡിഗ്രി ആക്കം കൂടുതലായിരുന്നു അയാളുടെ അഭിനയത്തിന്, ഒരടി ആഴം കൂടുതലായിരുന്നു അയാളുടെ വികാരങ്ങൾക്ക്... നാടൻ ഭാഷയിൽ പറഞ്ഞാൽ അയാൾക്ക് ഒരു എല്ല് കൂടുതലായിരുന്നു, അതാണ് പലരെയും അയാളിലേക്ക് നിരുപാധികം അടുപ്പിച്ചതും ഒപ്പം പ്രകോപിപ്പിച്ചതും. ■

കറുത്തൊരു താജ്മഹൽ

ദീപ നിശാന്ത്

ടി.വിയിൽ കലാഭവൻ മണിയുമായുള്ള അഭിമുഖം. മണിമുഴക്കം നിലച്ചിട്ട് നാളുകളായിട്ടും ചാനലുകൾ ഇനിയും മണിയെ വെറുതെ വിട്ടിട്ടില്ല. ആകെ മണിനാദം.... ആര്യമോൾക്ക് മണിയുടെ പാട്ട് വല്യ ഇഷ്ടമാണ്. അഭിമുഖത്തിനിടയിൽ മണി പാടുമെന്ന് പ്രതീക്ഷിച്ച് അവൾ ടി.വിയിലേക്ക് കണ്ണും നട്ടിരിപ്പാണ്. വായിച്ചുകൊണ്ടിരുന്ന പുസ്തകത്തിലേക്കും ഇടയ്ക്ക് അഭിമുഖത്തിലേക്കും മാറി മാറി ശ്രദ്ധ പതിപ്പിച്ച് ഞാനടുത്തിരുന്നു.

പെട്ടെന്നൊരു നിശ്ശബ്ദത. ഞാൻ മുഖമുയർത്തി നോക്കുമ്പോൾ മണി സിംഹാസനം പോലുള്ള തന്റെ ഇരിപ്പിടത്തിൽ നിന്നെഴുന്നേറ്റ് നിലത്ത് ഒരു പ്രത്യേക രീതിയിൽ ഇരിക്കുകയാണ്. ചന്തി നിലത്തു തട്ടാതെയുള്ള ഒരു ഇരിപ്പ്. എനിക്ക് പെട്ടെന്ന് അപ്പുവേട്ടനെ ഓർമ്മ വന്നു. അച്ചാച്ചന്റെ മുന്നിൽ പണ്ട് അപ്പുവേട്ടൻ അങ്ങനെയാണ് ഇരുന്നിരുന്നത്. നാട്ടുവിശേഷങ്ങൾ പറഞ്ഞ് അപ്പുവേട്ടൻ എത്രനേരം വേണമെങ്കിലും അങ്ങനെ ഇരിക്കുമായിരുന്നു.

വീട്ടിൽ മുതിർന്നവരും ഞങ്ങളടക്കമുള്ള കുട്ടികളും അച്ചാച്ചന്റെ പ്രായമുള്ള ആ മനുഷ്യനെ വിളിച്ചിരുന്നത് 'അപ്പു' എന്നായിരുന്നു എന്ന് കുറ്റബോധത്തോടെ ഞാൻ പിന്നീടോർക്കാറുണ്ട്. അപ്പു എന്ന് വിളിക്കുമ്പോൾ ഒരാളും അത് തിരുത്തിത്തന്നിട്ടില്ല. തെല്ലും അസ്വാഭാവികതയില്ലാതെ അപ്പുവേട്ടൻ ആ വിളി ഏറ്റുവാങ്ങിയിരുന്നു. ജാതീയമായ അധികാരഗർവ്വിൽ നിന്നുമുണ്ടായ അത്തരം വിളികളൊക്കെ പിന്നീട് തിരുത്തിയിട്ടുമുണ്ട്. അപ്പു എന്ന പേരിനു മുമ്പിൽ ജാതിയും കൂട്ടി പറയുമായിരുന്നു എല്ലാവരും. അങ്ങനെ ജാതിപ്പേരിൽ അടയാളപ്പെടുത്തപ്പെട്ടിരുന്ന പലരും ഉണ്ടായിരുന്നു.

വീട്ടിൽ എന്നെ കളിയാക്കാനായി പണ്ട് സ്ഥിരം പറഞ്ഞിരുന്നത് "നിന്നെ അപ്പൂന്റേന്ന് തവിടുകൊടുത്ത് വാങ്ങീതാ" എന്നായിരുന്നു. അപ്പുവേട്ടൻ അതുകേട്ട് ചിരിക്കും. ഐഡന്റിന്റി ക്രൈസിസിൽ അകപ്പെട്ട ഞാൻ ദയനീയമായി "അത്യോ?" എന്ന് അപ്പുവേട്ടനോട് ചോദിക്കുമ്പോൾ "ആ....കുട്ടി ഇന്റെയാ" എന്ന് അപ്പുവേട്ടൻ പറയും. ഈ വാചകം ഇടയ്ക്കിടെ

കേൾക്കുന്നതു കൊണ്ടാവണം അപ്പുവേട്ടൻ എന്റെ ആരോ ആണെന്ന തോന്നൽ കുട്ടിക്കാലം മുതലേ ഉള്ളിൽ ശക്തമായിരുന്നു. ഓണത്തിനും വിഷുനും തുണികൊണ്ട് ഉണ്ടാക്കുന്ന മനോഹരമായ സഞ്ചികൾ അപ്പുവേട്ടൻ കൊണ്ടുവരാറുണ്ടായിരുന്നു. അതിൽ ഏറ്റവും ഭംഗിയുള്ള സഞ്ചി എനിക്കു വേണ്ടി അപ്പുവേട്ടൻ മാറ്റിവെക്കുമായിരുന്നു. എന്റെ ആഹ്ലാദമുഖം കണ്ട് ചിരിച്ച് അപ്പുവേട്ടൻ മുറ്റത്തിരിക്കും. കാലുകൾ മാത്രം ഭൂമിയിലുറപ്പിച്ച്.

അപ്പുവേട്ടന്റെ ആ ഇരിപ്പാണ് മണിയുടെ ഇരിപ്പുകണ്ടപ്പോൾ എനിക്കോർമ്മ വന്നത്. ആ ഇരിപ്പു നോക്കി ചോദ്യകർത്താവ് താടിക്കു കൈയും വെച്ചിരിപ്പാണ്. തന്റെ അച്ഛനെക്കുറിച്ച് പറയുന്നതിനിടെയാണ് മണി അങ്ങനിരുന്നത്. എഴുന്നേറ്റ് കസേരയിലിരുന്നതിനു ശേഷം മണി അച്ഛനെക്കുറിച്ച് വീണ്ടും പറയാൻ തുടങ്ങി. ഞാൻ വായിച്ചിരുന്ന പുസ്തകം മടക്കി മണിയുടെ വാക്കുകൾക്ക് കാതോർത്തു.

"എന്റച്ഛൻ ഇങ്ങനാണ് ഇരുന്നിരുന്നത്. അച്ഛന് കസേരയിൽ ഇരിക്കാനറിയില്ല. എന്റെ കല്യാണത്തിന് അച്ഛൻ നിലത്ത് ഇങ്ങനിരുന്നാണ് കല്യാണം കണ്ടത്...."

മണിയുടെ ശബ്ദമിടറുന്നുണ്ട്.

വാക്കുകൾ നഷ്ടപ്പെട്ട് ചോദ്യകർത്താവ്... മണി തുടർന്നു....

"അച്ഛനാദ്യമായിട്ട് ഷർട്ടിടണത് അന്നാ. അച്ഛന് ഷർട്ടിട്ട് ശീലമില്ലാത്തോണ്ട് അച്ഛൻ ആകെ ചൊറിഞ്ഞ് ബുദ്ധിമുട്ടിയാണ് അന്ന് നിന്നത്. ശീലമില്ലാത്ത ശീലമായതുകൊണ്ട് ആ ഷർട്ട് അച്ഛന് വല്യ അസ്വസ്ഥതയായി...."

മണി നിർത്താതെ പറഞ്ഞുകൊണ്ടേയിരിക്കുകയാണ്.

എപ്പോഴും ഇടപെടലുകൾ നടത്തിക്കൊണ്ടേയിരിക്കാറുള്ള ചോദ്യകർത്താവ് നിശ്ശബ്ദനായി അത് കേട്ടിരുന്നു. അയാളുടെ കണ്ണിൽ നീർ പൊടിയുന്നതു പോലെ...എന്റെ കണ്ണിലും ജലം കൊണ്ട് ഒരു ചെറിയ മുറിവുണ്ടായ പോലെ... ആ മുറിവിൽ ചിത്രങ്ങൾ മങ്ങുന്നുണ്ട്.

മണിയുടെ വാക്കുകളിൽ അലയടിച്ചിരമ്പുന്ന ഒരു മഹാസാഗരമുണ്ട്. നമ്മുടെയൊക്കെ മനസ്സാക്ഷിയെ മുറിപ്പെടുത്താനുള്ള ചില ചാട്ടുളികളുണ്ട് ആ വാക്കുകളിൽ. ആ വാക്കുകൾ വരുന്നത് അനുഭവത്തിന്റെ തീച്ചൂളയിൽ നിന്നാണ്. നമ്മളൊക്കെ വായിച്ചറിഞ്ഞ അനുഭവങ്ങളേക്കാൾ ശക്തിയുണ്ടാകും മണി ജീവിച്ചറിഞ്ഞ അനുഭവങ്ങൾക്ക്. മണി പറയുമ്പോൾ അതിന് ശക്തി കൂടുതലുണ്ട്.

പണ്ട് ബെൻ ഓക്രി എന്ന ആഫ്രിക്കൻ സാഹിത്യകാരൻ ഒഥെല്ലോയെ വായിച്ചപ്പോൾ ആ ശക്തി നാം തിരിച്ചറിഞ്ഞതാണ്. അതുവരെ ഒഥെല്ലോ സംശയാലുവായ ഭർത്താവ് മാത്രമായിരുന്നു. വെറും സംശയത്തിന്റെ പേരിൽ ഡെസ്ഡിമോണയെ കൊന്നവൻ....ഭാര്യയെ കൊലപ്പെടുത്തിയ

സംശയരോഗി പരിവേഷത്തിൽ നിന്നും ഒഥെല്ലോയെ രക്ഷപ്പെടുത്തിയത് ബെൻ ഓക്രിയാണ്. ഡെസ്ഡിമോണ ഉൾപ്പെടെയുള്ള വെള്ളത്തൊലിക്കാരുടെ ഇടയിൽ ഒഥെല്ലോയുടെ തൊലിയുടെ കറുപ്പുനിറം എത്രമാത്രം ഏകാന്തമായിരുന്നുവെന്ന് ബെൻ ഓക്രി നമുക്ക് കാട്ടിത്തന്നു. ആ കറുപ്പുനിറത്തിന്റെ സംഘർഷം അയാളനുഭവിച്ച വംശീയതയുടെ ആത്മ സംഘർഷമായിരുന്നു. അങ്ങനെ വായിച്ചപ്പോഴാണ് ഒഥെല്ലോ എന്ന ഷേക്സ്പിയർ നാടകം അതിന്റെ യഥാർത്ഥ ലക്ഷ്യത്തിലേക്കുയർന്നത്.

മണി പലതും ഓർമ്മിപ്പിക്കുകയായിരുന്നു...

വെളുത്ത താജ്മഹലുകളുടെ ലോകത്ത് ഒരു കറുത്ത താജ്മഹലിന്റെ ആവശ്യകത ഒ.എൻ.വി. പണ്ടേ തിരിച്ചറിഞ്ഞിട്ടുണ്ട്....

‘വേണമെനിക്കു കറുത്തൊരു താജ്മഹൽ,
വേദനകൾക്കസ്ഥിമാടമാവാൻ...
വെൺകുളിർക്കല്ലുപടുത്ത കുടീരത്തി-
ലെൻ നൊമ്പരങ്ങളുറങ്ങുകില്ല!’

എന്ന് പാടാൻ കഴിഞ്ഞത് അതുകൊണ്ടാണ്.

ആ മണിനാദം നിലച്ചുവെന്ന് ഇപ്പോഴും വിശ്വസിക്കാനാവുന്നില്ല.

■

"ഇക്കൊല്ലം നമ്മക്ക് ഓണംല്ല്യടീ കുഞ്ഞ്യേച്ച്യേ...

കെ. ഗിരീഷ് കുമാർ

കലാഭവൻ മണി, അദ്ദേഹത്തിന്റെ സ്റ്റേജ് പ്രോഗ്രാമിന്റെ പേര് സൂചിപ്പിക്കുംപോലെ വലിയ ഒരു മുഴക്കമായിരുന്നു. എല്ലാവരും സാധാരണ മട്ടിൽ സംസാരിച്ചപ്പോൾ മണി അല്പം ഉറക്കെ സംസാരിച്ചു. എല്ലാവരും സാധാരണ മട്ടിൽ ചിരിച്ചപ്പോൾ "ങ്യാഹ്ഹഹാ..." എന്ന സവിശേഷമായ ചിരിയോടെ മണി തന്റെ ആദ്യത്തെ ട്രേഡ് മാർക്ക് സ്ഥാപിച്ചെടുത്തു. വലിയപാട്ടുകാർ പോലും ബുദ്ധിമുട്ടുന്ന താരസ്ഥായിയിൽ മണി അനായാസമായി സിനിമാഗാനങ്ങളും നാടൻ പാട്ടുകളും പാടിക്കേൾപ്പിച്ചു. അഭിനയത്തിലും തമാശയിലും പാട്ടിലും അല്പം 'കൂടുതൽ' ആയിരുന്നു മണിയുടെ രീതി. അത് ആദ്യം അറിയാവുന്നതും മണിക്കായിരുന്നു. അതുകൊണ്ടാണ് ടെലിവിഷനിലും സ്റ്റേജുകളിലും സ്വന്തം നേതൃത്വത്തിൽ അരങ്ങേറുന്ന പരിപാടികൾക്ക് മണിനാദം എന്നതിനു പകരം മണിമുഴക്കം എന്ന് അദ്ദേഹം പേരിട്ടത്. സാമൂഹികമായും സാമ്പത്തികമായും പിന്നോക്കം നിൽക്കുന്ന, വിദ്യാഭ്യാസത്തിന്റെയോ, ആഘോഷിക്കപ്പെടുന്ന തരം പാരമ്പര്യത്തിന്റെയോ പിൻബലമില്ലാത്ത തനിക്ക് സിനിമയുടെയും കലയുടെയും വെള്ളിവെളിച്ചത്തിലെത്താൻ നാദത്തിന്റെ സൗമ്യത പോരാ, മുഴക്കത്തിന്റെ പ്രചണ്ഡത വേണം എന്ന് മണി തന്നെയായിരുന്നു ആദ്യം തിരിച്ചറിഞ്ഞത്.

ഞാൻ സിനിമയിൽ എത്തുന്നതിന് ഒരുപാട് മുന്നേ മണി അഭിനയരംഗത്തെത്തിയിരുന്നു. സിനിമ സ്വപ്നങ്ങളിൽപോലും ഇല്ലാതിരുന്ന കാലത്ത്, തൃശ്ശൂർ സപ്ന തിയേറ്ററിൽ സല്ലാപം എന്ന സിനിമ കാണാനിരിക്കുമ്പോൾ, അരയിൽ കെട്ടിയ കള്ളുംകുടവുമായി ചെത്തുകാർക്ക് സ്വതസ്സിദ്ധമായ നടത്തയോടെ തിരശ്ശീലയിൽ പെരുമാറുകയും, തെങ്ങിന്റെ മുകളിലേക്ക് വലിഞ്ഞ് കയറുകയും അതിന്റെ മുകളിലിരുന്ന് താഴെ പോകുന്ന മഞ്ജുവാര്യരെ പാട്ടുപാടി പരിഹസിക്കുകയും ചെയ്യുന്ന മണിയെ ഒരു പുതുമുഖത്തിന്റെ അറപ്പില്ലാതെ ആളുകൾ കൈയടിയോടെ ഏറ്റെടുക്കുന്നതാണ് മണിയെക്കുറിച്ചുള്ള എന്റെ ആദ്യ ഓർമ. വളരെ പെട്ടെന്നുതന്നെ മണി മലയാളസിനിമയുടെ അവിഭാജ്യഘടകമായി.

വാസന്തിയും ലക്ഷ്മിയും പിന്നെ ഞാനും എന്ന സിനിമയിൽ മണി അതി ഗംഭീരമായാണ് അന്ധനെ ആവിഷ്കരിച്ചത്. സംസ്ഥാന ചലച്ചിത്ര പുരസ്കാരത്തിൽ അത് വെറും മിമിക്രിയായി തരംതാഴ്ത്തപ്പെട്ടതായിരിക്കാം മണിയെ ജീവിതത്തിൽ ഏറ്റവും കൂടുതൽ വേദനിപ്പിച്ചിരിക്കുക. മോഹൻലാലിന്റെ കഥകളി നടൻ ഉന്നത ശീർഷനും തന്റെ അന്ധനായ ദളിത് വേഷം രാവേദികളിലെ സ്ഥിരം മിമിക്രി തമാശയും എന്ന വിവേചനം ബോധത്തോടെ അംഗീകരിക്കാൻ മണിയുടെ നേരുള്ള മനസ്സ് സമ്മതിക്കാത്തതായിരുന്നു പ്രശസ്തമായ ആ ബോധംകെടൽ. പിന്നീടുള്ള നിരവധി വേദികളിൽ അതിനെപ്പറ്റി തമാശ പറഞ്ഞുകൊണ്ടാണ് മണി തന്നെ നിഷേധിച്ചവരുടെ മുഖത്ത് കുത്തിയത്.

വളരെ പെട്ടന്നുതന്നെ കലാഭവൻ മണി എന്ന പേര് തെലുങ്കിലും തമിഴിലും കന്നഡയിലും പ്രശസ്തമായി. ജെമിനി എന്ന തമിഴ് സിനിമയിലെ വില്ലൻ തെന്നിന്ത്യൻ സിനിമയിൽ ഏറെ ചർച്ച ചെയ്യപ്പെട്ടു. കൊടുംകൊടുമയാർന്ന വില്ലനെയും ചിരിച്ചുകൊണ്ട് കഴുത്തറുക്കുന്ന സൗമ്യനായ വില്ലനെയും കണ്ട് ശീലിച്ച തമിഴ് ജനത മിമിക്രി കാണിക്കുന്ന വില്ലനെ കണ്ട് അമ്പരന്നു. നായകനുമുന്നിൽ എലിയായും സിംഹമായും ആനയായും മണിയുടെ വില്ലൻ പകർന്നാടി. അത് നേരിട്ട് കണ്ട് അമ്പരന്നത് പിന്നെയും കുറച്ചുകാലം കഴിഞ്ഞാണ്.

2004 ൽആണ്. സിബി മലയിൽ സംവിധാനം ചെയ്ത അമൃതം എന്ന സിനിമയുമായി, ടെലിവിഷൻ പരമ്പരകളിൽ നിന്ന് ഞാൻ സിനിമയിലെത്തുന്നത്. ആദ്യ സിനിമ തരക്കേടില്ലാത്ത അഭിപ്രായം നേടിയെങ്കിലും അടുത്ത സിനിമ പരാജയപ്പെട്ടു. അരക്ഷിതത്വത്തിന്റെയും സാമ്പത്തിക പരാധീനതയുടെയും ആ നാളുകളിലൊരുദിവസം അക്കു അക്ബർ ഒരു കഥയുമായി എന്നെ കാണാൻ വന്നു. രാജേഷ് ജയരാമൻ എന്ന കഥാകൃത്തിന്റെ ആണ്ടവൻ എന്ന കഥയ്ക്ക് ഞാൻ തിരക്കഥയൊരുക്കണമെന്നായിരുന്നു അക്കുവിന്റെ ആവശ്യം. ബെൻ ജോൺസൺ എന്ന സൂപ്പർഹിറ്റ് സിനിമ കഴിഞ്ഞ് കലാഭവൻ മണി സൂപ്പർസ്റ്റാറായി നിൽക്കുന്ന സമയം. വാസന്തിയും ലക്ഷ്മിയും പിന്നെ ഞാനും, കരുമാടിക്കുട്ടൻ, വാൽക്കണ്ണാടി തുടങ്ങിയ സിനിമകളിലൂടെ നേടിയെടുത്ത ഇമേജ് ആ സിനിമയിലൂടെ മണി ആക്ഷൻ ഹീറോ എന്ന പദവിയിലേക്കുയർത്തി. സിയാദ് കോക്കറായിരുന്നു നിർമാതാവ്. ഞങ്ങൾ മണിയെ കാണാൻ ചെന്നു. മലയാളികൾ ഇതിനോടകം പലവുരു പറഞ്ഞുകേട്ട 'പാടി' എന്ന ആ ഷെഡ്ഡിൽ മണിയോടൊപ്പം കഥ പറയാൻ ഞങ്ങളിലിരുന്നു. ഒരു കോളനിയിലെ പാവം കള്ളൻ വില്ലനായ മുതലാളിയെ കൊള്ളയടിച്ച് പകരംവീട്ടുന്ന ആ അതിസാധാരണമായ കഥ പറയുന്നതിനു മുമ്പ് അക്കു പറഞ്ഞു:

ഇത് കഥയല്ല, അടിയാണ്. ഒരു മുഴുനീള അടിപ്പടം.

പ്രമേയത്തേക്കാൾ അക്കുവിനെ പ്രചോദിപ്പിച്ചത് ഒരു അടിപ്പടം എടുക്കാൻ പോകുന്ന ത്രില്ലായിരുന്നു. മണിയും ആ ത്രില്ലിനൊപ്പം കൂടി.

കഥയെക്കാൾ അന്ന് പ്രധാനം തമാശകൾക്കായിരുന്നു. ഇത്രയും സൂക്ഷ്മമായ നിരീക്ഷണ പാടവവും നർമബോധവും ജീവിത നിരീക്ഷണവുമുള്ള ഒരാളെവച്ച് ഒരു അടിപ്പടം ഉണ്ടാക്കേണ്ടിവന്ന സർഗാത്മക ഗതികേടിൽ എനിക്ക് വേദന തോന്നി.

ആണ്ടവൻ എന്ന സിനിമയുടെ ഷൂട്ടിങ് കാലത്താണ് മണിയെ അടുത്തറിഞ്ഞത്. മണി ഒരിക്കലും ഒരാൾ ആയിരുന്നില്ല. ഒരു കൂട്ടമായിരുന്നു. ഡ്രൈവറും മാനേജരും സുഹൃത്തും സഹായിയും ഒക്കെയായി ഒരു സംഘം ആളുകൾ അയാൾക്കൊപ്പം എപ്പോഴും ഉണ്ടായിരുന്നു. ഷൂട്ടിങ് തുടങ്ങി രണ്ടാം ദിവസം ഉച്ചയ്ക്കാണ് മണി മൃഗങ്ങളെ അവതരിപ്പിച്ചു കാണിച്ചത്. പിന്തിരിഞ്ഞ് നടന്നുപോകുന്ന ആനയെയും സിംഹത്തിന് മുന്നിലിട്ട മാംസം കൊത്താൻ വശം തിരിഞ്ഞ് ചാടിച്ചാടി വരുന്ന കാക്കയെയും കണ്ട് ഞങ്ങൾ അദ്ഭുതപ്പെട്ടു. റോഡ് സൈഡിലെ വേസ്റ്റ് ബിന്നിൽ തീയിട്ടിരിക്കുന്നതറിയാതെ, ആർത്തിയോടെ ഉള്ളിലേക്കു ചാടിയ നായ പൊള്ളലേറ്റ് പ്രാണഭയത്തോടെ പായവേ, പാണ്ടി ലോറിക്കടിയിൽപ്പെടുന്നത് കണ്ട് അയ്യോ എന്ന് നെഞ്ചിൽ കൈവച്ചു. കാറിൽ നിന്ന് മദ്യം കട്ടെടുത്ത് കുടിച്ച് ഫിറ്റായി പോയ കുരങ്ങൻ പിറ്റേന്ന് ഹാങ് ഓവറിൽ തലവേദനയോടെ ഇരിക്കുന്നത് കണ്ട് വാവിട്ട് ചിരിച്ചു.

ഷൂട്ടിംങ് പുരോഗമിക്കവെ, ഒരു ദിവസം മണി ചോദിച്ചു. ഇത് നിങ്ങടെ ടൈപ്പ് പടല്ലാലേ ഗിരീഷേട്ടാ...

എന്നെക്കാൾ ഒരു വയസ്സിനു മൂപ്പായിരുന്നെങ്കിലും എഴുത്തുകാരന് നൽകേണ്ട ബഹുമാനമായിരുന്നു ചേട്ടാ വിളിയിലൂടെ പ്രകടിപ്പിച്ചത്. ആ ചോദ്യത്തിനു മുന്നിൽ ഞാനൊന്ന് സന്ദേഹിച്ചു.

'എന്തേ അങ്ങനെ ചോദിച്ചെ, നിങ്ങള് വല്യ എം.എ. ഒക്കെയാവും ഞാനേ പത്താംക്ലാസ് അസ്സലായി തോറ്റ ആളാ... ഒടിയന്റെ മുന്നിലാ മായം കെട്ട്?'

ഞാൻ സമ്മതത്തോടെ ചിരിച്ചു. പിന്നീടുള്ള ദിവസങ്ങൾ മണിയുമൊത്തുള്ള പാട്ടിലും തമാശയിലും. ആ പാട്ടും ചിരിയുമാണസ്തമിച്ചത്.

സത്യത്തിൽ മലയാളി മണിയെ ഏറ്റെടുത്തത് അഭിനയം കൊണ്ട് മാത്രമായിരുന്നില്ല. കേരളത്തിലെ അടിസ്ഥാനവർഗത്തിന്റെ മനസ്സിലേക്ക് പാട്ടുകൊണ്ടൊരു പാലം പണിതാണ് അയാൾ തന്റെ കൂടിയിരിപ്പ് സാധ്യമാക്കിയത്. സി.ജെ. കുട്ടപ്പൻ മാഷിന്റെയും ഡൈനമിക് ആക്ഷൻ ഗ്രൂപ്പിന്റെയും ഒക്കെ ശ്രമഫലമായി മലയാളത്തിലെ പൊയ്പ്പോയ നാടൻ പാട്ടുകളെ വീണ്ടെടുത്ത് ജനമധ്യത്തിൽ അവതരിപ്പിച്ച കാലത്താണ് മണിയുടെ രംഗപ്രവേശം. കരിന്തലക്കൂട്ടം, മുഖം ഗ്രാമീണ നാടകവേദി എന്നിങ്ങനെ കേരളത്തിലുടനീളം ചെറു നാടൻ പാട്ടുസംഘങ്ങൾ രൂപംകൊണ്ടിരുന്ന കാലം. ഞാറ്റ് പാട്ട്, തേക്കുപാട്ട്, കൊയ്ത്തുപാട്ട്, എന്നു തുടങ്ങി കേരളത്തിന്റെ കാർഷികവൃത്തിയുമായി രൂപം കൊണ്ടതും ആദിവാസി വിഭാഗങ്ങളടക്കമുള്ള ഒരു വലിയ സംസ്കാരത്തിന്റെ ശേഷിപ്പുകളുമായി

വീണ്ടെടുക്കപ്പെട്ടതുമായ നാടൻ ഈണങ്ങൾ കേരളത്തിലെ സാംസ്കാരിക സദസ്സുകളുടെ നിത്യസാന്നിധ്യമായിരുന്ന കാലം. ഒരു നാടൻ പാട്ടെങ്കിലും മൂളാൻ അറിയാത്തവൻ സാംസ്കാരിക പ്രവർത്തകനായി അംഗീകരിക്കപ്പെടാൻ ബുദ്ധിമുട്ടായിരുന്ന ആ കാലത്താണ്, ഒരു സാംസ്കാരിക സദസ്സിന്റെയും പിന്തുണയില്ലാതെ കലാഭവൻ മണി നാടൻ പാട്ടിന്റെ അംബാസിഡർ സ്ഥാനം നേടിയെടുത്തത്. നാദിർഷായുടെ നേതൃത്വത്തിൽ പുറത്തിറക്കിയ 'തൂശീമ്മെ കൂന്താരൊ' എന്ന കാസറ്റ് വിപണിയെ പിടിച്ചുകുലുക്കിയത് പിന്നീടുള്ള ചരിത്രം. സി.ജെ. കുട്ടപ്പൻ മാഷ് പാടി നടന്നിരുന്ന 'ഏനങ്ങോട്ട് പോകുമ്പൊ മാമ്പഴം കണ്ടേ... മാലുമ്മാ ലോലയ്യാ എന്ന പാട്ടിന് സമാന്തരമായി 'വടക്കോട്ട് പോകുമ്പൊ മാവ്മ്മെ മാങ്ങ... തൂശ്ശീമ്മെ കൂന്താരോ....' എന്ന പാട്ട് നാട്ടിൻ പുറങ്ങളിൽ അലയടിച്ചു. മണി തന്നെ പിൽക്കാലത്ത് പറഞ്ഞപോലെ അത് പാട്ടുകളായിരുന്നില്ല, മലയാളികളോടുള്ള അയാളുടെ വർത്തമാനങ്ങളായിരുന്നു. പകല് മുഴുവൻ പണിയെടുത്ത് കിട്ടണ കാശിന് കള്ളു കുടിച്ച് എന്റെ മോളെ കഷ്ടത്തിലാക്കല്ലേ വേലായുധാ... എന്ന പാട്ടിനെ മലയാളി അവന്റെ പ്രത്യക്ഷയാഥാർഥ്യത്തിലേക്കാണ് കേട്ടെടുത്തത്. പിൽക്കാലത്ത് ഒരു സ്വകാര്യ സംഭാഷണത്തിൽ മണി പറഞ്ഞു:

ആന്റണി ചാരായം നിരോധിച്ചതിനെതിരെയുള്ള പ്രതിഷേധമായിരുന്നു ആ പാട്ട്. അല്ലെങ്കിൽ കുറച്ച് കാശിന് ഫിറ്റായി ബാക്കി കാശും കൊണ്ട് വീട്ടിൽ പോവായിര്ന്നില്ലേ പാവങ്ങൾക്ക്.

പാതി തമാശയായിട്ടാണെങ്കിലും മണിയുടെ ആ പ്രസ്താവനയിൽ ഒരു ശരി ഉണ്ടായിരുന്നു. അത് അയാളുടെ ഇടതുപക്ഷ നിലപാടിനെ സാധൂകരിക്കുന്നതുമായിരുന്നു.

ശ്ലീലാശ്ലീലങ്ങളുടെ അതിർവരമ്പിൽ നിന്നാണ് മണി പലപ്പോഴും പാട്ടുകെട്ടിയത്. കണ്ണിമാങ്ങാ പ്രായത്തിൽ നിന്നെ ഞാൻ കണ്ടപ്പോൾ മാമ്പഴമാകട്ടേന്ന് എന്റെ പുന്നാരേ... വരാന്ന് പറഞ്ഞിട്ട് ചേട്ടൻ വരാതിരിക്കരുതേ... വരാതിരുന്നാലോ ചേട്ടന്റെ പരാതി തീരൂലാ... എന്നിങ്ങനെ തുടർച്ചായി ആ പാട്ടുകൾ പുറത്തുവന്നു. മിമിക്രിയുടെ രാവേദികളിൽ ദ്വയാർഥം ദ്യോതിപ്പിക്കുന്ന തമാശകളിൽ സദസ്സിനെ കൈയിലെടുക്കുന്ന അതേ അടവ് അയാൾ പാട്ടിലും പ്രയോഗിച്ചു. ആ വരികൾക്ക് കേരളത്തിന്റെ തനതായ നാടൻ ഈണമിട്ടു. വിസ്മയകരമായിരുന്നു ഫലം. ആബാലവൃദ്ധം അതേറ്റുപാടി. നഴ്സറി കുട്ടികൾ സ്കൂളിൽ പോകുമ്പോൾ കൈയടിച്ച് പാടി.

ചാലക്കുടി ചന്തയ്ക്ക് പോകുമ്പൊ ചന്ദനച്ചോപ്പുള്ള മീൻകാരി പെണ്ണിനെ കണ്ടു ഞാൻ...

വിമർശനരഹിതമായിരുന്നില്ല മണിയുടെ പാട്ടുജീവിതം. യഥാർത്ഥ നാടൻ പാട്ടുകൾക്ക് പകരം അശ്ലീലച്ചുവയുള്ള വരികൾ നാടൻ പാട്ടെന്ന പേരിൽ മണി വെറുതെ പാടുകയാണെന്ന് ആരോപണമുയർന്നു. പക്ഷേ,

അത് പ്രചരിപ്പിച്ചവർ ഫോക്‌ലോറിന്റെ തനത് സ്വഭാവത്തെക്കുറിച്ച് അജ്ഞരായിരുന്നു. ഓരോ കാലത്തെയും ജനത അവരുടെ നാടൻ ഭാവനയെയും വർത്തമാനത്തെയും മറ്റുള്ളവർക്ക് സംവദിക്കുന്നതിനായി കെട്ടിയുണ്ടാക്കുന്നതാണ് നാടൻപാട്ടുകളായി തലമുറ കൈമാറി വരുന്നത് എന്ന ഫോക്‌ലോർ തത്ത്വം മണിയും മനസ്സിലാക്കിയിരുന്നില്ല. പക്ഷേ, തന്റെ പാട്ടുകൾ കവിതയല്ല എന്നും അവ വർത്തമാനമാണെന്നും പറഞ്ഞപ്പോൾ മണി ഫോക്‌ലോറിന്റെ സ്ഥായിയായ സ്വഭാവത്തെ സാധൂകരിക്കുകയായിരുന്നു.

സാമ്പത്തിക പ്രയാസങ്ങൾ മൂലം ഒരുപാട് ഷെഡ്യൂളുകൾ നീണ്ടുപോയ ആണ്ടവൻ 2008ലാണ് റിലീസ് ചെയ്തത്. ആ വർഷം ഞാനും അക്കുവും 'വെറുതെ ഒരു ഭാര്യ' എന്ന മറ്റൊരു ചിത്രത്താൽ ഞങ്ങളുടെ തലവിധി തിരുത്തിയിരുന്നു. വെറുതെ ഒരു ഭാര്യ റിലീസ് കഴിഞ്ഞ് ഒരു ദിവസം മണിയെ വിളിച്ചു. പഴയ പരിചയം പുതുക്കവെ മണി പറഞ്ഞു:

പടം ഉഷാറാണ്ട്ടാ... ഇങ്ങനെയുള്ള പടം മതി ഇനി. എടയ്ക്ക്, നമ്മളേം വിളിച്ചോട്ടാ...

പിന്നീട് ഞാനും ഷാജി അസീസും ഒന്നിച്ച മറ്റൊരു സിനിമയിൽ വളരെ ചെറിയ ഒരു വേഷത്തിൽ ഞങ്ങൾ വിളിച്ചതുകൊണ്ട് മാത്രം മണി വന്നു.

ഇടയ്ക്ക് ചോട്ടാ മുംബൈ പോലുള്ള പടങ്ങളിലൂടെ മണി പിന്നെയും അദ്ഭുതപ്പെടുത്തുന്നുണ്ടായിരുന്നു. കോമഡി ചെയ്യുമ്പോൾ കഴുത്ത് ഒന്ന് നീട്ടി അല്പം ഉച്ചത്തിൽ സംഭാഷണമുരുവിടുന്ന മണി, വില്ലൻ വേഷങ്ങളിൽ പതിഞ്ഞ ചിരിയിലും സ്ഥായിയിലും അനന്യനായി. ചിരിപ്പിക്കുമ്പോൾ അളവറ്റ സ്നേഹം തോന്നുന്ന മുഖം വില്ലൻ വേഷങ്ങളിൽ ഭയപ്പെടുത്തും വിധം ഭാവം മാറി.

വർഷങ്ങൾക്കുശേഷം പിന്നീട് കാണുന്നത് മഴവിൽ മനോരമയിൽ 'ചിരിസിനിമ' എന്ന കോമഡി ഷോയിൽ പങ്കെടുക്കാൻ വന്നപ്പോഴാണ്. വല്ലാതെ മെലിഞ്ഞിരുന്നു. ഒരു തിളക്കമില്ലായ്മ മണിയുടെ കണ്ണുകളിൽ കണ്ടു.

എന്താ വല്ലാതെയിരിക്കുന്നെ... ഷുഗറുണ്ടോ എന്ന ചോദിച്ചപ്പോൾ മണി അല്പം ചൂടോടെ പറഞ്ഞു:

ഇനി അതു പറഞ്ഞ്ണ്ടാക്കീക്കോ... തെലുങ്ക് സിനിമയ്ക്കു വേണ്ടി ഡയറ്റിങ്ങിലാ ഞാൻ. കുറച്ച് കഴിഞ്ഞ് മണി ചോദിച്ചു.

മ്മടെ ആണ്ടവൻ ഇപ്പോ എല്ലാ മാസോം ടീവില്ണ്ടല്ലോ...

ജീവിതത്തിൽ നിന്ന് മായ്ച്ചുകളഞ്ഞ പാടായിരുന്നു മണ്യേ... ഇവിടെ ജോലിക്ക് വന്നപ്പൊഴാ അത് ഈ ചാനലിന്റെ കൈയിലാണെന്നറിഞ്ഞെ.

ചെറുചിരിയോടെ മണി പറഞ്ഞു:

തീട്ടം നാറും, എന്നുവച്ച് മനുഷ്യൻ അപ്പിടാണ്ടിരിക്ക്യോ...

അങ്ങനെ കരുത്യാമതി.

സാധാരണ ജീവിതം തൊട്ടറിഞ്ഞ ആ തത്ത്വസംഹിതയ്ക്കു മുന്നിൽ ഞാൻ അമ്പരപ്പോടെ നിന്നു.

മാസങ്ങൾ കഴിഞ്ഞ് കുടുംബവുമൊത്ത് സൂപ്പർമാർക്കറ്റിൽ നിൽക്കുമ്പോഴാണ് മണി മരിച്ചുവെന്ന വാർത്ത കേട്ടത്. ഈ വർഷം കേട്ട വാർത്തകളിൽ ഏറ്റവും ഷോക്കിങ് ആയ ഒന്നായിരുന്നു അത്. ഞാൻ മണിയുടെ അടുത്ത സുഹൃദ്വലയത്തിലെ ഒരാളായിരുന്നില്ല. മണിയെ തുടർച്ചയായി ഫോണിൽ വിളിക്കാറില്ല, അയാളുടെ സൗഹൃദസദസ്സുകളിൽ പങ്കെടുത്തിട്ടില്ല. പക്ഷേ, ആ രാത്രി മുഴുവൻ ഞാൻ സങ്കടപ്പെട്ടു. പിറ്റേന്ന് അവസാനമായി ഒന്നു കാണാനാണ് ചാലക്കുടിയിൽ എത്തിയത്. മണിയുടെ ഏറ്റവും നല്ല സിനിമകളിൽ ഒന്നായ ആയിരത്തിലൊരുവന്റെ സംവിധായകൻ സിബിമലയിലും നിർമാതാവ് സിയാദ് കോക്കറും എന്നോടൊപ്പമുണ്ടായിരുന്നു. ചാലക്കുടി മുനിസിപ്പൽ ഓഫീസിലെ മുകളിലെ ഹാളിൽ ഞങ്ങൾ മണി വരുന്നതും കാത്തിരുന്നു. സംവിധായകരായ ജോഷി, റാഫി, ഷാഫി, അക്കു അക്ബർ, നാദിർഷ തുടങ്ങി നൂറോളം സിനിമക്കാർ മണിയെ കാത്തിരിക്കുകയായിരുന്നു അവിടെ. പക്ഷേ, മണി വന്നതോടെ ജനക്കൂട്ടം ഇരമ്പിയാർത്തു. മുനിസിപ്പൽ ഓഫീസിന്റെ ഗേറ്റുകൾ തകർത്തുവന്ന ജനം മണിയെ കിടത്തിയ ഫ്രീസർ ആ ശരീരമടക്കം മറിച്ചിട്ടു. അമ്പരപ്പോടെ ഞങ്ങൾ അത് കണ്ടു നിന്നു. അതുതന്നെയായിരുന്നു തൃശ്ശൂരിലും സംഭവിച്ചത്. സിനിമകളിൽ പഴയപോലെ സജീവമല്ലാത്ത മണിയുടെ ജനപ്രീതിയെപ്പറ്റിയുള്ള പൊലീസിന്റെയും ബന്ധുക്കളുടെയും ധാരണാപ്പിശകാണോ അതോ മരണവും ആഘോഷമാക്കുന്ന ജനക്കൂട്ടത്തിന്റെ തിമിർപ്പാണോ...? കാത്തിരുന്നവർക്ക് കാണാനാകാതെ മണി ചിതയിലേക്കു മടങ്ങി. പക്ഷേ, ഇങ്ങനെയാവരുതായിരുന്നു അയാളെ യാത്രയയ്ക്കേണ്ടത്. ഇത്തിരി കൂടി അന്തസ്സോടെ, സൗമ്യതയോടെ വേണമായിരുന്നു അത്. മടങ്ങുമ്പോൾ മണിയുടെ ഒരു നാടൻ പാട്ട് ഓർമ വന്നു. ഇക്കൊല്ലം നമ്മക്ക്... ഓണംല്ല്യടീ കുഞ്ഞേച്ച്യേ.... കുട്ടേട്ടൻ വയ്യാണ്ട് കിടപ്പിലല്ലേ...

ഒരുപാട് ഓണം ബാക്കിവച്ചുപോയ ആ ഓർമകൾക്കുമുന്നിൽ പ്രണാമം.

■

മണി എന്ന മണ്ണിന്റെ മകൻ

ബിപിൻ ചന്ദ്രൻ

ഓഷോ കണ്ടതുപോലെ ഭൂമി സന്ദർശനം കഴിഞ്ഞുള്ള മടക്കമായോ കുമാരനാശാൻ കണ്ടതുപോലെ ഔപനിഷദികമായ തലത്തിൽ നിന്നോ ഒന്നും മരണത്തെ നോക്കിക്കാണാൻ എല്ലാവർക്കും കഴിഞ്ഞെന്നുവരില്ല. എന്നാൽ ജനിച്ചാൽ മൃതനിർണ്ണയമെന്ന ചിരന്തന യാഥാർത്ഥ്യത്തെ മനസ്സിലാക്കിയിട്ടുള്ളവരാണ് സാമാന്യ ബുദ്ധിയുള്ള മനുഷ്യരൊക്കെ. പ്രശസ്തർക്കും പ്രഗല്ഭർക്കും മഹിതാത്മാക്കൾക്കും മഹാനടന്മാർക്കുമെല്ലാം ബാധകമായ ഒരു കാലസത്യമാണല്ലോ അത്. സത്യനും നസീറും സോമനും സുകുമാരനും ജയനും രതീഷുമൊക്കെ മരിച്ചുപോയതു കണ്ടവരും അറിഞ്ഞവരുമാണ് മലയാളികൾ. അങ്ങനെ കാലകാലങ്ങളിൽ സിനിമയിൽ തിളങ്ങി നിന്ന പല താരകങ്ങളും കൊഴിഞ്ഞിട്ടുണ്ട്.

"കാലമതിന്റെ കനത്ത
കരംകൊണ്ടു
ലീലയാലൊന്നു പിടിച്ചു
കുലുക്കിയാൽ
പാടേ പതറിക്കൊഴിഞ്ഞു
പോം ബ്രഹ്മാണ്ഡ
പാദപപ്പൂക്കളാം താരങ്ങൾ
കൂടിയും"

പിന്നെ മണ്ണിലെ താരങ്ങളുടെ കഥ പറയേണ്ടല്ലോ?

ജോർജ് ആറാമന്റെ കോടതിയിൽ എം.പി. നാരായണപിള്ള പറയുന്നുണ്ട്: "ദുഷ്ടന്മാർ മരിച്ചുപോകുന്നു. ശിഷ്ടന്മാർ തിരിച്ചുപോകുന്നു. അത്രേയുള്ളു വ്യത്യാസം." കാലമെത്താതെ തിരിച്ചുപോകുന്നവർക്കും രണ്ടേയുള്ളു വഴി. അപകടമരണവും അസുഖം വന്നുള്ള മരണവും. പക്ഷേ, ഈ തത്ത്വങ്ങളെല്ലാം അറിയുന്ന നമുക്കു ചില മരണങ്ങളെ പെട്ടെന്ന് ഉൾക്കൊള്ളാനാകാതെ വരുന്നത് എന്തുകൊണ്ടാണ്? കണക്കുകൂട്ടി വച്ച ചില പ്രായസീമകളെത്തും മുൻപേ പ്രതീക്ഷകൾക്കു വിപരീതമായി ചിലരൊക്കെ സമയരഥങ്ങളിൽ ചാടിക്കയറി മറുകരയ്ക്കു പോകുമ്പോഴാണ് നമുക്കാ മടക്കവാർത്തകൾ ദഹിക്കാതെ വരുന്നത്.

"പ്രണയത്തിനുണ്ട് ചില ഗണിതവും യുക്തിയും
യുക്തിക്കതീതമാം അറിവും"

പ്രണയത്തിനു മാത്രമല്ല മരണത്തിനുമുണ്ടത്.

മനുഷ്യന്റെ തുച്ഛയുക്തികളേയും വികലഗണിതങ്ങളേയും, പരാജയപ്പെടുത്തിക്കൊണ്ടാണ് കലാഭവൻ മണി എന്ന നടന്റെ മരണവാർത്ത സന്ധ്യ കഴിഞ്ഞപ്പോൾ നമ്മുടെയൊക്കെ മൊബൈലുകളുടേയും ടിവികളുടേയും സ്ക്രീനുകളിൽ തെളിഞ്ഞത്. തങ്ങളെ കണക്കറ്റു രസിപ്പിച്ച ഒരു വ്യക്തി ജീവിതത്തിന്റെ മറയലായിരുന്നു ആ വാർത്തയുടെ തെളിയൽ എന്ന യാഥാർത്ഥ്യം ദഹിപ്പിച്ചെടുക്കാൻ സാധാരണക്കാരായ മലയാളികൾ ഒരുപാടു കഷ്ടപ്പെട്ടു. "ഓ...മരിച്ചതൊന്നും ആയിരക്കത്തില്ലന്നേ, വല്ല നെഞ്ചെരിച്ചിലും വന്ന് ആശുപത്രിയിൽ പോയതായിരിക്കും. കടുകിന്റെ കഷണം കണ്ടാൽ കാക്ക ഛർദ്ദിച്ചെന്നു പറഞ്ഞുള്ള വാർത്തയല്ലേ ഇപ്പോൾ ഫോണിലൂടെ വരുന്നത്. പറഞ്ഞു കൊല്ലും അവന്മാര്." കൂരാലിക്കവലയിൽ ദോശചുട്ടുകൊണ്ടു നിന്ന തട്ടുകടക്കാരൻ രാജുച്ചേട്ടന്റെ കമന്റിൽ വായിച്ചെടുക്കാമായിരുന്നു ആ ദഹനക്കേട്. കോട്ടയം മെഡിക്കൽ കോളേജിലെ അനസ്തേഷ്യാ വിഭാഗത്തിലെ ഡോക്ടർ എലിസബത്ത് ജെയിംസ് മുതൽ ഹയർ സെക്കൻഡറി അധ്യാപകനായ പ്രിയദർശൻ വരെ കേട്ട വാർത്ത ശരിയാണോ എന്ന് ഫോണിൽ വിളിച്ചു വീണ്ടും വീണ്ടും ഉറപ്പാക്കാൻ ശ്രമിക്കുമ്പോൾ ശരാശരി മലയാളിക്കെല്ലാം ഉണ്ടായ അവിശ്വസനീയത അനുഭവിച്ചുകൊണ്ടിരിക്കുകയായിരുന്നു ഞാനും.

ഡസൻകണക്കിനു സിനിമയൊന്നും എഴുതിയ തിരക്കഥാകൃത്തല്ല ഞാൻ. പക്ഷേ, സഹകരിച്ച ഒരു സിനിമയിലും ഒരു കഥാപാത്രമായി കലാഭവൻ മണിയെ പ്രതിഷ്ഠിക്കാനുള്ള അവസരം എനിക്കു ലഭിച്ചിട്ടില്ല. മാത്രമല്ല, ആ നടന്റെ വേഷപ്പകർച്ചകൾ തിരശ്ശീലയിൽ കണ്ടു വിസ്മയിച്ചിട്ടുള്ളതല്ലാതെ മണി എന്ന പച്ച മനുഷ്യനെ നേരിട്ടുകാണാൻപോലും കഴിഞ്ഞിട്ടില്ലെനിക്ക്. പക്ഷേ, മറഞ്ഞുപോയ ഒരു മനുഷ്യനെക്കുറിച്ചു കുറിപ്പെഴുതാനുള്ള അവകാശം അയാളുമായി നേർബന്ധമില്ലാത്ത മനുഷ്യർക്കുമുണ്ടല്ലോ? അല്ലെങ്കിലും വ്യക്തിപരമായി നേരിട്ടറിഞ്ഞിട്ടല്ലല്ലോ രാഷ്ട്രീയത്തിലും സാഹിത്യത്തിലും സിനിമയിലുമൊക്കെയുള്ള ഒരുപാടു പേരെ നാം ഇഷ്ടപ്പെട്ടിട്ടുള്ളത്.

ഡിഗ്രിക്കു പഠിക്കുന്ന കാലത്തായിരുന്നു സല്ലാപം എന്ന സുന്ദർദാസ് -ലോഹിതദാസ് സിനിമയുടെ വരവ്. ആ സിനിമയിൽ "തങ്കഭസ്മക്കുറിയിട്ട തമ്പുരാട്ടി" എന്നു പാടി മഞ്ജുവാര്യരെ ശല്യപ്പെടുത്തുന്ന നാടൻ ചെത്തുകാരൻ സത്യത്തിൽ തെങ്ങിലേക്കല്ലായിരുന്നു. മലയാളിയുടെ മനസ്സിലേക്കായിരുന്നു കയറിപ്പറ്റിയത്. അവിടം മുതലുള്ള കലാഭവൻ മണിയുടെ ഉയർന്നു പറക്കലുകളെ അടയാളപ്പെടുത്താൻ എന്തുകൊണ്ടും യോജിക്കുന്നുണ്ട് കെ.ജി.ശങ്കരപ്പിള്ളയുടെ തിരസ്കാരത്തിലെ വരികൾ:

"കനികളുടെ പുതുമയിലേക്ക്
കുഞ്ഞുങ്ങളുടെ ഉണർവുമായി,
എച്ചിലിന്റെ പഴമയിലേക്ക്
പിച്ചക്കാരിയുടെ നാവുമായി,
നനഞ്ഞ കൈ കൊട്ടുന്ന ശ്രാദ്ധമുറ്റത്തേക്ക്
പിതൃക്കളുടെ കണ്ണുകളുമായി,
മഴയുടെ ആഴത്തിലേക്ക്
മത്സ്യത്തിന്റെ മണവുമായി,
വെയിലിന്റെ ദൂരത്തിലേക്ക്
അമ്പിന്റെ ലക്ഷ്യവുമായി
അതു പറന്നു.
മയിലിനോടും കുയിലിനോടും
അരയന്നത്തോടും തോറ്റ്
ജനകീയതയിൽ ജയിച്ച്
വെളിച്ചത്തിൽ വിശ്വസിച്ച്
കറുകറുത്ത് വളർന്ന്
അതൊരു വലിയ കാക്കയായി
ഭൂമിയിലും ആകാശത്തിലും
അതിന് വഴികൾ അവസാനിച്ചില്ല."

മണി മമ്മൂട്ടിയുടെ കൂടെയും മോഹൻലാലിന്റെ കൂടെയും രജനീകാന്തിന്റെ കൂടെയും അഭിനയിച്ചു. മലയാളത്തിലും തമിഴിലും തെലുങ്കിലും അഭിനയിച്ചു. ലാൽ ജോസിന്റെയും ലിജോ പെല്ലിശ്ശേരിയുടേയും ശങ്കറിന്റേയും സിനിമകളിൽ അഭിനയിച്ചു. നടനായി മാത്രമല്ല നാടൻ പാട്ടുകാരനായും നാട്ടുകാരെ സന്തോഷിപ്പിച്ചു.

എം.ഡി.രാമനാഥനെ മനസ്സിലേറ്റിയവർക്കു മണിയൊരു ഗായകനേയല്ലായിരിക്കാം. കാംബോജി രാഗത്തിലുള്ള കൃതികളുമായി 'കണ്ണിമാങ്ങാ പ്രായത്തിൽ' എന്ന പാട്ടിനെ താരതമ്യപ്പെടുത്തേണ്ട കാര്യവുമില്ല. സംഗീതജ്ഞർ പറഞ്ഞു വഷളാക്കിയ ഒരു വൃത്തികെട്ട ക്ലീഷേയാണല്ലോ സംഗീത മഹാസാഗരമെന്നത്. ബാക്കിയെല്ലാ കലകളും കായലിന്റെയോ കാട്ടാറിന്റെയോ പ്രാധാന്യമേ അർഹിക്കുന്നുള്ളു എന്നൊരു കുറച്ചുകാട്ടലിന്റെ ധ്വനിയും ആ സാഗരോപമയിൽ ഉൾച്ചേർന്നിട്ടുണ്ട്. പക്ഷേ, പാട്ടിന്റെ തിയറിയൊന്നുമറിയാത്ത ഒരുപാടു മലയാളികൾ മണിയുടെ പാട്ടുതോണിയിൽ സന്തോഷത്തോടെ തുഴഞ്ഞു കളിച്ചിട്ടുണ്ടെന്നതൊരു പച്ചപ്പരമാർത്ഥമാണ്. സാഗരസഞ്ചാരങ്ങളേക്കാൾ ചിലപ്പോഴൊക്കെ കൈത്തോട്ടിലെ കൊച്ചുവള്ളങ്ങളിലുള്ള യാത്രയാകും സുഖദായകമാവുക.

മഞ്ഞമഞ്ഞബൾബുകൾ മിന്നിമിന്നിക്കത്തിയിരുന്ന ഞങ്ങളുടെ ലോഡ്ജ് മുറികളിൽ, കള്ളുഷാപ്പിലെ വീഞ്ഞപ്പലകയടിച്ച ഡെസ്കുകളിൽ എത്രയോ ആഘോഷ രാവുകളിൽ ഞങ്ങൾക്ക് ഊർജത്തിന്റെ ഉത്സവം നൽകിയിട്ടുണ്ട് മണിപ്പാട്ടിന്റെ താളക്കൊട്ടുകൾ. കൊട്ടാരം

ലോഡ്ജിലെ മുറിയിൽ കഥാകൃത്ത് സന്തോഷ് എച്ചിക്കാനം ബാലചന്ദ്രൻ ചുള്ളിക്കാടിന്റെ 'സഹശയനം' ചൊല്ലിയ രാത്രി നന്നായി ഓർക്കുന്നുണ്ട് ഞാൻ. കവിതചൊല്ലിക്കഴിഞ്ഞപ്പോൾ കവിയായ വിനു ജോസഫ് കഞ്ഞിക്കലം ഘടമാക്കി താളമിട്ടു.

പത്രപ്രവർത്തകനായ നിയാസ് കരീം കലാഭവൻ മണിയുടെ കാസറ്റിലെ പാട്ടൊന്നു കാച്ചി. കൈയടി കൂടുതൽ കിട്ടിയതു ഹൈ വോൾട്ടേജുള്ള നാടൻ പാട്ടിന്റെ വൈദ്യുതാലിംഗനത്തിനായിരുന്നു. എത്രയെത്ര വിനോദയാത്രാ വാഹനങ്ങളിൽ വിദ്യാർത്ഥികളും ചെറുപ്പക്കാരുമൊക്കെ പാടിയും ആടിയും ക്ഷീണിച്ചപ്പോൾ ടാർസനെപ്പോലെ കാസറ്റ് വള്ളിയിൽ നിന്നൂർന്നിറങ്ങി വന്ന് അവരുടെ തളർച്ച മാറ്റി എനർജി നിറയ്ക്കുന്ന ബൂസ്റ്ററായി മാറിയിട്ടുണ്ടാകും മണിയുടെ നാടൻ പാട്ടിന്റെ ശീലുകൾ.

വർഷങ്ങൾക്കുമുൻപു ചങ്ങനാശ്ശേരി അനു തിയറ്ററിൽ നിന്നു കണ്ട കോമഡിപ്പടമായ കിരീടമില്ലാത്ത രാജാക്കൻമാരിലെ ങ്യേ ഹഹഹഹ... എന്ന മണി ബ്രാൻഡ് ചിരി പറിഞ്ഞുപോകാതെ മനസ്സിൽ പതിച്ചുവച്ച ആരാധകനാണ് ഞാൻ. ആ ചിരിയെന്നെ ഒരിക്കൽ വെള്ളം കുടിപ്പിച്ചിട്ടുണ്ട്. ബിഎ കഴിഞ്ഞ സമയത്ത് പയ്യന്നൂർ കോളേജിലെ പ്രിൻസിപ്പലും ബന്ധുവുമായ ഗോവിന്ദൻ കുട്ടി മാഷിന്റെ കൂടെ ഒരു നാഷനൽ സർവീസ് സ്കീം ക്യാംപിൽ ചെന്നപ്പോൾ കോളേജ് വിദ്യാർത്ഥികൾ എന്നോടു മണിച്ചിരി അനുകരിക്കാൻ ആവശ്യപ്പെട്ടു. കാമ്പസ് തിയറ്ററിൽ സജീവമായിരുന്ന എന്നെ മിമിക്രി കലാകാരനായി പരിചയപ്പെടുത്തിയതാണു വിനയായത്. ഒടുവിൽ മുട്ടുശാന്തിക്കു ജനാർദ്ദനനേയും എം.എസ്. തൃപ്പൂണിത്തുറയേയും ഒക്കെ അനുകരിച്ചിട്ടു മണിച്ചിരി ചിരിക്കാൻ മണിക്കു മാത്രമേ പറ്റു എന്ന ഡയലോഗ് അടിച്ച് രക്ഷപ്പെടുകയായിരുന്നു.

പി.ക്യു. എന്നൊക്കെ ജലന്ധറിന്റെ സ്പെല്ലിങ് പറഞ്ഞു സുരേഷ് ഗോപിയുടെയും ജയറാമിന്റെയും സംയുക്തമായി ഇടി മേടിച്ചു കൂട്ടുന്ന സമ്മർ ഇൻ ബത്‌ലഹേമിലെ മോനായി മൈമൂൺ തിയറ്ററിനെ ചിരിയുടെ പൂരപ്പറമ്പാക്കുന്നതു കാണുമ്പോൾ ഞാൻ മഹാരാജാസിലെ എം.എ. വിദ്യാർത്ഥി ആയിരുന്നു. അന്ന് ഞാൻ ആ പടം കണ്ടതു ഹോസ്റ്റലിലെ റൂം മേറ്റായ അൻവർ എ. ആറിന്റെ കൂടെ ആയിരുന്നു. പിന്നീടു കാലം മാറി, കഥ ഒരുപാടു മാറി. മഹാരാജാസ് ഹോസ്റ്റലിൽ ടൈൽസ് ഇട്ട ടോയ്‌ലറ്റുകൾ വന്നു. മൈമൂൺ തിയറ്റർ പൂട്ടി. പൂട്ടിയ ദീപ, കാനൂസെന്ന പേരിൽ തുറന്നു. കൊല്ലംകാരൻ അൻവർ എ.ആർ എന്ന വിദ്യാർത്ഥി കേരളത്തിന്റെ പ്രിയപ്പെട്ട സംവിധായകൻ അൻവർ റഷീദായി. അവന്റെ ഛോട്ടാ മുംബൈയിൽ തിടമ്പേറ്റിയ ഗജവീരനെപ്പോലെ നടേശനെന്ന വില്ലനായി കലാഭവൻ മണി നെഞ്ചുവിരിച്ചു കൊമ്പൻ മീശ പിരിച്ചു. കടാമുട്ടൻ സൈസിൽ നിന്നു. മലയാളത്തിൽ മണി ചെയ്ത മറക്കാനാകാത്ത വില്ലൻ വേഷമായിരുന്നു അത്.

കലാഭവൻ മണി – ഓർമ്മകളിലെ മണിമുഴക്കം

പണ്ടത്തെ സഹപാഠിയും കോളേജ് യൂണിയനിലെ സഹമെംബറുമായ ആഷിഖ് പി.എ, ആഷിഖ് അബു എന്ന സംവിധായകനായപ്പോൾ തന്റെ കന്നിച്ചിത്രത്തിലെ ഒന്നാം വില്ലനാക്കാൻ ഉദ്ദേശിച്ചതും കലാഭവൻ മണിയെ ആണ്. പക്ഷേ, അന്ന് യഥാർത്ഥത്തിൽ വില്ലനായതു സെറ്റുകളിൽ നിന്നു സെറ്റുകളിലേക്കു പറന്നുകൊണ്ടിരുന്ന മണിയുടെ ഡേറ്റ് ആയിരുന്നു. ഡാഡികൂളിന്റെ ഡയലോഗ് എഴുത്തുകാരനായ ഞാൻ വളരെ വിഷമത്തോടെയായിരുന്നു മണിച്ചേട്ടനു പറയാൻ പാകത്തിന് എഴുതിവച്ചതൊക്കെ വെട്ടിത്തിരുത്തി ആശിഷ് വിദ്യാർത്ഥിയുടെ മറുനാടൻ നാവിനു പരുവത്തിലാക്കിയെടുത്തത്.

മണിപറയാതെ പോയ വരികൾ ഒരു പടമെഴുത്തുകാരനെന്ന നിലയിൽ എന്റെ സ്വകാര്യസങ്കടം മാത്രമാണ്. അദ്ദേഹത്തിന്റെ വേർപാടിൽ പൊട്ടിക്കരയുന്ന ബന്ധുക്കളുടെയും സുഹൃത്തുക്കളുടേയും തീരാവേദനയ്ക്കു മുൻപിൽ സിനിമാ സ്നേഹികളുടേയും സിനിമാ പ്രവർത്തകരുടേയും മനോവിഷമത്തിന്റെ തോത് ചെറുതായിരിക്കാം. പക്ഷേ, പട്ടിണിക്കാരനായ ഒരു ചാലക്കുടിക്കാരൻ അത്രത്തോളം മനം കവർന്നതുകൊണ്ടാണല്ലോ ഇത്രത്തോളം മലയാളികൾ ആ വേർപാടിൽ വിഷമിക്കുന്നത്. അതൊരു ചെറിയ കാര്യമല്ല. കലാഭവൻ മണി ഭരതമുനിയുടെ നാട്യ ശാസ്ത്രമോ പോൾ മ്യൂനിയുടെ അഭിനയ ശാസ്ത്രമോ അറിഞ്ഞിരുന്നില്ലായിരിക്കാം. പക്ഷേ, ഇതൊക്കെ അരച്ചു കലക്കി കുടിച്ചവരെന്ന ഭാവത്തിൽ നടക്കുന്ന ചില അല്പപ്രതിഭകളേക്കാൾ മണിയുടെ ക്രൂഡായ അഭിനയത്തെ സ്നേഹിച്ചിരുന്നു ഒരുപാടു സിനിമാപ്രേമികൾ. സ്റ്റേജ് ഷോകളിലും മറ്റും എത്തുമ്പോൾ ലഭിച്ചിരുന്ന കാതടിപ്പിക്കുന്ന കരഘോഷം മണി വിലകൊടുത്തു വാങ്ങിയിരുന്നതല്ല. അതു തിരിച്ചൊന്നും പ്രതീക്ഷിക്കാതെ സാധാരണക്കാരായ ജനങ്ങൾ മണിക്കുനൽകിയ സ്നേഹത്തിന്റെ ശക്തമായ അടയാളമായിരുന്നു.

മണിമുഴക്കം എന്ന വാക്കു കേൾക്കുമ്പോൾ മലയാള സാഹിത്യ വിദ്യാർത്ഥികളുടേയും കവിതാ പ്രേമികളുടേയും മനസ്സിൽ ആദ്യം ഓടിയെത്തുക ഇടപ്പള്ളി രാഘവൻ പിള്ളയുടെ വരികളാണ്.

'മണിമുഴക്കം മരണദിനത്തിന്റെ
മണിമുഴക്കം മധുരം– വരുന്നു ഞാൻ'

ഇപ്പോഴാ വാക്ക് മലയാളത്തിലെ സാഹിത്യ വിദ്യാർത്ഥികളുടെ എന്നല്ല ശരാശരി മലയാളികളുടെ മുഴുവൻ മനസ്സിലും തെളിയിക്കുക കലാഭവൻ മണി എന്ന അഭിനേതാവിന്റെ മുഖമായിരിക്കും. പക്ഷേ, തിരശ്ശീലയ്ക്കു വെളിയിലെ ജീവിതത്തിൽനിന്ന് ആ മുഖം എന്നേയ്ക്കുമായി മാഞ്ഞുപോയത് ആലോചിക്കുമ്പോൾ മനസ്സിൽ മധുരം നിറയില്ലെന്നു മാത്രം.

(14-03-2016, ലക്കം : 43, മലയാളം വാരിക)

■

കെട്ടഴിഞ്ഞ പാട്ടരങ്ങിലെ മണിശബ്ദ താരാവലി

ഡോ. സി.ആർ. രാജഗോപാലൻ

"ഓടപ്പഴം പോലൊരു
പെണ്ണിനു വേണ്ടി ഞാൻ
കൂടപ്പുഴ ആകെ അലഞ്ഞോനാണ്ടി"

കേരള യൂണിവേഴ്സിറ്റി അക്കാദമിക് സ്റ്റാഫ് കോളേജിൽ ദേശി സൗന്ദര്യബോധത്തെപ്പറ്റി ഒരു ക്ലാസ്സ് എടുത്തപ്പോൾ കേരളീയ നാട്ടു സൗന്ദര്യത്തിനു പ്രേരകമായ 'അണിവാക്കു'കളുടെ ചിഹ്നസൂചകത്വ സൗന്ദര്യം ഇങ്ങനെയാണ് ആവിഷ്കരിച്ചത്: ശില്പം, ചമയം, വാദ്യം, ആട്ടം, പാട്ട്, കളി, നെയ്ത്ത്, കൊയ്ത്ത്, പണിത്തരം തുടങ്ങിയ കലാവിഷ്കാരങ്ങളിലെല്ലാം ആവർത്തിച്ചുവരുന്ന മൊഴിമുത്തുകളാണ് അണി, മണി, ചീര്, കതിർ, കരി, കളം, അല്ലി, കെട്ട്, വടിവ്, ചെം, അര, കണ്ണ്, എഴുത്ത്, തിര, തുടങ്ങിയ നാട്ടുവാക്കുകൾ. മലനാടിന്റെ കലാചരിത്രമുദ്രകൾ കൊത്തിവെയ്ക്കുന്നത് ഇത്തരം ചുറ്റുളികൾകൊണ്ടാണ്. ഈ അണിവാക്കുകൾക്ക് കാഴ്ചയിലും ബോധത്തിലും സംസ്കാരത്തിന്റെ പൊലികൂട്ടുന്ന ചിഹ്നവംശങ്ങളുടെ സ്ഥാനമുണ്ട്. അന്നാണ് മണിതരംഗത്തെക്കുറിച്ചുള്ള ഒരാശയം ഉടലെടുത്തത്. അത് മണിമങ്ക, മണിമേഖല മുതലുള്ള മണിവംശത്തിന്റെ ജൈത്രയാത്രയായിരുന്നു.

കലാകാരന്റെ സാംസ്കാരിക ദൗത്യങ്ങൾ

സംസ്കാരം ആരുടെ നിർമിതിയാണ് എന്ന ചോദ്യത്തിൽ നിന്നാണ് നവലോക സംസ്കാര പഠനങ്ങൾ ആരംഭിക്കുന്നത്. അഭിജാത കല എന്ന അർഥത്തിലാണ് ആധുനികതയുടെ സംസ്കാരവ്യവഹാരങ്ങൾ നിലകൊള്ളുന്നത്. എന്നാൽ സാധാരണക്കാരുടെ ആവിഷ്കാരങ്ങൾ 'കല' യായി പരിഗണിക്കുവാൻ സംസ്കാരകോവിദന്മാർ തയ്യാറായിരുന്നില്ല. സംസ്കാരത്തിന്റെ രാഷ്ട്രീയവും രാഷ്ട്രീയത്തിന്റെ സംസ്കാരവും വിലയിരുത്തുമ്പോഴാണ് അരികുസത്യങ്ങളായി മാറ്റിനിറുത്തപ്പെട്ട ജനകീയ സംസ്കാരത്തിന്റെ കലാചരിത്രം നാം തിരിച്ചറിയുന്നത്. ജനപ്രിയത എന്ന യാഥാർഥ്യത്തെ പുനഃസൃഷ്ടിച്ചുകൊണ്ട് പുതിയ സൗന്ദര്യമൂല്യങ്ങൾ

കണ്ടെത്തുന്നതാണ് റയ്മണ്ട് വില്യംസ്, ഇ.പി.തോംസൻ, ജെ. സ്ട്രീറ്റ്, സ്റ്റുവർട്ട് ഹാൾ, ടോണി ബനറ്റ്, ജെ. സ്റ്റോറി എന്നിവരുടെ പ്രതിസംസ്കാരപഠനങ്ങൾ. വിസമ്മതത്തിന്റെയും പ്രതിരോധത്തിന്റെയും ആട്ടക്കളമാണ് ജനപ്രിയസംസ്കാരം. സംസ്കാര നിർണയത്തിൽ സാംസ്കാരികാധിനിവേശത്തിന്റെ പ്രത്യയശാസ്ത്രങ്ങൾ കാണാം. കാപ്പിറ്റലിസം നിർമിച്ചുവെച്ച സാംസ്കാരിക ധാരകളുടെ പ്രത്യയശാസ്ത്രങ്ങൾ മൂലമാണ് അടിസ്ഥാനജനതയുടെ ദേശി കലാമൂല്യങ്ങൾ എന്നെന്നും പാർശ്വവത്കരിക്കപ്പെടുന്നത്. കലാഭവൻ മണിയെപ്പോലുള്ള ഒരു കലാകാരന്റെ സാംസ്കാരികദൗത്യങ്ങൾ തിരിച്ചറിയുന്നത് ഈ പശ്ചാത്തലത്തിലാണ്.

നാട്ടുകലാകാരന്മാരും കൈവേലാനൈപുണികളും അവരുടെ ആത്മത്വത്തിന്റെ, അറിവിന്റെ ആവിഷ്കാരമായി അടിച്ചമർത്തപ്പെട്ട ഇത്തരം നാട്ടുപൈതൃകങ്ങൾ മുന്നോട്ടുകൊണ്ടുവരുവാൻ ശ്രമിച്ചിട്ടുണ്ട്. കണ്ടും കേട്ടും ചെയ്തും പുനഃസൃഷ്ടിക്കുന്ന ഈ തനതുചേലിന്റെ നാട്ടുവഴക്കങ്ങൾ നിഘണ്ടുവിലോ ലെക്സിക്കനിലോ അക്കാദമിക് വേദികളിലോ കാണാൻ കഴിയില്ലായിരിക്കാം. എന്നാൽ നാടോടി കാതോര സംസ്കാരത്തിൽ ദേശമാനവികമൂല്യങ്ങൾ കൈമാറ്റം ചെയ്യുന്ന 'വിദ്യാഭ്യാസ' രീതിയുണ്ടായിരുന്നു. ഇത്തരം അണിവാക്കുകൾ സംസ്കാരത്തിന്റെ അവഗണിക്കപ്പെട്ട രാഷ്ട്രീയ ചരിത്രത്തിൽ ദൃശ്യ അടയാളത്തിന്റെയും പ്രതീകത്തിന്റെയും തലത്തിലേക്കുയർന്നിട്ടുണ്ട്. ഭൂമിശാസ്ത്ര സൂചകങ്ങൾ ലോകത്തിന്റെ മറുകരകടക്കുന്നതുപോലെ ഇത്തരം മുനകൂർത്തവടുക്കൾ മണ്ണടരുകളിൽ നിന്ന് എഴുന്നുവരുന്നു. നൈജീരിയയിലെ ഉദഗ്രമായ ശില്പങ്ങളിൽ നിന്ന് പാബ്ലോ പിക്കാസോ കണ്ടെടുത്തത് ഈ ആഫ്രിക്കൻ പ്രബുദ്ധതയായിരുന്നു. നാട്ടുസംസ്കൃതിയുടെ ചേലുകളിൽ നിന്നും മൺതാളങ്ങളിൽനിന്നും കലാഭവൻ മണിയും ഉണർത്തിയെടുത്തത് പാട്ടരങ്ങിന്റെ തന്റേടാട്ടമായിരുന്നു. മുഖ്യധാരാ സംസ്കാരത്തിൽ കടന്നുവരാത്ത ജനപ്രിയബിംബങ്ങൾ തുള്ളിത്തെളിഞ്ഞത് ഈ നാട്ടരങ്ങിലാണ്. സിനിമയ്ക്കപ്പുറം മനോരഞ്ജകസദസ്സുകളിൽ കലാഭവൻ മണിയുണ്ടാക്കിയ കാറ്റ് പുഴത്താളമായിരുന്നു. 'പള്ളിവാള് ഭദ്രവട്ടകം, ആദിയില്ലല്ലോ അന്തമില്ലല്ലോ, ആട് പാമ്പേ ആടാടു പാമ്പേ, മുത്തപ്പൻകാവിലെ, നേരം വെളുത്തില്ല ചെക്കലു വിട്ടില്ല, പകലുമുഴുവൻ പണിയെടുത്ത്, ഒന്നാം കണ്ടം പൊടി പറന്നേ, കരുവന്നൂർ പുഴ നിറയുമ്പോൾ, മയിലാടും കുന്നത്ത് നിൽക്കണെ, മാരി പൂമാരി പേമാരി പെയ്തു' തുടങ്ങി കുലകവികളും പണിയാളകവികളും വാളരികെട്ടിയ പാട്ടുകൾ മണി പുതുതലമുറയ്ക്കായി പൊലികൂട്ടി കാർഷികവും മാനവികവുമായ ജനപ്രിയസംസ്കാരത്തിന്റെ ചിഹ്നസന്ദേശങ്ങളാണ് മണി കൈമാറിയത്.

ജനപ്രിയ സംസ്കാരത്തിന്റെ പോരാട്ടങ്ങൾ

ജനപ്രിയ സംസ്കാരം ഒറ്റപ്പെട്ട ആവിഷ്കാരങ്ങളേക്കാൾ സടകുടഞ്ഞെഴുന്നേൽക്കുന്ന സംസ്കാരപ്രക്രിയയും രാഷ്ട്രീയസമരവുമാണ്.

ജനങ്ങൾ ജനങ്ങൾക്കു വേണ്ടി നിർമിക്കുന്നതാണ് സംസ്കാരം. സജീവ സംസ്കാരത്തിന്റെ ജീവിത ശൈലിയും സാംസ്കാരികപ്രയോഗങ്ങളും യുവജനങ്ങളുടെ ആഘോഷങ്ങളുമാണ് ജനകീയകൂട്ടായ്മയിൽ പുനർജ നിക്കുന്നത്. സംഗീതം, ഗ്രാഫിറ്റി, തെരുവുകലകൾ, ചന്തകൾ, കാർവലു കൾ, പോപ്പുകൾച്ചർ, ജനകീയസിനിമകൾ, വിനോദപരിപാടികൾ, നഗര നാടോടിത്തങ്ങൾ, ക്രാഫ്റ്റ് മേളകൾ, ഉത്സവങ്ങൾ, കലാകായിക മേള കൾ എന്നിങ്ങനേയുള്ള പുതിയ പാഠാന്തരസന്ദർഭങ്ങൾ, സാർഥകമായ കുതിപ്പുകൾ നടത്തുന്നു. സാമാന്യജനങ്ങളുടെ അഭിരുചിക്കൊത്ത ഏതു നവീനമായ പുനരാഖ്യാനവും ഉത്പന്നവും ജനപ്രിയസംസ്കാരത്തിന്റെ വ്യാഖ്യാനത്തിൽ കടന്നുവരുന്നുണ്ട്. 'റേറ്റിങ്ങി'ന്റെ അടിസ്ഥാനം ജനപ്രി യതയാണ്. മുതലാളിത്തത്തിന്റെ കുത്തകോത്പാദനത്തിനും കലാസം സ്കാരത്തിനുമെതിരായ ജനനൈപുണികളുടെ 'അപരിഷ്കൃത നിർമിതി'കളാണ് ജനപ്രിയമാകുന്നത്. ഗോത്ര-നാടോടി സംസ്കാര ത്തിന്റെ സമൃദ്ധമായ വിഭവങ്ങളാണ് വ്യവസായങ്ങൾ ചൂഷണം ചെയ്തത്. പുതിയ ശരീരബലതന്ത്രങ്ങളിലൂടെ, പ്രതിസൃഷ്ടികളിലൂടെ അഭിജാതമേൽക്കോയ്മയെ എപ്പോഴും അട്ടിമറിച്ചുകൊണ്ടിരിക്കുക എന്ന താണ് ജനകീയവത്കരണത്തിന്റെയും നാടോടിവത്കരണത്തിന്റെയും ജീവൽപ്രക്രിയ. സ്വരലയത്തേക്കാൾ പണിയാളരുടെ പരുക്കൻ ശബ്ദ ങ്ങളാണ് നാടോടിത്തത്തിൽ മാറ്റൊലിക്കൊള്ളുന്നത്. 'സുവർണയുഗം' എന്ന സങ്കല്പത്തിന്റെ മാസ്മരികതയിൽ നിർമിച്ച ചരിത്രക്കെട്ടുകൾ വൈതാളികസംസ്കാരത്തിന്റേതായിരുന്നുവെന്ന് പങ്കാളിത്തചരിത്രം തിരി ച്ചറിയുന്നു. ജൈവ-നാടോടി സംസ്കാരങ്ങൾ തിരിച്ചുപിടിക്കുക എന്നതാണ് ജനപ്രിയതയുടെ ലക്ഷ്യം. ജനപ്രിയസംസ്കാരത്തിന്റെ സാംസ്കാരിക സിദ്ധാന്തങ്ങൾ' അവതരിപ്പിച്ച ജോൺ സ്റ്റോർണി ചില തത്ത്വങ്ങൾ മുന്നോട്ടു വെയ്ക്കുന്നുണ്ട്. ഔദ്യോഗികം, ഉന്നതം, സൗന്ദര്യാ ത്മകം എന്നീ മാനദണ്ഡങ്ങളെ തിരസ്കരിക്കുന്നതാണ് ജനപ്രിയത. വ്യാപകമായി ജനങ്ങളുടെ സ്വീകരണം. 'നിലവാരം' കുറഞ്ഞത് എന്ന വ്യാഖ്യാനം, ജനോപയോഗികത, ജനസംസ്കൃതിയിൽ നിന്ന് ഉടലെടു ക്കുന്നത്, ആധികാരികതയുടെ തിരസ്കാരം, മുഖ്യസാംസ്കാരികാധി നിവേശത്തിൽ നിന്നുള്ള വിമോചനവും പ്രാദേശികമുദ്രയുടെ നിർമിതിയും ശ്രേഷ്ഠസംസ്കാരത്തിന്റെ പ്രത്യശാസ്ത്രത്തിനെതിരായുള്ള ഉള്ളു ണർവ്, തനികച്ചവടതാത്പര്യങ്ങൾക്കു പകരം മാനവികമൂല്യങ്ങളുടെ നൽവരവ് എന്നിവയാണ് പോപ്പുലർ കൾച്ചറിന്റെ പ്രതിമുദ്രകൾ. നിയോ ഗ്രാംഷിയിൻ സിദ്ധാന്തങ്ങളുടെ ശാക്തീകരണത്തിന്റെ മുന്നേറ്റമാണ് ജന പ്രിയസംസ്കാരം. പുതിയ രാഷ്ട്രീയവും സൗന്ദര്യബോധവും പാട്ടിലൂടെ ജന്മമെടുക്കുകയാണ്.

ദളിത് ഗായകർ പുനർജനിച്ച ചരിത്രം

കലാഭവൻ മണിയുണ്ടാക്കിയ പാട്ടുകെട്ടിന് ചില സാംസ്കാരിക ലക്ഷ്യങ്ങളുണ്ടായിരുന്നു. തനിമലയാളത്തിന്റെ പാരമ്പര്യമാണ് പാടി

ത്തിമിർത്തത്. തിണയുടെ സൗന്ദര്യത്തെയും സാംസ്കാരിക തനിമ കളെയും പറ്റി പറയുമ്പോൾ പ്രൊഫ. എ.കെ. രാമാനുജം ഇങ്ങനെ പറ യുന്നുണ്ട്: 'സാംസ്കാരികമായ ചിഹ്നസന്ദേശങ്ങളാണ് തിണപ്പൊരുൾ. ദേശസംസ്കാരത്തിനകത്തുള്ളവർക്ക് (inscape) മാത്രം അറിയാവുന്ന സൂചക-സൂചിതങ്ങളുടെ പൊരുൾവലയങ്ങളുണ്ട്. പ്രകൃതി സംസ്കാര ചിഹ്നങ്ങളുടെ ഈ വലയത്തിനകത്താണ് ഓരോ വാക്കും സജീവമായി നിലനിൽക്കുന്നത് (The poetry of love and war). ഓർമകളിൽ തിണ ത്താഴ്വരകളുടെ സാധുതാരേഖപ്പെടുത്തലും പുനഃസൃഷ്ടിയും നടക്കു ന്നുണ്ട്. ഇങ്ങനെ ഓരോ നാട്ടുകാരുടെ ബോധത്തിലും ചിഹ്നരൂപങ്ങൾ നിർമിക്കുന്നുണ്ട്. ഈ അണിവാക്കുകളുടെ കവിത്വത്തെ സാംസ്കാരിക മായ കെട്ടുകൾ (cultural knots) എന്നു വിളിക്കാം. ദക്ഷിണേന്ത്യൻ കാവ്യ പാരമ്പര്യത്തിലുണ്ടായിരുന്ന ഈ സൗന്ദര്യനിർമിതിയാണ് തോറ്റം പാട്ടു കളിലും നാടൻ പാട്ടുകളിലും കാണുന്നത്. "മധുരശബ്ദങ്ങൾ നീർവീ ഴ്ത്തിയും കവികളുടെ നാവുകൾ ഉഴുതുമുള്ള വയലുകൾ" എന്ന് കലി ത്തൊകൈയിൽ (68) പറയുമ്പോൾ വാക്കുമുതൽ വയലുവരെയുള്ള സാംസ്കാരിക ബന്ധങ്ങളുടെ ചിഹ്നങ്ങൾ കടന്നുവരുന്നു. ഭാഷയിൽ അടങ്ങിയിരിക്കുന്നത് സൂചക (signfier)- സൂചിത (signfied) ബന്ധമാ ണെന്നും ഭാഷ അർഥങ്ങളെ വിന്യസിക്കുന്ന ചിഹ്നങ്ങളാണെന്നും ആദ്യം വ്യക്തമാക്കിയത് സ്വിസ് ഭാഷാശാസ്ത്രകാരനായ ഫെർഡിനാന്റ് സൊസൂറാണ്. ഇതാണ് ഘടനാത്മക ഭാഷാശാസ്ത്രമായി വളർന്നത്. പിന്നീട് നരവംശശാസ്ത്രം, നാടോടി വിജ്ഞാനീയം, മനഃശാസ്ത്രം, പ്രതീക പഠനം എന്നീ വിഷയങ്ങളിലേക്കും ഈ രീതിശാസ്ത്രം വിക സിക്കുകയുണ്ടായി. എത്രയോ പാട്ടുകാർ മൺമറഞ്ഞു പോയാലും പാട്ടിന്റെ ആദിമമായ കരുത്തുമായി ദളിത് ഗായകർ പുനർജനിച്ച ചരിത്ര മാണ് എവിടേയുമുള്ളത്. വാമൊഴിയിലെ സൂചിതങ്ങൾ സമാന്തര സാംസ്കാരികാചരിത്രമായി മാറുന്ന കാഴ്ചയാണ് കാണുന്നത്.

കേരള സർവകലാശാലാ തമിഴ് വിഭാഗത്തിൽ "ചിലപ്പതികാരത്തിന്റെ സ്വാധീനം കേരളത്തിൽ" എന്ന വിഷയത്തെക്കുറിച്ചു നടത്തിയ സെമി നാറിൽ സംസാരിക്കുമ്പോൾ താഴെ പറയുന്ന ആശയവും മുന്നോട്ടു വെച്ചു: "ചിലമ്പ് എന്ന പൈതൃക ചിഹ്നം വന്ന വഴി നാം തിരിച്ചറിയണം. രണ്ടുലോഹങ്ങളുടെ പ്രാചീന രാസവിദ്യയുടെ ചരിത്രം ചിലപ്പതികാര ത്തിനു പറയാനുണ്ട്. അതിൽ ചിലമ്പ് ദേശസൂചകമായി ഉദ്ഘോഷി ക്കുന്നു. 'തരിയിട്ട ചിലമ്പ്' എന്ന് കേരളീയ തോറ്റം പാട്ടുകളിൽ പറയുന്ന, സ്വർണമണികളിട്ട ചിലമ്പിന്റെ വൈശിഷ്ട്യത്തിന്റെ സാംസ്കാരിക മുദ്ര കളാണ് കേരളത്തിന്റെ കലാചരിത്രത്തിൽ കാണുന്നത്. ഇത് സംസ്കാര ത്തിന്റെ കേട്ടുകേൾവിയാണ്. അത് അതിർത്തികൾ കടന്ന് സഞ്ചരി ക്കുന്നു. പെരിയാറിന്റെ തീരത്ത് വേങ്ങമരത്തിന്റെ ചുവട്ടിൽ നിന്ന് മല ങ്കുറവനും കുറത്തിയും പാടിക്കേട്ട പൂർവചിലപ്പതികാരത്തിന്റെ ആഖ്യാനമാണ് ഇളങ്കോ അടികൾ പാടിയത്. ചിലപ്പതികാര

അടയാളങ്ങൾ കേരളത്തിലെ നാടൻ പാട്ടുകൾ അടക്കമുള്ള ദൃശ്യാവിഷ്കാരങ്ങളിൽ കാണാം. സ്വർണമണികൾ (തരികൾ) ഉള്ളിലിട്ട ചിലമ്പ് ഉണ്ടാക്കുന്ന തട്ടാന്മാരുടെ മാഹാത്മ്യമാണ് നന്തുണിപ്പാട്ടുകാർ ഭദ്രകാളിപ്പാട്ടായി പാടുന്നത്. ഈ മണി മഹത്ത്വം ഒരു സംസ്കാരത്തിന്റെ ആദിപൈതൃകം തന്നെയായിരുന്നുവെന്ന് തെളിയുകയാണ്. പ്രാചീന ആൽക്കമിയുടെ ലക്ഷണവും ഇതുതന്നെ".

മുടിവളർത്തി ചോപ്പുകച്ച കെട്ടിയ കോമരവേഷം

പാലക്കാട്ട് ജില്ലയിലെ കുനിശ്ശേരിക്കുമ്മാട്ടിയിലെ വലിയ ചിലമ്പെഴുന്നള്ളിപ്പ് മലനാട്ടുനിവാസികൾ ഏറ്റുവാങ്ങിയ കണ്ണകി ഉപാസനയുടെ പ്രാഗ്ബിംബമാണ്. നല്ല ഭാരമുള്ള ഈ ഓട്ടുചിലമ്പ് പ്രതീകപ്പൊലിമയായിമാറി. നൂറുകണക്കിനു ചെറുപ്പക്കാർ മണികെട്ടി കണ്യാർക്കളിയുടെ ചുവടുകൾ വെയ്ക്കുന്നതും കണ്ണകിയുടെ ഓർമ്മയ്ക്കാണ്. ഗ്രാമാന്തരങ്ങളിൽ കച്ചകെട്ടിയ വെളിച്ചപ്പാടുകളും കോമരങ്ങളും കൈയിലേന്തുന്ന ചിലമ്പിന്റെ കിലുക്കവും മണിമുഴക്കം തന്നെ. കലാഭവൻമണിക്ക് ഏറ്റവും പ്രിയങ്കരമായ അണിയലവും മുടിവളർത്തി ചോപ്പുകച്ചകെട്ടിയ കോമരവേഷമാണ്. കുംഭം, മീനം, മേടമാസക്കാലമായാൽ ഈ മണിവേഷമാണ് കൊടുങ്ങല്ലൂരിന്റെ മുഖ്യ ചിഹ്നം. കൊടുങ്ങല്ലൂരിൽ അശ്വതി കാവുതീണ്ടലിന് വെട്ടിത്തെളിയിക്കാനെത്തുന്ന ആയിരക്കണക്കിന് സ്ത്രീവെളിച്ചപ്പാടുകൾ കാലിലും കൈയിലുമേന്തുന്ന ചിലമ്പ് ഗ്രാമാന്തരങ്ങളിൽ മൂശാരിമാർ വാർക്കുന്നതാണ്. ഉദഗ്രമമായ ഈ മണിചിഹ്നം രക്തത്തിൽ ഏറ്റുവാങ്ങിയാണ് അവർ ദേശങ്ങളിലേക്ക് മടങ്ങുന്നത്. ചോപ്പുകച്ചകെട്ടിയ വേഷം സാധാരണക്കാരുടെ സമൂഹമനസ്സിൽ പുരാതന ഒറേക്കിൾസിന്റെ ആദിരൂപങ്ങളാണ് ഉണ്ടാക്കുന്നത്. പോസ്റ്ററുകളിലും മ്യൂസിക്-വീഡിയോ ആൽബങ്ങളിലും യൂ ട്യൂബിലും വാട്ട്സാപ്പിലും കടന്നുവരുന്ന ഈ വെളിച്ചപ്പാടുരൂപം പുനരാഖ്യാനത്തിന്റെ അഭിമാനചിഹ്നമായി മാറിയിട്ടുണ്ട്. ഓരോ ഭരണിക്കും കലാഭവൻ മണിയുടെ പുതിയ കാസറ്റുകൾ, വീഡിയോ സീഡികൾ പുറത്തിറങ്ങി. ഇത് ഗൾഫ് നാടുകളിൽ മാത്രമല്ല മലയാളികളുള്ളിടത്തൊക്കെ ആവേശമായിരുന്നു. ദേവിയുടെ തന്നാരം പാട്ടുകൾ ജനപ്രിയസംസ്കാരം ഏറ്റുവാങ്ങി. പുരാവൃത്തത്തിന് പുത്തനുണർവ് ലഭിച്ചത് അങ്ങനെയാണ്

കലാഭവൻ മണിയുടെ ചിലമ്പാട്ടങ്ങൾ

ഭരണിക്കാലമാകുമ്പോൾ കൊടുങ്ങല്ലൂർ കാവിന്റെ ചുറ്റുവട്ടങ്ങളിൽ കലാഭവൻ മണിയുടെ ചിലമ്പാട്ടങ്ങൾ ജനപ്രിയ പാട്ടുകളായി കാവുതീണ്ടുന്നു. കാവുതീണ്ടുന്ന കോമരങ്ങളുടെ വേഷത്തിൽ മണിയുടെ വർണചിത്രങ്ങൾ പോസ്റ്ററുകളും ഫ്ളക്സുകളുമായി കൊടുങ്ങല്ലൂർ

ഭരണിയുടെ അവിഭാജ്യ മുദ്രയായി കലാഭവൻ മണി മാറി. കാവുതീണ്ടി സംതൃപ്തിയോടെ മടങ്ങിയ നാടോടികളുടെ പൊക്കണത്തിൽ മണി സംഗീതവും മണിപ്പാട്ടുകളുമുണ്ടായിരുന്നു. ഭരണിപ്പാട്ടിന്റെ വായ്ത്താരികളിൽ കോർത്തെടുത്ത പുതിയ ഭഗവതി- കണ്ണകിപ്പാട്ടുകൾ-ജനപ്രിയ ഭക്തിഗാനങ്ങൾ, ഓട്ടോറിക്ഷകളിലും ടെമ്പോ ട്രാവലറുകളിലും ലിമിറ്റഡ് സ്റ്റോപ്പ് ബസ്സുകളിലും 'ഓടി'. എവിടെയും മുഴങ്ങിയിരുന്നത് കലാഭവൻ മണിയുടെയും കോറസ്സ് ഗായകരുടെയും തന്നാരം വായ്ത്താരികളായിരുന്നു.

അടുത്ത കാലത്ത് ജനപ്രിയ നാടോടി സംസ്കാരത്തിൽ കടന്നുവന്ന 'പള്ളിവാള് ഭദ്രവട്ടക കയ്യിലേന്തും തമ്പുരാട്ട്യേയ്, ദേവിയാളെ ദേവിയാളേ, ചാലിയാരേ ചാലിയാരേ' തുടങ്ങിയ നാടൻ പാട്ടുകളിൽ സ്ത്രീത്വത്തിന്റെ കണ്ണകിചിഹനങ്ങൾ നിറഞ്ഞ സദസ്സുകളിൽ പാടിയെന്നു മാത്രമല്ല സ്ത്രീകൾ മുടിയാടിക്കളിക്കുകയും ചെയ്തു. അനാഥയായി എത്തിയ ദേവിയാൾക്ക് കേരളീയ കലാമുദ്രകളായ വട്ടമുടി, ചുട്ടീം ചിറകും, മാർത്താലി, പള്ളിവാള്, അരമണി, മണിച്ചിലമ്പ് എന്നിവ തിരുതനമായി നൽകിയത് ഇവിടത്തെ കുലവൃത്തിസമൂഹങ്ങളായിരുന്നു. പ്രത്യേകിച്ച് ചാലക്കുടിപ്പുഴയുടെ തീരത്ത് ഈ പാട്ടുകൾ അലയടിച്ച് പുതിയ കൂട്ടങ്ങൾ എത്രയോ ഉണ്ടായി. അതിന്റെ പ്രധാന ശക്തിസ്രോതസ്സായിരുന്നു കലാഭവൻ മണി. ചാലക്കുടിക്കാർക്ക് പുഴ ആറാട്ടുനടക്കുന്ന കൂടപ്പുഴയുമായാണ് ആത്മബന്ധം. വളരെ സമൃദ്ധമായ നാടോടി ജീവിതം കൊണ്ടും സംസ്കാരസമ്പന്നമാണ് കോടശ്ശേരി-മലയാറ്റൂർ മലനിരകൾക്കിടയിൽ കിടക്കുന്ന അതിരപ്പള്ളി താഴ്വരയിലെ മനോഹരമായ ചാലക്കുടി ഭൂപ്രദേശം. പറമ്പിക്കുളം, ഒരുക്കൊമ്പൻകുട്ടി, വാൽപ്പാറ, ഷോലയൂർ, പെരിങ്ങൽകുത്ത്, വാഴച്ചാൽ എന്നിവയുടെ പ്രാചീന ജൈവവൈവിധ്യസംസ്കാരം ഏറ്റുവാങ്ങിയ ഈ നാടിന്റെയും പുഴയുടെയും നാടോടി ജീവിതമാണ് കലാഭവൻമണിക്ക് പ്രിയങ്കരം. പിറന്ന ദേശത്തെയും കളിക്കൂട്ടുകാരെയും മറന്നുകൊണ്ടുള്ള ഒരുന്നതിയും ആഗ്രഹിക്കാത്ത മണിമുത്തായിരുന്നു. കൊടുങ്ങല്ലൂർ ഭരണിയും പാമ്പുമേക്കാട് നാഗാരാധനയും കിഴക്കേവാരണാറ്റ് ദേശമുടിയേറ്റുകളും മുടിയാട്ടവും കാളകെട്ടും പൂവൻപഴം വഴിവാടു നടക്കുന്ന കൊരട്ടിപ്പള്ളിപ്പെരുന്നാളും ചാലക്കുടിയുടെ തനതുകലയായ ചിന്തുപാട്ടും ചെറുപ്പക്കാരുടെ ആവേശമായ ഓണക്കളിയും ആലമുറ്റത്തെ മുടിയാട്ടവും നേർച്ചക്കൊട്ടുകളിയും -ഇങ്ങനെ ദേശങ്ങളിൽ ഓളം വെട്ടുന്ന നാടൻകലകളുടെ ഉൾത്തുടിപ്പുകളിൽ നിന്നാണ് ചാലക്കുടി കലാസംസ്കാരവും അവിടെനിന്ന് കലാഭവൻ മണിയും ഉണ്ടായത്. മൂന്നു പതിറ്റാണ്ടുകളായി അതൊരു മണിതരംഗമായി മാറുന്ന കാഴ്ചയാണ് കണ്ടത്. ചിന്തുകാലമായാൽ കലാഭവൻ മണിയുടെ ചിന്തുപാട്ടുകളുടെ കാസറ്റുകളും പിന്നീട് സീഡികളും പുറത്തിറങ്ങുന്നു.

കൂടപ്പുഴയുടെ ജീവിത മുഹൂർത്തങ്ങൾ

ഒഴുകിക്കൊണ്ടിരിക്കുന്ന പുഴയുടെ പാർശ്വങ്ങളിൽ ജന്മമെടുത്ത നാടോടിത്തത്തിന്റെ പുനഃസൃഷ്ടിയാണ് കലാഭവൻ മണി പാടിയ ഈ പാട്ട്-

"ഓടപ്പഴം പോലൊരു
പെണ്ണിനു വേണ്ടി ഞാൻ
കൂടപ്പുഴ ആകെ അലഞ്ഞോനാണ്ടി"

ഈ പാട്ടിന്റെ നാടോടിയീണവും വരികളിലെ തനതു ചിഹ്നങ്ങളും അനവധി മണിക്കൂട്ടായ്മകൾക്കു ജന്മമേകി. ഇത് ഫാൻസ് സംസ്കാരത്തിന് അപ്പുറമുള്ള ജീവന്മരണകൂട്ടായ്മയാണ്. സമർപ്പിത ജനസമുദായമാണ്. സഭ്യവത്കൃതമല്ലാത്ത തൊഴിലാളി സംസ്കാരത്തിന്റെ സമാന്തര വേദികളിൽ മണി കൂട്ടായ്മകൾ ഏറുമാടങ്ങൾ കെട്ടി. പരിഷ്കൃതിയുടെ ഔപചാരിക മേൽക്കോയ്മകൾ സെലിബ്രിറ്റിയുടെ വാസനത്തൈലങ്ങൾ തളിച്ചപ്പോൾ പച്ചയായ കൂടപ്പുഴയുടെ ജീവിതമുഹൂർത്തങ്ങൾ മണി ഒപ്പിയെടുത്തു. സിനിമയിലെ അഴകൊഴമ്പൻ വരേണ്യതയെ പുല്ലുപോലെ തിരസ്കരിച്ചുകൊണ്ട് എന്നെന്നും മണ്ണിന്റെ പാട്ടുകാരൻ കൂടപ്പുഴയുടെ പച്ചിലക്കാടുകളിൽ നിത്യേന കാണുന്ന 'ഓടപ്പഴ'ത്തെയും അതിന്റെ വർണത്തെയും തങ്ങളുടെ അടയാളമായി നിർമിച്ചു. ചാലക്കുടിയിലെ നാട്ടുചന്തകളും ബസ്സ് സ്റ്റാൻഡും സ്കൂളും കൈവേല സംസ്കാരങ്ങളും തൊഴിലാളികളുടെ നിർമിതികളും മണ്ണുപണിയും കലാഭവൻ മണിക്ക് പാട്ടിന്റെ ഉറവകളായിരുന്നു. ഈ പരിസരത്തുനിന്നുതന്നെയാണ് കണ്ണമുത്തനും കാർത്ത്യായനിയമ്മയും പുത്തേരിയും കണ്ണനാശാനും മണിയുടെ പ്രിയപ്പെട്ട അച്ഛൻ രാമനും ഉണ്ടായത്. ഇവരുടെ പുതുതലമുറയാണ് കലാഭവൻ മണിയായത്. ബാല്യത്തിന്റെ ഓർമകളാണ് പാട്ടുകളുടെ സംസ്കാര പ്രചോദനമായി പുനരവതരിച്ചത്.

മണിമുദ്രയുടെ കലാചരിത്രവും
ദേശീ സൗന്ദര്യബോധവും

ഇവയുടെ യുവതയാണ് കരിന്തലക്കൂട്ടമായി മരംകൊട്ടിയത്. വടക്കൻ താളമായി, മങ്ങാട്ടുശീലായി തുടികൊട്ടിയത്. പുതിയ തരംഗമായ പാട്ടുക്കൂട്ടത്തോടൊപ്പം പാടുവാനും അവരെ ഉയർത്തിക്കൊണ്ടുവരുവാനും കുന്നിശ്ശേരി മണി എന്നും ശ്രമിച്ചിരുന്നു. അങ്ങനെയാണ് മാളയിലെ 'വളവറി'ലും വി.ആർ.പുരത്തെ 'നിറവി'ലും വന്നത്. 'വയലി'യോടൊപ്പം ആടിയതും. മണിയുടെ നാട്ടു സംഗീതത്തിന്റെ കിഴക്കൻ കരു അച്ഛൻ രാമനും കൂട്ടുകാരും പാടിയ മരംകൊട്ടുപാട്ടുകളും ചുറ്റും കേട്ട നേർച്ചക്കൊട്ടുപാട്ടുകളുമായിരുന്നു മാത്രമല്ല, കുറച്ചുകൂടി പ്രാചീന കാലത്തേക്കുപോയാൽ 'കൂട്ട' ങ്ങളായി കാടുകൾക്കടുത്തു കഴിഞ്ഞിരുന്ന അടിയാളരെ ജന്മിമാർ താഴ്വരകളിലേക്ക് കൂട്ടിക്കൊണ്ടുവന്നു. വയലേലകളുടെ കാവലാളാക്കി എന്നാണ് ഓർമകളിലെ നാട്ടുചരിത്രം പറയുന്നത്.

നടച്ചേരിക്കൂട്ടം, കരിന്തലക്കൂട്ടം എന്നീ പേരുകളും പതിനെട്ട് ഇല്ലപ്പേരുകളും ഉണ്ടായത് അങ്ങനെയാണ്. കാട്ടറിവുകളും പുഴയറിവുകളും നിറഞ്ഞ പ്രാചീന സമുദായങ്ങൾ പുഴയുടെ സമ്പന്ന സംസ്കാരം വളർത്തിയെടുത്തു. 'എന്റെ അപ്പനപ്പൂപ്പന്മാരെ'യെന്ന് പ്രാർത്ഥിക്കുമ്പോൾ, കോടിപ്രേതം തുള്ളി കാരണവന്മാരുടെ ശബ്ദവും ശരീരഭാഷയും ഉറഞ്ഞുവരുമ്പോൾ അവരെയെല്ലാം തലമുറകളുടെ പുണ്യമാണെന്ന് തിരിച്ചറിഞ്ഞ സംസ്കാരത്തിന്റെ കണ്ണിയായിരുന്നു കലാഭവൻ മണിയും.

നാട്ടുകവികൾ മണിയെത്തേടിയെത്തി

ഭരണിപ്പാട്ടിന്റെ മാതൃകയിൽ ജനപ്രിയ സംസ്കാരത്തിനു യോജിച്ച പുതിയ പാട്ടുകൾ ഹരമായി. ഭരണി സംസ്കാരത്തിന്റെ നൂറ്റാണ്ടുകൾ പഴക്കമുള്ള 'തന്നാരോ തന്നാരോ തന്നാരോ' എന്ന വായ്ത്താരിയുടെ സമകാലികമായ ആത്മബലവും നാടോടിത്തശരീരഭാഷയും വീണ്ടെടുക്കുവാൻ കഴിഞ്ഞു. കാവുതീണ്ടൽ പോരാട്ടത്തിന്റെ അനുഷ്ഠാനമുദ്രാവാക്യമാണ് അത്. കലാഭവൻ മണിക്കുവേണ്ടി പുതിയ ഭരണിപ്പാട്ടുകളും നാടൻ പാട്ടുകളും എഴുതുന്ന നാട്ടുകവികളും ചാലക്കുടിയിലും സമീപപ്രദേശങ്ങളിലും പുനർജനിച്ചു എന്നതും നാടോടിത്തത്തിന്റെ പുത്തനുണർവായിരുന്നു. ഞാനാണ് കലാഭവൻ മണിക്ക് പാട്ടെഴുതിക്കൊടുത്തതെന്ന് അവർ പറയുമായിരുന്നു. നാട്ടുകവികൾ മണിയെത്തേടിയെത്തി. മണി കവികുലങ്ങളെ കണ്ടെത്തി. ഈ സാംസ്കാരിക ബന്ധുത്വമാണ് ജനപ്രിയ കലയ്ക്ക് വിത്തുപാകിയത്. കലാഭവൻ മണിക്ക് നാടൻപാട്ടിന്റെ മാതൃകയിലുള്ള ഇരുന്നൂറോളം പാട്ടെഴുതിക്കൊടുത്തത് നാട്ടുകവികളായിരുന്നു. അവരിൽ പ്രധാനി അറുമുഖൻ വെങ്കിടങ്ങ് എന്ന സാധാരണ മനുഷ്യനായിരുന്നു. പുതിയ നാടൻ പാട്ടിന്റെ ഉണർവുണ്ടായത് പുതിയ കൂട്ടുകെട്ടിൽ നിന്നായിരുന്നു. അദ്ദേഹവും സലിം സത്താറും പുറത്തിറക്കിയ 'കല്ലേം മാലേ പിന്നെ ലോലാക്കും' എന്ന കാസെറ്റ് ഹിറ്റായി മാറുകയുണ്ടായി. ഈ ആശയമാണ് മണിക്ക് നാടൻ പാട്ടുകളുടെ കാസെറ്റ് ഇറക്കുന്നതിന് പ്രേരണയായതെന്ന് അറുമുഖൻ വെങ്കിടങ്ങ് പറഞ്ഞിട്ടുണ്ട്. അങ്ങനെയാണ് മണി–അറുമുഖൻ ടീമിന്റെ സൂപ്പർ ഹിറ്റ് മിമിക് കാസെറ്റായ 'ആക്രാന്തം കാട്ടേണ്ട, വിളമ്പിത്തരാം' എന്ന കാസെറ്റ് പുറത്തിറക്കുന്നത്. ഇതിൽ നിന്നാണ് "പകല് മുഴുവൻ പണിയെടുത്ത് കിട്ടണ കാശിനു കള്ളും കുടിച്ച് എന്റെ മോളെ കഷ്ടത്തിലാക്കല്ലേ വേലായുധാ" എന്ന പാട്ട് കേരളത്തിന്റെ മുക്കിലും മൂലയിലും പ്രചരിച്ചത്. 'നാടൻ പാട്ടുകളുടെ പൊടിപൂരം' ഉണ്ടായത് അങ്ങനെയാണ്. "വരിക്കച്ചക്കേടെ ചൊള കണക്കിനെ തുടുതുടുത്തൊരു കല്യാണീ, കൊടകരയില് കാവടിയാടുമ്പോ കണ്ടെടി ഞാനൊരു മിന്നായം" പോലുള്ള പാട്ടുകൾ ജനപ്രിയസംസ്കാരത്തിന്റെ അകത്തള-പുറത്തളങ്ങളിൽ കൊണ്ടാടി. അറുമുഖൻ വെങ്കിടങ്ങ് മണിക്കുവേണ്ടി കൊടുങ്ങല്ലൂർ ഭരണിയെപ്പറ്റിയും ആറ്റുകാലമ്മയെപ്പറ്റിയും പാട്ടെഴുതി കൊടുത്തിട്ടുണ്ട്.

ചുഴലിക്കാറ്റായി ഫോക് തരംഗം

'Folk revival' എന്നത് എല്ലാ രാജ്യങ്ങളിലും ഒരു സാംസ്കാരിക സവിശേഷതയായിരുന്നു. പത്തൊമ്പതാം നൂറ്റാണ്ടിൽ കലേവാല നാടോടി ഇതിഹാസം കണ്ടെടുത്തത് ഫിൻലൻഡിലെ ദേശീയസ്വാതന്ത്ര്യത്തിന്റെ നാടോടിക്കുതിപ്പു തന്നെയായിരുന്നു. ടുർക്കു യൂണിവേഴ്സിറ്റിയിലെ ഫിന്നിഷ് നാടോടി സംസ്കാരത്തിന്റെ വടക്കൻ കാറ്റുകളാണ് റൊമാന്റിസിസമായി യൂറോപ്പിലെത്തിയത്. വേഡ്സ്വർത്ത്, കോളറിഡ്ജ്, ഷെല്ലി, കീറ്റ്സ് എന്നിവരിലൂടെ ചുഴലിക്കാറ്റായി 'ഫോക് തരംഗം' നിലവിൽ വന്നു. ആഫ്രിക്കൻ സംഗീതത്തിന്റെ കടുംകെട്ടഴിച്ചപ്പോൾ അനവധി പാട്ടുകാർ നിറഞ്ഞ സദസ്സുകളിൽ തുള്ളിയുറഞ്ഞു. റോക്ക്, ഡിസ്കോ, ബീറ്റിൽസ്, യൂ ടൂ, പോപ്പ്, ബ്ലൂസ്, ജാസ്, റോക്ക് &റോൾ, റാപ്പ്, ഡെൽട്ട, ഹിപ് ഹോപ് തുടങ്ങിയ ബ്രാൻഡുകൾക്ക് പ്രചോദനമായത് ആഫ്രിക്കൻ ഫോക് കുതിപ്പായിരുന്നു. പടിഞ്ഞാറൻ സംഗീതത്തിന്റെ വൈവിധ്യമാർന്ന താവഴികൾ ആഫ്രിക്കയുടെ പരുക്കൻ വേദനകളിൽനിന്നും പ്രതിഷേധങ്ങളിൽ നിന്നുമാണുണ്ടായത്. അടിച്ചമർത്തപ്പെട്ട കാപ്പിരീയത സംഗീതപ്പെരുമ്പറകളായി യൂറോപ്പിലെ നിറഞ്ഞ സദസ്സുകളിൽ ആടി. അമേരിക്കൻ സിവിൽ വാർ മുതൽ തുടങ്ങുന്നു കാട്ടുസംഗീതത്തിന്റെ ഡയഫോറകൾ. സ്റ്റീഫൻ ഫോസ്റ്ററുടെ പാട്ടുകൾ 19-ാം നൂറ്റാണ്ടിൽ ഹരമായി. ജാക് ഡിനെലി, ബോബ് ഡൈലൻ, ബോബ് മാർലി, പോൾ റോബ്സൻ, മൈക്കിൾ ജാക്സൻ എന്നിവരിലൂടെ അത് ശക്തമായി കടന്നുവന്നു. ഈ ഗായകർ 'ആനക്കലി' കൊണ്ട് പാടിയത് അങ്ങനെയാണ്. ലോകജനതയുടെ ഇഷ്ടതാരമായ ജമൈക്കൻ ഗായകൻ ബോബ് മാർലി തെരുവുസദസ്സുകളിൽ മാത്രമല്ല തരംഗങ്ങളുണ്ടാക്കിയത്. 36-ാം വയസ്സിലാണ് ബോബ് വിടപറഞ്ഞത്. ഇരുണ്ട യുഗത്തിന്റെ അടരുകളിൽ നിന്ന് ബോബ് മാർലി അടിച്ചമർത്തപ്പെട്ട ജനതയുടെ നൊമ്പരങ്ങളായി പുനർജനിച്ചു. നിറഞ്ഞ സദസ്സുകളിൽ നിലാവിനോളം നീണ്ട പരുക്കൻ രാഗത്തിൽ പാടി. തെലുങ്കാനയിലും അദിലാബാദിലും ഗ്രാമീണ സദസ്സുകളിൽ നിറഞ്ഞു നിന്ന ഗദ്ദർ പാടിയത് ജനകീയ പടയോട്ടത്തിന്റെ ലയനിഷിദ്ധമായ ജീവിതരേഖകൾ. ഗദ്ദറിനൊപ്പം ജനത താളം പിടിച്ചു. നാടൻപാട്ടുകൾ പ്രതിഷേധത്തിന്റെ സമരമുഖങ്ങളായി മാറിയ കാഴ്ചയാണ് കോവൻ എന്ന പാട്ടുകാരനിലൂടെ നാം തമിഴ്നാട്ടിൽ കണ്ടത്. ഭരണകൂടം ആ നാടോടി ഗായകനെ ജയിലലടയ്ക്കുകയുണ്ടായി. സിനിമകളിലൂടെയും നാടൻപാട്ടുകളുടെ ജനകീയവത്കരണം നടത്തിയ മണിയും മറ്റൊരുവിധത്തിൽ അഭിജാതമായ ആസ്വാദനസംസ്കാരത്തെ തിരസ്കരിക്കുകയായിരുന്നു. തായില്ല്യം സി.ജെ.കുട്ടപ്പനും കനവ് കെ.ജെ. ബേബിയും കരിന്തലക്കൂട്ടം പി.ആർ. രമേഷും കൂട്ടം വസന്തനും 'എന്റെ കുലത്തെയിത്തറ താത്തിയതാര്' എന്ന് തൊണ്ടനിറച്ച് പാടിയത് അതേ സൂര്യോർജത്തിൽ നിന്നായിരുന്നു.

മുൻപ് വ്യക്തമാക്കിയ 'അണിവാക്കു'കളുടെ സാംസ്കാരിക പ്രസക്തി ഇവിടെയാണ്. 'ഓം മണി പത്മോഹം' എന്നു തുടങ്ങുന്ന ബൗദ്ധിക പാരമ്പര്യത്തിന്റെ വേരുകൾ ഒരുപക്ഷേ, ഈ മണിനാദത്തിലുണ്ടായിരിക്കണം. 'നാനം മോന'ത്തിന്റെ സംസ്കാര എഴുത്തുകൾ അവിടെനിന്നാരംഭിക്കുന്നു. അഞ്ചുവണ്ണം, മണിഗ്രാമം എന്നീ കച്ചവടസംഘങ്ങൾ ദൂരദേശങ്ങളിലേക്ക് സംസ്കാരചിഹ്നങ്ങൾ കൈമാറ്റം ചെയ്തു. മുത്തും പവിഴവും പച്ചക്കല്ലുകളും കച്ചവടം ചെയ്തിരുന്നവരാകാം അവർ. അത് കലാസംസ്കാര സമന്വയമാക്കി 'മണിപ്രവാളം' എന്ന മുദ്രയാക്കി വളർത്തിയെടുത്തു. താൻ സൃഷ്ടിച്ച നല്ല മലയാളത്തിന് 'നല്ലമണി' എന്ന മുദ്ര നല്കിയത് നമ്പ്യാരാണ്. മണിയുടെ സംസ്കാരവ്യാപന കലാതത്ത്വങ്ങൾ ഏറെയാണ്. മാമാങ്ക ചരിത്രത്തിൽ അത് 'മണിക്കിണറാ'യി വീരപുരുഷന്മാരെ ഏറ്റുവാങ്ങി. ഈ മണിക്കിണർ ഭൂമിക്കടിയിലെ ഒരു വാസ്തുവാണ്. എത്ര ശ്രദ്ധയോടെയാണ് നാടിന്റെ ഐശ്വര്യമായ നെല്ലിപ്പടിയിട്ട മണിക്കിണർ പണിതിരുന്നത് എന്നു കാണാം. ഭൂമിജാതകം നോക്കി വിവിധ കോൽക്കണക്കിൽ വൃത്തിയായ പാമ്പേരികൾ ചെത്തിയുണ്ടാക്കി ദാഹജലം നൽകിയിരുന്ന സംസ്കാരത്തിന്റെ നാട്ടുതെളിമകളാണ് കലാഭവൻമണി പാടിയ പാട്ടുകളിലും ഉണ്ടാകുന്നത്.

"ഒരു കാതം വെയിലുകൊണ്ടു ഞാൻ വരുമ്പോൾ
തണ്ണിതായോടി നാത്തൂനെ
താക്കോലുണ്ട് മേപ്പടീമേ
പാളയുണ്ട് കിണറ്റിൻകരയില്
തണ്ണിയുണ്ട് മണിക്കിണറ്റിൽ
കോരിക്കുടിച്ചോടീ നാത്തൂനേ"
ആനന്ദം പരമാനന്ദമാണെന്റെ കുടുംബം

ഈ പാട്ടിലെ സംരക്ഷിത നാട്ടുചിഹ്നം മണിക്കിണറുതന്നെ. നാട്ടുകൈവേലിയിൽ അത് മണിച്ചിത്രത്താഴായി കേൾവികൊള്ളുന്നു. നാട്ടുരാസവിദ്യയുടെ രഹസ്യസൂത്രങ്ങളിൽ നിന്നാണ് മണിച്ചിത്രത്താഴിന്റെ മുദ്രകൾ പണിയുന്നത്. ഇരുമ്പുപണിക്കാരും മൂശാരിമാരും കുശവന്മാരും കൈയും ബോധവും ചേർന്ന് പണിതെടുത്ത നിർമിതിമുദ്രകൾ നാട്ടടയാളങ്ങളായി മാറി. ആലയിൽ ഈയവും ചെമ്പും പാകത്തിന് ഉരുക്കിയെടുത്ത ഓടിന് നാദത്തിന്റെ വിത്തുകൾ കേൾപ്പിച്ച് അനുസ്വാനയധ്വനികളുണ്ടാക്കിയ ഓട്ടുമണികൾ വാർത്തവർക്ക് ഒരു ഗണിതമുണ്ടായിരുന്നു. കൂറ്റൻ മണികൾ നാട്ടറിയിച്ചപ്പോൾ ചെറുമണികൾ മന്ത്രങ്ങളായി. കുന്നിമണി, നെൽമണി, ചെറുമണി, മണിപ്പയറ്, മണിമേട, മണിക്കുട്ടൻ, മണിക്കുട്ടി എന്നിങ്ങനെ മണിശബ്ദതാരാവലിയുടെ കണക്കെടുപ്പല്ല ഇവിടെ നടത്തുന്നത്. ഒരു ഓമനപ്പേര് നാടോടിത്തത്തിന്റെ ബ്രാൻഡായി മാറുന്ന കാഴ്ചയാണ്. തമിഴ് നാടോടിസംഗീതത്തിനുവേണ്ടി മണി നിരന്തരം പ്രവർത്തിച്ചപ്പോഴും ഇരുപത്തഞ്ചോളം സിനിമകൾക്ക് സംഗീത

സംവിധാന സ്ഥാനത്ത് നിന്നുപ്രവർത്തിച്ചപ്പോഴും സിനിമയിലും മിമിക്രി വേദികളിലും ജനസദസ്സുകളിലും മടികൂടാതെ നാടൻ പാട്ടുകൾ പാടിയപ്പോഴും പാരമ്പര്യത്തിന്റെ മണിശബ്ദമാണ് കേട്ടത്. മണി 'ടച്ച്' എന്നു പറയാവുന്നവിധത്തിൽ യുവജനങ്ങളും കുട്ടികളും ഏറ്റുവാങ്ങിയ ശബ്ദവും ചിരിയും തുറന്ന തൊണ്ടയുടെ ബലതന്ത്രമാണ്. ശബ്ദത്തെ നിയന്ത്രിച്ച് ബഹുസ്വരത സൃഷ്ടിക്കുന്ന കലയാണ് മിമിക്രിയെങ്കിലും 'പാട്ടിന്റെ വാച്ചെത്തമുള്ള വോക്കൽ കോഡുകൾക്കേ' അത് സൃഷ്ടിക്കാനാകൂ. ആദി തമിഴകത്തിലെ കപിലർ, പരണർ തുടങ്ങിയ കവികളുടെയും വേട്ടുവർ, പാണർ തുടങ്ങിയ ഊരുചുറ്റി സഞ്ചരിക്കുന്ന (bards band) ഗായകരുടെയും ശബ്ദകലാതന്ത്രങ്ങൾ ഏറ്റുവാങ്ങിയ പാട്ടുകുടുംബമായിരുന്നു നാടൻപാട്ടുകാരുടെതും. തുയിലുണർത്തു പാടുന്ന പാണർക്ക് സവിശേഷമായി ഉണ്ടായിരുന്ന തൊണ്ടയിൽ നിന്നേ 'കലത്ര' എന്ന ഗദ്യസംഗീത ഈണവും 'ആ....' എന്ന പല്ലവിയും ഉണ്ടാകൂ. അതുപോലെ പറയ, പുലയ, മണ്ണാൻ വിഭാഗങ്ങൾക്കും സവിശേഷമായ നാദജനുസ്സുണ്ടായിരുന്നു. ആ പാണകലാകാരന്മാർ നല്ല നാദസ്വരം വായനക്കാരായി മാറിയ പോലെ വിവിധ കുലങ്ങളിലുള്ള നാടൻപാട്ടുകാരിലും നാദവിശേഷം പുനർജനിച്ചു. ദളിത് കലാകാരൻമാരുടെ ഈ പാട്ടുപാരമ്പര്യത്തിലൂടെയാണ് മലനാട്ടിലെ വംശീയ സംഗീതം മർമതാളത്തിലേക്കെത്തിയത്. അനൗപചാരികമായ ഈ ശബ്ദസൗഭാഗം വരവിളിത്തോറ്റം പോലെ ശ്രേഷ്ഠമാണ്. സി.ജെ.കുട്ടപ്പന്റെ

"ആനന്ദം പരമാനന്ദമാണെന്റെ കുടുംബം
എന്നോടു കളിച്ചവരാരും നേരായിട്ടില്ലേ
എന്റെ കുലത്തെയിത്തറ താഴ്ത്തിയതാരാ"

എന്ന വരികൾ മണി പാടുമ്പോൾ യുവത അത് ഏറ്റുവാങ്ങുകയായിരുന്നു. മണിയുടെ പാടിപ്പതിഞ്ഞ പാട്ടുകൾ ഒരു കാലത്ത് കാസെറ്റുകളിലാക്കി ഗൾഫ് രാജ്യങ്ങളിലേക്കും മറ്റും സഞ്ചരിച്ചു. കത്തുപാട്ടുകൾ പോലെ അവ ഹരമായിരുന്ന കാലമുണ്ടായിരുന്നു. 'എന്തു കളിയെന്തു ചിരിയെന്റെ പഹവാനെ കാടുമറയുമ്പോളൊരു പാവകളിപോലെ' യെന്ന പാട്ട് മണിയുടെ നാവിൻതുമ്പിൻ വരമായിരുന്നു.

ബന്ധിതശരീരത്തിന്റെ മോചനമാണ് അഭിനയം

ലണ്ടൻ യൂണിവേഴ്സിറ്റിയിലെ സൊയാസിൽ (Soas) എത്തനോമ്യൂസിക്കോളജി വിഭാഗത്തിൽ പോയപ്പോൾ ദക്ഷിണേന്ത്യൻ നാടോടി സംഗീതത്തിൽ ഗവേഷണം നടത്തുന്ന കിള്ളിയനുമൊന്നിച്ച് ഒരു റെസ്റ്റോറന്റിൽ ഒത്തുകൂടി. അദ്ദേഹം തമിഴ്നാട്ടിലെ തനി നാടോടിസംഗീതത്തിന്റെ ചിന്തുകൾ റെക്കോഡ് ചെയ്ത് കൈമാറിയിരുന്നു. ഇടയ്ക്ക് അദ്ദേഹം ഒരു കാസെറ്റ് പ്ലേ ചെയ്തു. ഈ ഫോക് സോങ് ഏതാണെന്ന് അദ്ദേഹം ചോദിച്ചു–

"ഓടണ്ട ഓടണ്ട ഓടിത്തളരണ്ടാ,
ഓമനപ്പൂമുഖം വാടീടണ്ടാ"

എന്ന പാട്ടായിരുന്നു അത്.

ഷൊർണൂരിൽ നിന്നാണ് ഇംഗ്ലണ്ടിലെ നാടൻപാട്ടുഗവേഷകൻ അത് ശേഖരിച്ചത്. ഏതാനും കുട്ടികളാണ് പാടിയത്. നാടൻപാട്ടുകളുടെ വാച്യെത്തവും ശൈലിയും ഫോക് തനിമയും ഏറ്റുവാങ്ങിയ പാട്ടുകളാണ് ഇതെന്നും ഫോക് സോങ്ങിന്റെ പുനരുജ്ജീവനം 'ന്യൂ ഫോക്' ആണെന്നും ഞാൻ വിശദീകരിച്ചു. തുടർന്ന് സമകാലിക ജീവിതത്തിൽ നാഗരിക ഫോക് സോങ് എങ്ങനെ ജനപ്രിയ സംസ്കാരത്തിന്റെ ഭാഗമാകുന്നുവെന്ന് തമിഴ് നാടിന്റെ ഉദാഹരണം വെച്ച് അദ്ദേഹം പ്ലേ ചെയ്ത് കേൾപ്പിച്ചു. തമിഴ് സിനിമയിലെ സംഗീതസംവിധാനത്തിൽ ഇത്തരം പരീക്ഷണങ്ങൾ ദേവരാജനും ബാബുരാജിനും ശേഷം 'ഫോക് റിവൈവൽ' സാധ്യമാക്കുന്നത് കലാഭവൻ മണിയുടെ പാട്ടുകളായിരുന്നു. സിനിമാസംഗീത ശൈലിയിൽ നാടൻപാട്ടുകൾ ചിട്ടപ്പെടുത്താനും ജനകീയ താളത്തിലും സ്വരവിതാനത്തിലും അത് പ്രചരിപ്പിക്കാനും കലാഭവൻ മണിക്ക് അനായാസം കഴിഞ്ഞു. മീനാക്ഷിക്കല്യാണം, ദി ഗാർഡ്, സാവിത്രിയുടെ അരഞ്ഞാണം എന്നീ സിനിമകളിലും മണി പാടി. കവി രാവുണ്ണി ഒരിക്കൽ പറയുകയുണ്ടായി: "അടിയാളസംസ്കാരത്തിന്റെ ഊക്കും ശക്തിയും തലയുയർത്തിപ്പിടിച്ചുകൊണ്ടുതന്നെ പൊതുസമൂഹത്തിന്റെ മുൻപിൽ അവതരിപ്പിക്കുവാൻ കലാഭവൻ മണിക്കു കഴിഞ്ഞു. ദളിതനായിരിക്കുന്നതിൽ അഭിമാനംകൊണ്ട ഗായകനായിരുന്നു അദ്ദേഹം. എല്ലാവിധത്തിലുള്ള പൊങ്ങച്ചങ്ങളും അരങ്ങുവാഴുന്ന സിനിമയുടെ ലോകത്ത് തന്റെ മണ്ണിനെയും സംസ്കാരത്തെയും മറക്കാതെ സ്വന്തമായ ലോകം ഉയർത്തിപ്പിടിക്കാൻ മണിക്കു കഴിഞ്ഞു. "അക്ഷരം മുതൽ സല്ലാപം വരെയുള്ള സിനിമകളുടെ ലോകത്തിലും തനതായ ശരീര ഭാഷ കൊണ്ട് വേറിട്ട പ്രതിബിംബങ്ങൾ സൃഷ്ടിക്കാൻ കഴിഞ്ഞു.

പ്രേക്ഷകരിൽ മതിഭ്രമമുണ്ടാക്കുന്ന മായികമന്ത്രം സിനിമയ്ക്കുണ്ട്. അതിശയോക്തിയുടെ ഈ പരിസരത്തിൽ നിന്നു മാത്രമേ സിനിമയെ വ്യാഖ്യാനിക്കാൻ കഴിയുകയുള്ളൂ. തനി കൃത്രിമത്വത്തിന്റെ ഈ ലോകത്ത് നാടോടി കലാസംസ്കാരത്തിൽ നിന്നു വരുന്നവർക്ക് പൊരുത്തപ്പെടാൻ പ്രയാസമാണ്. അതുകൊണ്ടുകൂടിയാണ് അദ്ദേഹം ചാലക്കുടി സംസ്കാരത്തിലലിഞ്ഞു ചേരാനും നാടൻപാട്ടുകൾ പാടാനും ഓടിയെത്തുന്നത്. ഈ 'പോക്കും വരവും' ജീവിതത്തിന്റെ അനർഘനാളുകളായിരുന്നു. തൊണ്ടയും ശരീരവും ഏറ്റുവാങ്ങിയ നാടോടിവഴക്കങ്ങളുടെ ജീനുകളിൽ നിന്ന് ഒരാൾക്ക് കുതറിപ്പോകാൻ ഒരിക്കലും കഴിയുകയില്ല. ബന്ധിത ശരീരത്തിന്റെ മോചനമാണ് അഭിനയം. മരംകൊട്ടിപ്പാട്ടിന്റെ ഉല്ലാസവിന്യാസവും പെണ്ണുങ്ങളുടെ മുടിയാട്ടത്തിന്റെ കളിരസവും അനുഭവിച്ചിട്ടുള്ള മണിക്ക് അഭിനയപോരാട്ട തന്ത്രങ്ങൾ തിരിച്ചറിയാം. മരംകൊട്ടുകലയിൽ മങ്ങാട്ടുശീലത്തിന്റെ കയറ്റവും വടക്കൻ താളത്തിന്റെ

പെരുക്കവും നന്നായി കൈയടക്കിയിട്ടുണ്ട്. കടിയനക്കം എന്ന പ്രതിതാളത്തിന്റെ കാലഗതിതന്ത്രങ്ങളിൽ (Cross-rythm) ബലിഷ്ഠമായ ശരീരത്തിൽ ഉണ്ടാക്കുന്ന 'ആനയനക്ക'ങ്ങളെക്കുറിച്ച് ബോധവാനാണ് നടമണി. 'പതി' കളിൽ നിന്നാരംഭിച്ചതാണ് ഈ അനക്കങ്ങൾ.

'കുഞ്ഞേച്ചി, കുഞ്ഞേലി,
കുഞ്ഞാഞ്ഞേ, പൊന്നാരേ'

'മാനത്തു കിടക്കുന്ന മഴയും വയറ്റിൽ കിടക്കുന്ന കുട്ടിയും എപ്പഴാ വര്യാന്ന് പറയാൻ പറ്റ്വോ എന്ന മണിപ്രയോഗമുണ്ട്. സിനിമ-മാധ്യമ വ്യവഹാരത്തിലെത്തിയിട്ടും നാടോടിത്തത്തിന്റെ പഴഞ്ചൊൽ ഭാഷ മണിയിൽ നിന്ന് കൈമോശം വന്നില്ല. ലണ്ടനിൽ ചെന്നപ്പോഴും മണി മണിയായിത്തന്നെയാണ് മലയാളികളോട് സംസാരിച്ചത്.

കണ്ണീരുപോലെ അച്ഛനെക്കുറിച്ചുള്ള ഓർമ്മകൾ കടന്നുവരുമ്പോഴെല്ലാം 'മണിക്കുട്ടൻ' പറയുന്ന ഒരു നാടോടിക്കാഴ്ചയുണ്ട്: ഷർട്ടിടാത്ത ശരീരത്തിൽ ഒരു പാള നിറയെ മാങ്ങയുമായി നെഞ്ചത്തടക്കിപ്പിടിച്ചു കൊണ്ട് പണിസ്ഥലത്തുനിന്നു വരുന്ന അച്ഛന്റെ ചിത്രം. ഗ്രാമീണ ജീവിതത്തിൽ പണിയാള വിഭാഗങ്ങൾ കഴിഞ്ഞുവന്നിരുന്നത് പ്രകൃതി കനിഞ്ഞ ചക്ക, മാങ്ങ, നാളികേരം തുടങ്ങിയ വിഭവങ്ങളെക്കൊണ്ടായിരുന്നു. നാടോടി ജീവിതത്തെ പോറ്റിവളർത്തിയ മുക്കനികൾ ഭക്ഷ്യ സുരക്ഷ തന്നെയായിരുന്നു. ഈ 'മാമ്പഴ'പ്രതീകം നാടോടിജീവികയുടെ ഉള്ളെഴുത്തായി മണിയുടെ നാടൻ പാട്ടുകളിൽ നിറഞ്ഞു നിന്നു.

> "കണ്ണിമാങ്ങാ പ്രായത്തിൽ
> നിന്നെ ഞാൻ കണ്ടപ്പോൾ
> മാമ്പഴമാകട്ടേന്ന് എന്റെ
> പുന്നാരേ... മാമ്പഴമാകട്ടേന്ന്"

എന്ന നാടൻപാട്ട് ജനകീയ സംസ്കാരത്തിൽ പ്രചാരം നേടി. കരിന്തലക്കൂട്ടത്തിലെ രമേശ് പാടുന്ന 'വെങ്കളായി മടത്തിലെ പെണ്ണേ മാമ്പഴക്കുഞ്ഞാതേ..." എന്ന പാട്ടിലും ഈ നാടോടി മാമ്പഴ പ്രതീകം കടന്നുവരുന്നുണ്ട്. അതും മണിക്കു പാടാനിഷ്ടമാണ്. ഇഷ്ടത്തിന്റെയും പ്രണയത്തിന്റെയും ബന്ധുത്വത്തിന്റെയും കുറെ തന്നിഷ്ടവാക്കുകൾ കലാഭവൻ മണി കൊണ്ടുവന്നിട്ടുണ്ട്. 'കുഞ്ഞേച്ചി, കുഞ്ഞേലി, കുഞ്ഞാഞ്ഞേ, പൊന്നാരേ' തുടങ്ങിയ ഉറ്റവാക്കുകൾ മലയാളത്തിന്റെ ഓമനപ്പദങ്ങളായി മാറി. ഇത്തരം പദങ്ങൾ ചാലക്കുടിക്കാർക്കു മാത്രമല്ല മറ്റു ദേശക്കൂട്ടായ്മകൾക്കും കനക്കുന്ന ഓർമയായി മാറും. താഴെകൊടുക്കുന്ന പാട്ടുകളൊക്കെ ഇണമയും പ്രതീകവുമായി തിരതല്ലി.

1. 'പകലുമുഴുവൻ പണിയെടുത്തു കിട്ടുന്ന കാശിനു കള്ളുകുടിച്ചു എന്റെ മോളെ കഷ്ടത്തിലാക്കല്ലേ വേലായുധാ'.
2. 'കുഞ്ഞുനാളിൽ ചെറുപ്പത്തിലല്ലേടി എന്തേ കുഞ്ഞേലി നിന്നെ ഞാൻ കണ്ടതല്ലേടി.'

3. 'ആ പരലീ പരല് പരല് പൂവ്വാലി പരല് പരല്'
4. 'ഉമ്പായിക്കൊച്ചാണ്ട് പാണം കത്താണ്മ്മാ വാഴെല പൊട്ടിച്ച പാപ്പൊണ്ടാക്കണമ്മാ വയറ് കത്ത്യാല് എന്റെ കൊടല് കത്തണ്മ്മാ...'
5. പണ്ട് പറഞ്ഞു ഞാൻ കുഞ്ഞാഞ്ഞോട് ചന്തമുള്ള പെണ്ണിനെ കെട്ടണന്ന്...'
6. 'ഓടപ്പഴം പോലൊരു പെണ്ണിന് വേണ്ടി ഞാൻ കൂടപ്പുഴ ആകെ അലഞ്ഞോനാണ്ടീ...'
7. 'കരുവന്നൂർ പുഴ നിറയുമ്പോൾ അറിയാതെ കണ്ണു നിറഞ്ഞു.'
8. 'ഒന്നുണ്ട് കേൾക്കണം മോളേ ചാലക്കുടിയാറ്റിൻകരയിൽ ഓലമേഞ്ഞ വള്ളിക്കുടിലിൽ സ്നേഹം വാരിത്തന്നൊരു അച്ഛൻ'.
9. 'ചാലക്കുടിയെന്ന് നാടിന്റെ പേരാണ്
ചേലും വെടപ്പമുള്ള നാടാണ്.'
10. 'ചന്ദനപ്പൊട്ടിന്റെ വട്ടം കുറഞ്ഞാലും ചന്തത്തിനൊട്ടും കുറവില്ല പെണ്ണേ...'
11. 'ചാലക്കുടിചന്തയ്ക്ക് പോയപ്പോൾ ചന്ദനച്ചോപ്പുള്ള മീൻകാരിപ്പെണ്ണിനെക്കണ്ടേ ഞാൻ...'
12. 'ആരാരുമാവാത്ത കാലത്തു ഞാനൊന്നു ഓട്ടി നടന്നു വണ്ടി എന്റെ കുടുംബത്തിന്റെ പട്ടിണി മാറ്റിയ ദൈവമാണോട്ടോ വണ്ടി...'
13. 'കുഞ്ഞുനാളിൽ ചെറുപ്പത്തിലല്ലേടീ...'

കാർഷിക സംസ്കാരത്തിന്റെ കരുത്തുറ്റ പ്രതീകങ്ങൾ

ഇത്തരം പാട്ടുപുസ്തകങ്ങൾ ഉത്സവപ്പറമ്പുകളിലും തീവണ്ടികളിലും ബസ് സ്റ്റാന്റുകളിലും ആയിരക്കണക്കിനു വിറ്റുപോയി. ഈ പാട്ടുകളൊക്കെ കൺമണി പോലെ കാത്തുസൂക്ഷിക്കുകയും ആയിരക്കണക്കിന് നാട്ടുസദസ്സുകളിൽ അടിയാള കലാസംസ്കാരത്തിന്റെ വാങ്മയ ബിംബങ്ങൾ നിറയ്ക്കുകയും ചെയ്തിരുന്ന രീതിശാസ്ത്രമായിരുന്നു കലാഭവൻ മണിയുടെയും കൂട്ടുകാരുടെയും പെർഫോമൻസ്. കാർഷിക സംസ്കാരത്തിന്റെ കരുത്തുറ്റ പ്രതീകങ്ങൾ ആരവത്തോടെയാണവർ ഏറ്റുവാങ്ങിയത്. പാടിപ്പതിഞ്ഞ പാട്ടുകളോ നാട്ടുകവികൾ എഴുതിയ പാട്ടുകളോ പാടി ജനകീയമാക്കിയത് കലാഭവൻ മണിയാണ്. ജനങ്ങൾ ഈ പാട്ടുകളെ നെഞ്ചേറ്റി സ്വീകരിച്ചു. താൻ പാടിയ പാട്ടുകളിലെ നാട്ടുചേലുകൾക്ക് രൂപവും ഭാവവും നൽകാൻ മണിക്ക് കഴിഞ്ഞു. 'ചാലാം പാടമുഴുതുമറിക്കണം പോകെടാ കാളേ മണിക്കാളെ, നാലാം കണ്ടത്തിൽ കട്ടമറിക്കണം പോകെട കാളേ മണിക്കാളെ' എന്ന നാടൻപാട്ടിലെ മണിക്കാള പതിനെട്ടരക്കാവിലെ ഭരണിക്കും വള്ളുവനാട്ടിലെ വേലവരവിലും കാർഷികസംസ്കാരത്തിന്റെ പ്രാചീന ചിഹ്നമായി കടന്നുവരുന്ന, മാനവ

സംസ്കാരത്തിന്റെ കൂട്ടായി വളർന്നുവന്ന വളർത്തുമൃഗബന്ധുത്വത്തിന്റെ ആവിഷ്കാരമാണ്. കാളത്വത്തിന്റെ ഈ ആദിരൂപമാണ് മണിമുറംപോലെ മണിക്കാളയാകുന്നത്. മണി കണ്ടുപരിചയിച്ച പതികളിലെ നാട്ടുത്സവത്തിന്റെ ആവേശമാണ് പാട്ടിന്റെ ആവേഗമായി മാറുന്നത്.

'മരങ്കൊട്ടി പാടുമ്പം മുടിയേറിചാടണ
പെണ്ണിനെക്കാണ് മണിക്കാളേ
കിണ്ടികടിക കൊട്ടിക്കളിക്കുമ്പം കൂടെ കളിക്ക മണിക്കാളേ..."

നാട്ടുതാളത്തിന്റെ ഊർജപ്രവാഹത്തിൽ മണികെട്ടിയ കാളരൂപങ്ങൾ സമർപ്പിത മനസ്സുകളുടെ തോളിൽ കിടന്നാടുന്ന കുംഭമാസത്തിലെ ദൃശ്യങ്ങൾ മണിയടക്കമുള്ള നാടൻപാട്ടുകാർക്ക് എന്നും 'സന്തോയ'മായിരുന്നു. ഇലക്ട്രോണിക് മാധ്യമങ്ങളുടെ പ്രൈം ടൈമുകളെ ഉപേക്ഷിച്ചു കൊണ്ട് ഗ്രാമാന്തരങ്ങളിലെ മണ്ണരങ്ങിൽ മണി പാടിയ പാട്ടുകളും വായ്ത്താരികളും ചേലുകളും ശമനമന്ത്രം തന്നെയായിരുന്നു. ഒരാൾ മാത്രമല്ല അനവധിപേർ തന്റെ ഉണർത്തുപാട്ടുകൾ ദാഹജലം പോലെ കോരിക്കുടിക്കുന്നുണ്ടെന്ന് മണിക്കറിയാമായിരുന്നു. ഗ്രാമീണ ജീവിതത്തിലെ സംഘർഷങ്ങൾക്കും വഴക്കുകൾക്കും പാട്ട് ഒരു പരിഹാരമാർഗമായി മാറി. നാടൻപാട്ട് ഊർജം മാത്രമല്ല ജൈവികമായ ഉന്നതിക്കും വളർമ്മയ്ക്കും പ്രേരകമായിരുന്നുവെന്ന് കാരണവകുലങ്ങളിൽ നിന്ന് പാട്ടുകാർ മനസ്സിലാക്കിയിട്ടുണ്ട്. ഓരോ സംസ്കാരസമ്പന്നനായ പാട്ടുകാരനും തന്റെ മുഖ്യമായ ഒരു പാട്ടിന്റെ 'മണിമുദ്ര' കാണിച്ചുകൊടുത്തിട്ടുണ്ട്. രഘുവിന്റെ 'പള്ളിവാള് ഭദ്രവട്ടക', അയ്യയുടെ 'എന്തു തന്റെ തീണ്ടലാണ് തമ്പുരാന്റെ തീണ്ടല്, സി.ജെ.കുട്ടപ്പന്റെ 'മാനം നിറഞ്ഞ മഴേ...', പി. ആർ. രമേശന്റെ 'ആദിപിറന്ന മുത്തപ്പന്മാരേ...' എന്നതുപോലെ. കലാഭവൻ മണിയുടെ മുദ്രയായിരുന്നു ഈ പാട്ട്. 'മിന്നാമിനുങ്ങേ മിന്നും മിനുങ്ങേ എങ്ങ്ട്ടാണെങ്ങോട്ടാണീതിടുക്കം...' എന്നത്. ഗോത്രത്വത്തിൽ ബന്ധുത്വവ്യവസ്ഥ വളരെ ശക്തമായ കടുംകെട്ടാണ്. എന്നാലിന്ന് പാരിസ്ഥിതികമായ തകർച്ചയും പുഴമരണങ്ങളും വിഭവശോഷണവും നടന്നു കൊണ്ടിരിക്കുന്ന കാലത്ത് പ്രകൃതി തരിപ്പണമാകുന്ന കാഴ്ച നാം കണ്ടു. ഇതിൽ ചിതറിപ്പോകുന്ന (ദളിത്) നാട്ടുസംസ്കാരങ്ങളെ വീണ്ടും കൂട്ടിക്കെട്ടാൻ ശ്രമിച്ചതും അവർക്ക് കരുത്ത് പകർന്നുനൽകിയതും നാടൻ പാട്ടുകാരാണ്. അതിന് ശാക്തീകരണം നൽകിയത് മുത്തുമണിയായിരുന്നുവെന്ന് ചാലക്കുടിക്കാർ പറയും.

പാട്ടുകളുടെ മണിമാലകൾ

ഇരിപ്പിലും നടപ്പിലും വരവിലും അച്ഛന്റെ നരവംശശരീരത്തിന്റെ ഓർമകൾ മായാത്ത പാട്ടുകാരൻ പറയുമായിരുന്നു അതൊരൊന്നൊന്നര വരവു തന്നെയായിരുന്നുവെന്ന്-മണിരാമൻ. പുഴയിലെ മലവെള്ളത്തിനൊപ്പം ഉയർന്ന പാട്ടുകൾ പുഴയോരക്കാടുകളിലും അതിരോല സംസ്കാരത്തിലും അലയടിച്ചിരുന്നു. പുഴയിൽ കഴുത്തൊപ്പം വെള്ളത്തിലിരുന്ന്

പാട്ടുപാടിയപ്പോൾ 'ഇതാ കറുത്ത യേശുദാസ് ഇറങ്ങിയിട്ടുണ്ട് എന്ന് കളിയാക്കിയ പെണ്ണുങ്ങളോടുള്ള മധുരമായ പ്രതികാരമായിരുന്നുവോ മണിയുടെ പാട്ടുകൾ? 'വഞ്ചികുത്താൻ പോയപ്പോഴും വണ്ടിയോടിച്ചപ്പോഴും' പാട്ടിന്റെ 'ആയ'മാണ് കറുത്ത കുറമ്പനെ ഉറപ്പിച്ചുനിറുത്തിയത്.

താളത്തിന്റെ ഗണിതം കണിശമായി പാലിക്കുന്നതായിരുന്നു പാട്ടുകൾ. മണിയവതരണം നാട്ടുതാളത്തിന്റെയും തൗര്യത്രികത്തിന്റെയും സോദാഹാരണത്തിന്റെയും ക്ലാസ്സുകളായിരന്നു. 'അയ്യപ്പാ ഹരേ അയ്യപ്പാ പാഹിമാം' എന്ന പഴയപാട്ടിന്റെ ഈണത്തിൽ ഉണ്ടായിട്ടുള്ള പാട്ടുകളുടെ മണി മാലകൾ കോർത്ത് അരങ്ങ് സജീവമായി. 'ഒട്ടകത്തെ കെട്ടിക്കോ', 'കുയിലിനെത്തേടി', 'അനിയത്തിപ്രാവിന്' എന്നിങ്ങനെ മണിപ്പടക്കം പോലെ ഒരേ അച്ചിൽ വാർന്നുവീണ തമിഴ്-മലയാളം പാട്ടുകൾ പാടുന്നത് മണിക്ക് ഇഷ്ടമായിരുന്നു. ജനപ്രിയസംസ്കാരത്തിന്റെ ബഹുതരം അടവുകൾ ചുവടുവെച്ചത് ഇത്തരം അരങ്ങുകളിലായിരുന്നു. 'താൻ കറുത്തവനാണെന്നും കറുപ്പ് ഏഴഴകാണെന്നും അഴക് മുത്താണെന്നും' പറയാൻ കലാഭവൻ മണി തയ്യാറായി. ഏങ്ങണ്ടിയൂർ ചന്ദ്രശേഖരന്റെ പ്രസിദ്ധമായ 'ഏനുണ്ടോടി അമ്പിളിച്ചന്തം' എന്ന സെല്ലുലോയ്ഡിലെ പാട്ട് മലയാളികൾ ഏറ്റുവാങ്ങിയപ്പോൾ അതിൽ ഏറ്റവുമധികം കവിയെ അഭിനന്ദിച്ചത് മണിയായിരുന്നു. ആ പാട്ടും ജനപ്രിയസംസ്കാരത്തിലേക്കെത്തിച്ചത് 'മണിയരങ്ങാ'യിരുന്നു. നാട്ടുകാർക്കൊക്കെ സഹായഹസ്തമായി മാറിയ മണിക്ക് ഇല്ലായ്മയുടെ വേദനയറിയാമായിരുന്നുവെന്ന് നാട്ടുകാർ ഓർക്കുന്നു. അച്ഛന്റെ പേരിൽ ലൈബ്രറിയുണ്ടാക്കിയപ്പോഴും താൻ പഠിച്ച സ്കൂളിന് വാൻ വാങ്ങികൊടുത്തപ്പോഴും പള്ളിപ്പെരുന്നാളിന് സഹായിച്ചപ്പോഴും പൊലീസ്സ്റ്റേഷന്റെ രണ്ടാം നില പണിതു നൽകിയപ്പോഴും എല്ലാം നിശ്ശബ്ദമായാണ് ചെയ്തത്. അടിസ്ഥാനവർഗത്തിൽ ജനിച്ചതുകൊണ്ടാണ് ജനനന്മകൾ അദ്ദേഹത്തിന് ലഭിച്ചതെന്നും കൂട്ടുകാരൊക്കെ ഓർക്കുന്നു. മണിയുടെ ചൊല്ലിയാട്ടം കഴിഞ്ഞപ്പോൾ 1981-ൽ ജമൈക്കൻ സമരഗായകനായ ബോബ് മാർലി മരിച്ച സമയത്ത് ജമൈക്കയുടെ പ്രധാന മന്ത്രി എഡ്വേർഡ്സീഗ നടത്തിയ അനുശോചന പ്രസംഗമാണ് പ്രതിധ്വനിച്ചത്: "ഈ ഇലക്ട്രോണിക് യുഗത്തിലെ ദൈവത്തിന്റെ നിലവിളി തന്നെയായിരുന്നു അദ്ദേഹത്തിന്റെ പാട്ടുകൾ. അദ്ദേഹത്തിന്റെ മുനകൂർത്ത മുഖഭാവവും ഉത്തുംഗമായ വടിവും തുള്ളിയാട്ട ശൈലിയും മനസ്സിന്റെ താഴ്വരകളിൽ ചിത്രണം ചെയ്യുന്നു. ഓരോരുത്തരുടെ ഉള്ളിലും മറക്കാനാവാത്ത മുദ്രകൾ ഉണ്ടാക്കിയാണാ പാട്ടുകാരൻ പൊയ്പ്പോയത്. ബോബ് മാർലി രാജ്യത്തിന്റെ സമൂഹാവബോധ മനസ്സിന്റെ ഭാഗമായിരുന്നു."

സിനിമാ സാമ്രാജ്യത്തിലെ മണി എന്ന പൗരൻ

അനൂപ് പരമേശ്വരൻ

ഒറ്റ സീനിലുണ്ട് ആ ചലച്ചിത്ര ജീവിതം മുഴുവൻ. വി.എം.വിനു സംവിധാനം ചെയ്തു 2003ൽ പുറത്തിറങ്ങിയ ബാലേട്ടൻ എന്ന സിനിമ. രണ്ടു മിനിറ്റിൽ ഒതുങ്ങുന്ന ഗസ്റ്റ് റോളുകളിലേക്ക് മമ്മൂട്ടി സിനിമകളിൽ മോഹൻലാലും മോഹൻലാൽ സിനിമകളിൽ മമ്മൂട്ടിയും മാത്രം വന്നിറങ്ങുന്നത് കണ്ടു പരിചയിച്ചിരുന്ന കാലം. സിനിമയുടെ ക്ളൈമാക്സ് സംഘർഷത്തിലേക്ക് കാർ ഓടിച്ചു വന്നിറങ്ങുന്നതു കലാഭവൻ മണി. അപ്പോൾ കേരളത്തിലെ മുഴുവൻ തിയറ്ററുകളിലും മുഴങ്ങിയതു മിമിക്രി വേഷങ്ങൾക്കു പതിവുള്ള ചൂളം വിളി ആയിരുന്നില്ല. ആ എഴുന്നേറ്റു നിന്നുള്ള കൈയടി കലാഭവൻ മണി എന്ന അത്യപാര റേഞ്ചുള്ള നടന് നൽകിയ ആദരവായിരുന്നു. മോഹൻലാൽ എന്ന അതുല്യപ്രതിഭയുടെ മുന്നിൽ താരപ്രഭയോടെ വന്നിറങ്ങാൻ കെല്പുണ്ടായിരുന്ന അപൂർവ്വം ആളുകളിൽ ഒരാൾ.

പക്ഷേ, ആ ചെറു സീനിന്റെ അവസാന ഡയലോഗുകളിലേക്ക് എത്തുമ്പോൾ അത് കലാഭവൻ മണി എന്ന നടന് സിനിമാ സാമ്രാജ്യം നൽകുന്ന സ്ഥാനം കൂടി വരച്ചിട്ടു. നായകനെ സഹായിക്കാൻ വരുന്ന രക്ഷകൻ. എന്നാൽ നായകന്റെ കരുണയില്ലായിരുന്നെങ്കിൽ ഗൾഫിൽ പോകാൻ കഴിയില്ലായിരുന്നെന്നും ഇങ്ങനെ വന്ന് ഇറങ്ങാൻ കഴിയില്ലായിരുന്നെന്നും ഡയലോഗ്. സിനിമ ലോജിക്കലാകണം എന്നതുകൊണ്ടാകാം ആ സഹായത്തിന് ഇങ്ങനെയൊരു കാരണം ഉണ്ടായത്. പക്ഷേ, ഗതിയില്ലാതെ നടന്നിരുന്നുവെന്ന പറഞ്ഞ കാലത്തു നായകനായ ബാലേട്ടൻ മുസ്തഫയെ സഹായിക്കുമ്പോൾ അതേ ലോജിക് എവിടെപ്പോയി?

ഈ ഒരു ചോദ്യം കലാഭവൻ മണി വിടവാങ്ങിയ ശേഷം ചോദിക്കേണ്ടതായിരുന്നില്ല. താരകേന്ദ്രീകൃതമായി നിർമിച്ച മലയാള സിനിമാ പ്രപഞ്ചത്തിൽ കലാഭവൻ മണി എന്ന നടന് അത്ര സ്ഥാനമേ ഉണ്ടായിരുന്നുള്ളൂ. കണ്ണുകാണാത്തവരുടേയും പിച്ചയെടുക്കുന്നവരുടേയും മാനസിക വളർച്ച എത്താത്തവരുടേയും പച്ചവേഷങ്ങൾ മറ്റാരും പേറാതെ

വരുമ്പോൾ അതു മണിയിലേക്കെത്തി. നിറവും ശരീരവും ആർത്തു നിൽക്കുന്നതിനാൽ കത്തിവേഷങ്ങളും ചേരുമെന്നു കൂട്ടത്തിൽ പറഞ്ഞു. മണിയെ അതിനു കൊള്ളാം; അതിനേ കൊള്ളൂ. എന്നു ചലച്ചിത്ര ലോകം പ്രേക്ഷകരോടു പറഞ്ഞുവച്ചു. പല മുൻനിരക്കാരുടെയും ഭാവങ്ങൾക്കു മുകളിൽ മണിയുടെ ചലനങ്ങൾ ജ്വലിച്ചു നിന്നപ്പോഴും കാമ്പുള്ള ഒരൊറ്റ ക്കഥയുമായി ആരെങ്കിലും മണിയുടെ അടുത്തേക്കു പോയതായി അറിയില്ല.

ആറാം തമ്പുരാൻ എന്ന സിനിമ. അതിൽ കലാഭവൻ മണി നമ്പൂതിരിയാണ്. മോഹൻലാലും നരേന്ദ്രപ്രസാദും ശങ്കരാടിയുമൊക്കെ ജാത്യാധികാരത്തിന്റെ വേഷങ്ങൾ ആടുമ്പോൾ മണിയുടെ നമ്പൂതിരി ബുദ്ധിയുറയ്ക്കാത്തവൻ. ബാംബു ബോയ്സ്, പുള്ളിമാൻ പോലുള്ള സിനിമകളിൽ ഒക്കെ കോലം കെട്ടിച്ചുകണ്ടിട്ടുള്ള അതേ മണി തന്നെ. മായപ്പൊൻമാനിലും മന്ത്രമോതിരത്തിലും കണ്ടിട്ടുള്ള വേഷങ്ങളുടെ ആവർത്തനം. ആ വേഷം കെട്ടലുകൾക്ക് മുകളിൽ കലാഭവൻ മണിക്ക് എത്ര കാതൽ ഉണ്ടായിരുന്നു എന്നറിയാൻ രണ്ടു സിനിമകൾ മതി. രാക്ഷസരാജാവിലെ വിദ്യാഭ്യാസ മന്ത്രി ഗുണശേഖരനും ഛോട്ടാ മുംബൈയിലെ സി.ഐ. നടേശനും. നായകന്മാരെ നിഷ്പ്രഭമാക്കുന്നതായിരുന്നു ആ രണ്ടുകഥാപാത്രങ്ങളും. ഇതരസംസ്ഥാന നടന്മാർ വന്നു സി.ഐയും പോലീസ് കമ്മിഷണറുമായിരുന്ന മലയാളം സിനിമയിൽ പത്താം ക്ലാസിൽ നിന്ന് ഓട്ടോറിക്ഷയിലേക്കും പിന്നെ മിമിക്രി സ്റ്റേജിലേക്കും കയറിയ കലാഭവൻ മണി എത്ര ഉജ്ജ്വലമായാണ് തിളങ്ങി നിന്നത്. അസഭ്യവാക്കുകൾ ഡയലോഗായി പറയാതെതന്നെ മുഖഭാവത്തിൽ കൊണ്ടുവരാൻ കഴിയുമെന്നു തെളിയിച്ച മലയാളത്തിലെ രണ്ടു നടന്മാരിൽ ഒരാളാണ് മണി. ആദ്യത്തേത് രാജൻ പി. ദേവ് ആയിരുന്നു. സ്വന്തം അനുജൻ കുടുങ്ങി എന്നറിയുമ്പോൾ സി.ഐ.നടേശന്റെ മുഖത്തു കാണുന്ന ആ ഒരൊറ്റ ഓളം മതി മണി എന്ന നടനെ തിരിച്ചറിയാൻ.

ആ വൈഭവമാണ് ദി ഗാർഡും, മൈ ഡിയർ കരടിയും പോലുള്ള സിനിമകൾ സംവിധാനം ചെയ്തവർക്കു വേണ്ടി മുൻനിരക്കാർ ഒഴിഞ്ഞു കൊടുത്തത്. അനിൽ ബാബുമാരുടെ വാൽക്കണ്ണാടി എന്ന സിനിമയിൽ ഗീതു മോഹൻദാസിനൊപ്പം മലയാളത്തിലെ അത്യുജ്ജ്വലമായ ഒന്നു രണ്ടു പ്രണയരംഗങ്ങൾ മണി അവതരിപ്പിക്കുന്നുണ്ട്. പാത്ര സൃഷ്ടിയുടെ പരിമിതിമൂലം മലയാളി പ്രേക്ഷകർ ഏറെ കാണാതെ പോയ ചിത്രം. ചാക്കോ രണ്ടാമൻ, ബ്ളാക്ക് ആൻഡ് വൈറ്റ് കുടുംബം തുടങ്ങിയ സിനിമകളിലെല്ലാം പ്രായത്തിന്റെയും ഇമേജിന്റെയും അപ്പുറത്തുള്ള വേഷങ്ങളാണ് അണിഞ്ഞത്. ബെൻ ജോൺസൺ പോലുള്ള സിനിമകളിൽ അമാനുഷവേഷം കെട്ടിയ പരീക്ഷണങ്ങളായിരുന്നു നായകനാക്കിയത്. അഭിനയത്തികവിന്റെ മാറ്റിനപ്പുറം മസിൽപ്പെരുപ്പവും നാക്കിന്റെ ശക്തിയും മാത്രം അളവുകോലാകുന്ന സിനിമകൾ.

ജീവിത ചടുലതയുടെ സംഗീതം

കലാഭവൻ മണിക്ക് സംസ്ഥാന സർക്കാരിന്റെ സ്പെഷൽ ജൂറി പ്രൈസും കേന്ദ്ര സർക്കാരിന്റെ പ്രത്യേക പരാമർശവും ലഭിച്ച വാസന്തിയും ലക്ഷ്മിയും പിന്നെ ഞാനും എന്ന സിനിമ. ആ സിനിമയിൽ മണി അവതരിപ്പിക്കുന്ന കഥാപാത്രം അന്ധഗായകന്റേതാണ്. ആദ്യാവസാനം അന്ധനാണ്. പാടി കൈനീട്ടി ജീവിക്കുന്ന ഭിക്ഷക്കാരനുമാണ്. ഇത്തരമൊരു കഥാപാത്രം മലയാളത്തിൽ മുൻനിരയിലുള്ള ഒരു നായകന്റേയും മുൻനിരയിലേക്കെത്താൻ ഒരുങ്ങി നിൽക്കുന്നവരുടേയും പ്രൊഫൈലിൽ ഉണ്ടാവുക സാധ്യമല്ല. കാഴ്ചയില്ലാത്ത നായകൻ ആണെങ്കിൽ അവരുടെ സിനിമയുടെ ഏതെങ്കിലും ഘട്ടത്തിൽ അദ്ഭുതകരമായി കാഴ്ച തിരികെ ലഭിച്ചിരിക്കും. ഭിക്ഷക്കാരനായി ഇടവേളവരെ നടക്കുന്നുണ്ടെങ്കിൽ ഇടവേളയ്ക്കു ശേഷം കുബേരൻ ആയിട്ടുണ്ടാകും. അങ്ങനെയുള്ള പാത്ര സൃഷ്ടിക്കു പറഞ്ഞിരുന്ന ന്യായം പ്രേക്ഷകർ അത്തരം നായകന്മാരെയേ സ്വീകരിക്കൂ എന്നാണ്. വാസന്തിയും ലക്ഷ്മിയും പിന്നെ ഞാനും എന്ന സിനിമ തിയറ്ററിൽ നിറഞ്ഞോടിയത് 150 ദിവസമാണ്. അതിലെ നായകന് ഒരമാനുഷികശേഷിയുമില്ല. അന്ധതയുടെ ലക്ഷണങ്ങൾ അണുവിട തെറ്റാതെ അവതരിപ്പിക്കുക എന്നതിനപ്പുറം അഭിനയമികവിന്റെ ആഴങ്ങളിലേക്ക് പോകാനുള്ള സാധ്യതകളുമില്ല. അങ്ങനെ ഒരു സിനിമയ്ക്കും കഥയ്ക്കും നായകനും തിയറ്ററിൽ നിറഞ്ഞോടാമെങ്കിൽ മലയാള പ്രേക്ഷകരെ എന്തിനാണ് ഇനിയും ഇങ്ങനെ താഴ്ത്തിക്കാണുന്നത് എന്നു ചോദിച്ചാൽ അതു കലാഭവൻ മണിയെപ്പോലുള്ള നടൻമാർക്കു ലഭിക്കാതെ പോയ അവസരങ്ങൾക്കുകൂടിയുള്ള ഉത്തരമാകും.

വാസന്തിയേയും ലക്ഷ്മിയേയും തുടർന്നുവന്ന കരുമാടിക്കുട്ടൻ എന്ന സിനിമയും അതേ അച്ചിൽ വാർത്തെടുത്തതാണ്. കേരളത്തിലെ സാമൂഹിക വ്യവസ്ഥയിൽ ഓട്ടോറിക്ഷക്കാരനും പരമാവധി മിമിക്രിക്കാരനും അപ്പുറത്തേക്കു വളരാൻ വിടാത്ത കൽക്കെട്ടുകൾ തുറന്നുകാണിക്കുന്ന കഥാപാത്ര നിർമിതി. ദില്ലിവാലാ രാജകുമാരനിലും മായപ്പൊന്മാനിലും കണ്ടതാണ്. അത്ര ശക്തനല്ലാത്ത നായകന്റെ പിന്നിൽ തീർത്തും ദുർബലനായി സ്വയം നിർണയശേഷി ഇല്ലാത്ത കഥാപാത്രങ്ങളായി ഒരു പ്രതിഭ അലഞ്ഞു നടക്കുന്നത്. സമ്മർ ഇൻ ബത്‌ലഹേമിൽ ഇരു നായകർക്കൊപ്പവും ആദ്യാവസാനം നിൽക്കുമ്പോഴും ബുദ്ധിക്കുറവിന്റെ ഒരു നിർമിതി മണിയുടെ വേഷത്തിനു നൽകുന്നുണ്ട് സംവിധായകൻ. ചിലപ്പോഴൊക്കെ ഇരുനായകരുടേയും മുകളിലേക്ക് അനായാസതയോടെ കടന്നുപോകുന്നുമുണ്ട് ആ നാട്ടുശീലങ്ങളുടെ സമ്മർ.

അങ്ങനെ മലയാളം എന്തൊക്കെയോ വേഷങ്ങൾ കൊടുത്ത മണി തമിഴിലെത്തി. പിന്നെ തെലുങ്കിലും. അവിടെ നായകനെ നിശ്ചയിച്ചു കഴിഞ്ഞാൽ രണ്ടാമത്തെ റോളിന് ആദ്യം പരിഗണിക്കുന്ന പേരായി മണി.

രജനീകാന്തിന്റെയും വിക്രത്തിന്റെയും കമലഹാസന്റെയും ഐശ്വര്യ റായിയുടേയുമെല്ലാം സിനിമകളിൽ നിറഞ്ഞുനിന്ന താരമൂല്യം. ജഗൻ, ആര്, വെള്ളിമുച്ചാട്ലു തുടങ്ങിയ സിനിമകളിലൂടെ തെലുങ്കിലും രണ്ടാമത്തെ കാൾഷീറ്റുകാരൻ. അപ്പോൾ മലയാളസിനിമാ അണിയറയിൽനിന്നു പൊതുജനങ്ങളിലേക്ക് ഒരു കഥ ഒഴുകി. മണി തമിഴിൽ സൂപ്പർ താരമാണ്. തെലുങ്കിൽ തിരക്കോടു തിരക്ക്. മലയാളത്തിൽ അതു കൊണ്ടു വരാൻ കഴിയുന്നില്ല. താരസാമ്രാജ്യങ്ങളുടെ മലയാള സിനിമയിൽ മണി അങ്ങനെ ഇടയ്ക്കൊക്കെ മാത്രം വന്നു പോയ ആളായി.

അപ്പോഴും നമ്മൾ മണിയെക്കുറിച്ച് ഊറ്റംകൊണ്ടു. നന്നായി നാടൻ പാട്ടു പാടും. പാട്ടുപാടും എന്നല്ല, നാടൻ പാട്ടുപാടുമെന്നാണ് മണിക്കുണ്ടായിരുന്ന വിശേഷണം. ആഭേരിയും ശങ്കരാഭരണവും ഈണങ്ങളെ നിർണയിക്കാതിരുന്ന ലോകത്ത് ജീവിതചടുലത രാഗമാക്കിയവരുടെ സംഗീതമായിരുന്നു അത്. അതു മണിയെപ്പോലെ പകുത്തെടുത്തു പകർന്നുനൽകാൻ കഴിയുന്നവർ ഏറെ ഉണ്ടായിരുന്നില്ല. കണ്ടെടുത്ത പാട്ടുകൾക്കു പുറമെ എഴുതിച്ച പാട്ടുകളും മണി ആ താളങ്ങളിലേക്കു കൊണ്ടുവന്നു.

പന്ത്രണ്ടുപത്തിന്റെ ഓണടികേൾക്കുമ്പോൾ കാലുകളെല്ലാമേ വടക്കോട്ടല്ലോ...

ഇങ്ങനെയൊരു നാട്ടുപാട്ടെന്താണെന്നു പുതിയ തലമുറ അന്തം വിട്ടു പോയിട്ടുണ്ടാകും. ടാറ്റയുടെ 1210 ലോറി കരിങ്കൽമടയിലേക്കു വരുന്ന ഓണടികേൾക്കുമ്പോൾ പണിക്കിറങ്ങുന്നവരുടെ ആ കാലം വരച്ചിട്ടതായിരുന്നു പാട്ട്. കണ്ണിമാങ്ങാപ്രായം എന്ന കലാഭവൻമണിക്കൊപ്പം അനശ്വരമായ പാട്ടിലുമുണ്ട് ഇങ്ങനെ ചന്ദ്രക്കാരൻ കണ്ണിമാങ്ങയുടെ നാട്ടുരുചി അനേകം. അപ്പോഴും വിശേഷണം അതായിരുന്നു. ഓട്ടോക്കാരനായിരുന്നു, നാടൻ പാട്ടുകരാനായിരുന്നു. വീക്കൻചെണ്ട കൊട്ടാറുണ്ട്, മിമിക്രി കാണിക്കാറുണ്ട്, പിന്നെ കോമാളി വേഷങ്ങളിലും ഗംഭീരം. അതാണ് മലയാള സിനിമയിലെ തമാശ.

(14-03-2016, ലക്കം : 43, മലയാളം വാരിക)

■

പാട്ടുപോലൊരു ജീവിതം

ലാലുമോൻ ചാലക്കുടി

ചാലക്കുടിക്കാരൻ ചങ്ങാതി എന്ന 100 നമ്പരായുള്ളൊരു ഓട്ടോറിക്ഷയുണ്ട് ചാലക്കുടിയിൽ. ഇതിന്റെ ഉടമ കലാഭവൻ മണിയാണ്. ഓട്ടോറിക്ഷയുടെ ആ പേരുപോലെ തന്നെയാണ് മണിയും. ചാലക്കുടിക്കാരനായ ചങ്ങാതിയാണ്. ചങ്ങാത്തത്തിന് ഇത്രയേറെ പ്രാധാന്യം നൽകിയ മറ്റൊരാൾ ഇനിയുണ്ടാകുമോ?

സ്നേഹത്തിന്റെ, സൗഹൃദത്തിന്റെ, കാരുണ്യത്തിന്റെ കൈയൊപ്പു പതിച്ച ജീവിതംകൊണ്ട് ദാരിദ്ര്യത്തിന്റെ കൊച്ചുകൂരയിൽ സ്നേഹസമ്പന്നതയുടെ കൊട്ടാരമൊരുക്കിയ സാധാരണക്കാരനായിരുന്നു മണി. അദ്ദേഹം ചാലക്കുടി പട്ടണത്തിന്റെ തെല്ലരികെ പണ്ടു വീടിന്നടയാളമായി കൊന്നപ്പത്തലുകൾ തഴച്ചുനിന്ന ചേനത്തുനാടെന്ന ഗ്രാമത്തിൽ ഒരു വഴിയുണ്ട്. മണിയുടെ വീടായ മണിക്കൂടാരത്തിലേക്കുള്ള വഴി. ഈ വഴി താണ്ടിയെത്തുന്നവർക്കു മടങ്ങുംമുൻപേ മനസ്സ് നിറഞ്ഞിരിക്കും. ചിലർക്കു കീശയും കേരളത്തിന് അകത്തും പുറത്തും നിന്നെത്തുന്നവരെ കൈയയച്ചു സഹായിക്കാൻ മനസ്സുള്ള മണി കാരുണ്യത്തിന്റെ മഹാപ്രവാഹമായി, ചാലക്കുടിപ്പുഴ പോലെ ഒഴുകി.

നാടൻപാട്ടുകളുടെ സുൽത്താൻ കൂടിയായ മണി. പരിചയപ്പെടുന്നവരെ ആരെയും മറക്കില്ല. തന്നെ ഓർക്കാനിടയില്ലെന്നു കരുതി പതുങ്ങി നിൽക്കുന്നവരെ ആൾക്കൂട്ടത്തിനിടയിൽ നിന്നു പേരെടുത്തു വിളിച്ച് ഒരുപാട് തവണ അമ്പരിപ്പിച്ചിട്ടുണ്ട് ഈ ചങ്ങാതി. ഓരോ ദിവസവും വലുതായിവരുന്ന സുഹൃദ്വലയം. ഒരുമിച്ചിരുന്നു പാട്ടുപാടാനും കൂട്ടുകൂടാനും എത്തുമ്പോൾ മണി സിനിമാതാരമല്ലാതാകും.

ഇടയ്ക്കു സങ്കടം വിങ്ങി ഇപ്പോൾ മണി കരഞ്ഞേക്കും എന്നു കൂട്ടുകാർക്കു തോന്നും. പക്ഷേ, അടുത്ത നിമിഷം ജീവിതത്തിന്റെ ഒരു നിമിഷത്തെ തമാശയിലൂടെ തിരഞ്ഞുപിടിച്ചവതരിപ്പിച്ച് മണി ഒപ്പമുള്ളവർ സങ്കടപ്പെടാതിരിക്കാൻ അവസരമൊരുക്കും. മണിച്ചേട്ടൻ സ്നേഹത്തിന്റെയും വാത്സല്യത്തിന്റേയും ആൾരൂപമായിരുന്നു. ഇങ്ങനെയൊരു സഹോദരൻ എന്നുമുണ്ടാകണേയെന്ന പ്രാർത്ഥനയോടെ മണിയുടെ സുഹൃത്ത് സുനിൽകുമാർ പറഞ്ഞു: ‘മണിച്ചേട്ടൻ മരിക്കുന്നതിന്

ഏതാനും ആഴ്ച മുൻപ് അദ്ദേഹത്തിന്റെ ഔട്ട് ഹൗസായ പാടിയിൽ പോയിരുന്നു. ഭക്ഷണം കഴിക്കുന്നതിനിടെ ഒരുരുള ചോറുവാരി വായിൽ വച്ചുതന്നു' പറയുമ്പോൾ സുനിൽകുമാറിന്റെ കവിളിൽ കണ്ണീർമണികൾ.

കൂട്ടുകാർക്ക് എന്തെങ്കിലും ബുദ്ധിമുട്ടുകൾ വന്നാൽ മുൻപിൽ നോക്കാതെ ഇറങ്ങിപ്പുറപ്പെടുന്ന സ്വഭാവമായിരുന്നു. കൂട്ടുകാരിൽ നിന്ന് അകലണമെന്നു കുടുംബാംഗങ്ങളിൽ ചിലരും സിനിമാ രംഗത്തെ പ്രമുഖരായ സുഹൃത്തുക്കളും ഉപദേശിച്ചെങ്കിലും മണി കൂട്ടാക്കിയില്ല.

കൂട്ടുകാരനെ നഗരസഭാ തിരഞ്ഞെടുപ്പിൽ നിർത്തി വിജയിപ്പിച്ചതും സൗഹൃദചരിത്രത്തിന്റെ ഭാഗം. സി.എസ്. സുരേഷ് (വിനു) 2011ലെ തിരഞ്ഞെടുപ്പിൽ ജയിച്ചത് മണിയുടെ മാത്രം മിടുക്കിൽ. തിരഞ്ഞെടുപ്പു പ്രചാരണത്തിനു രാപകലില്ലാതെ വീടുകൾ തോറും കയറിയിറങ്ങി മണി വിജയമുറപ്പിച്ചു. ഷൂട്ടിങ് തിരക്കുകൾ മാറ്റിവച്ച് വോട്ട് ചെയ്യാനും മണിയെത്തി. സുരേഷിനെക്കൂടാതെ ലക്ഷ്മി, ആന്റോ വടക്കൻ എന്നിവരെ മത്സരരംഗത്തിറക്കി വിജയിപ്പിച്ചതും മണി തന്നെയാണ്. നടൻ ഇന്നസെന്റ് ലോക്സഭാ തിരഞ്ഞെടുപ്പിൽ മത്സരിച്ചപ്പോൾ ഇന്നസെന്റ് ആവശ്യപ്പെടാതെ തന്നെ തിരഞ്ഞെടുപ്പ് പ്രചാരണത്തിന്നിറങ്ങിയ മണി സൗഹൃദത്തിന്റെ നിഷ്കളങ്കതയുടെ മാറ്റുകൂട്ടി. എന്നാൽ പ്രചാരണത്തിനിറങ്ങുന്ന വിവരം മണി ഇന്നസെന്റിനെ അറിയിച്ചില്ല. പാർട്ടി നേതാക്കൾ പറഞ്ഞാണു തനിക്കായി മണി പ്രചാരണത്തിന് ഇറങ്ങിയത് അറിഞ്ഞതെന്ന് ഇന്നസെന്റ് പറഞ്ഞു.

പിന്നീടു മാനേജരായി എത്തിയ ജോബി മണിയുടെ ഉറ്റചങ്ങാതിയായിരുന്നു. ജോബി രോഗബാധിതനാണെന്നറിഞ്ഞ് മണി തളർന്നു. ചികിത്സ തേടാൻ ജോബിയെ ബലമായി ആശുപത്രിയിൽ കൊണ്ടുപോയതും കരൾ മാറ്റിവയ്ക്കാനുള്ള എല്ലാ കാര്യങ്ങളും ചെയ്തതും മണിയായിരുന്നു.

കൂടപ്പുഴയിലുള്ള സുഹൃത്ത് വിനു മദ്യപാനം മൂലം അവശനായത് അറിഞ്ഞ മണി സുഹൃത്ത് സുരേഷിനെ വിളിച്ചു പറഞ്ഞു. 'ചെലവു നോക്കണ്ട. ഉടൻ ആശുപത്രിയിൽ കൊണ്ടുപോകൂ. അവന്റെ മദ്യപാനവും ഇതോടെ നിർത്തിക്കണം.' സ്ഥിരം മദ്യപാനത്തിൽ നിന്നു വിനു മോചിതനായത് കൂട്ടുകാർക്കെല്ലാമറിയാവുന്ന കാര്യം.

ബെന്നിയെന്ന സുഹൃത്ത് തൊഴിലൊന്നുമില്ലാതെ കഷ്ടപ്പെടുന്നതു കണ്ടപ്പോൾ കുന്നത്തങ്ങാടിയിൽ പാൽക്കച്ചവടം തുടങ്ങാൻ നിർദ്ദേശിച്ചു. ഇതിനുള്ള സാമ്പത്തിക സഹായം മുഴുവൻ മണിയുടെ പോക്കറ്റിൽ നിന്നായിരുന്നു.

കാരുണ്യപ്രവർത്തനങ്ങൾ ചെയ്യുമ്പോൾ വലതു കൈ ചെയ്യുന്നത് ഇടതുകൈ അറിയരുതെന്നത് മണിയുടെ പ്രമാണം. നൂറുകണക്കിനു പെൺകുട്ടികൾക്കു വിവാഹ ധനസഹായം നൽകി. വീട്ടിലെത്തി

സഹായം ചോദിച്ചവർക്കെല്ലാം കൈയയച്ചു നൽകി. കാൻസർ, വൃക്ക രോഗികൾക്ക് ചെറുതും വലുതുമായ സഹായങ്ങൾ നൽകി. വലിയ തുക പലവഴിക്ക് ഒഴുകിയപ്പോൾ കൂടെയുള്ളവർ വിലക്കി. പക്ഷേ, അതല്ല മണി കേട്ടത്, മുന്നിൽ വന്നു തേങ്ങുന്നവരുടെ സങ്കടങ്ങളാണ്. അതുകേട്ടു കൂടെ കരയുന്നതും മണിയുടെ ശീലം.

കഴിഞ്ഞ 15 വർഷമായി ക്രിസ്മസിന് ചാലക്കുടിയിലെ ചേരികളിലും കനാൽ പുറമ്പോക്കുകളിലും താമസിക്കുന്നവരുടെ 600 വീടുകളിലേക്ക് അരിയും ഇറച്ചിയും കേക്കും എത്തിച്ചു. കൂട്ടുകാർ പറഞ്ഞു. ഇത് അതിഥി കളെയും പത്രക്കാരെയും വിളിച്ചുകൂട്ടി നാലാളറിയെ നടത്തണമെന്ന്. മണിയുടെ മറുപടി ഇങ്ങനെയായിരുന്നു: ഞാൻ പബ്ലിസിറ്റിക്കായല്ല ഇതു ചെയ്യുന്നത്. കുട്ടിക്കാലത്തു വിശന്നുപൊരിഞ്ഞ നാളുകളിൽ ക്രിസ്മസിന് ഇറച്ചിയും കേക്കും കഴിക്കാൻ ഒരുപാടു മോഹിച്ചിട്ടുണ്ട്. അന്നൊന്നും അതു സാധിച്ചില്ല. അതിനു സാധിക്കാതെ പോകുന്നവരെ മറന്നാൽ പിന്നെ മണിയില്ല മക്കളേ... പുറം ലോകം അറിയാതെ ഇങ്ങനെ എത്രയെത്ര അനുഭവങ്ങൾ ചാലക്കുടിക്ക് ഓർക്കാനുണ്ട്.

അറിഞ്ഞതിൽ കൂടുതൽ അറിയാൻ ബാക്കിവച്ച് മണി പോയപ്പോൾ അവരൊക്കെ കരഞ്ഞത് അവൻ ചങ്കിനോടടുക്കിപ്പിടിച്ച നിമിഷങ്ങളെ ഓർത്തായിരുന്നു. സ്നേഹത്തിന്റെ മുഴക്കങ്ങൾ മണിയെ സ്നേഹിച്ചവർ കേട്ടത് കാതുകളിലായിരുന്നില്ല. ഹൃദയങ്ങളിലായിരുന്നു. ആ ഹൃദയ ങ്ങളിൽ മണിക്കും മണിയുടെ സ്നേഹസൗഹൃദങ്ങൾക്കും ഇരിപ്പിടമുണ്ട് എന്നും.

■

കറുപ്പിന്റെ മണിപ്രവാളം

എം.കെ. ഹരികുമാർ

ഒരു കലാകരന് പല ജന്മങ്ങളുണ്ട്. പല അവതാരങ്ങളുണ്ട്. ഒന്നിലും സ്ഥിരമായിരിക്കാൻ കഴിയാത്തവിധം അവൻ ചിലപ്പോൾ അസ്വസ്ഥനാ യേക്കാം. ഈയിടെ അന്തരിച്ച കലാഭവൻ മണി പല ജന്മങ്ങൾ ജീവിച്ച കലാകാരനായിരുന്നു. മണി മലയാള സിനിമയിൽ തീരെ കാണാനില്ലാത്ത ദളിത് പരിപ്രേക്ഷ്യത്തിന്റെ അവസാനത്തെ നക്ഷത്രമായിരുന്നു. രംഗ വേദി സിനിമയാണ്. അവിടെ ദളിതൻ നക്ഷത്രമാകാൻ സാദ്ധ്യതയുമില്ല. ഒരു ദളിതനെ കാണിച്ചാൽ, മുഴുവൻ പ്രേക്ഷകരും തീയേറ്റർ വിട്ടു പോകുമെന്ന് അന്ധമായി വിശ്വസിക്കുന്ന ഉപരിവർഗ്ഗ കൺകെട്ടാണ് സിനിമയായി പുറത്തുവരുന്നത്.

സിനിമ എന്നാൽ കച്ചവട ഉല്പന്നമാണ്. കച്ചവടം വേണ്ടാത്ത സിനിമ ഇപ്പോൾ ഉണ്ടോയെന്ന് അറിവില്ല. ഉണ്ടെങ്കിൽ തന്നെ അത്തരം സമാന്തര സിനിമകളിൽപ്പോലും പറയുന്നത് ഫ്യൂഡൽ ഗീർവാണങ്ങളുടെ നഷ്ട സ്വപ്നങ്ങളുമാണ്. മലയാളത്തിലെ ഒരു സമാന്തര സിനിമയും നാളിതു വരെ താഴ്ന്ന ജാതിയിൽപ്പെട്ടവനെ അഭിസംബോധന ചെയ്തിട്ടില്ല.

ഒരു ദളിതൻ ചരിത്രത്തിലാദ്യമായി താരമായതാണ് മണിയുടെ വിജയം. സിനിമയുടെ പ്രമുഖമായ മണ്ഡലങ്ങളിൽ തന്റെ കഴിവു കൊണ്ടുമാത്ര മാണ് അദ്ദേഹം നിലനിന്നത്. സാധാരണഗതിയിൽ സിനിമയിൽ ഒരു നട നാകാൻ ഏതൊരുവനും സാധിക്കും എന്നാൽ ഉപരിവർഗ്ഗത്തിൽപെട്ടവനാ ണെങ്കിൽ സ്വീകാര്യതയേറും. അതേ സമയം അധഃകൃതനാണെങ്കിൽ കൂടുതൽ തെളിയിച്ചാലേ മറ്റുള്ളവർക്കൊപ്പം അംഗീകരിക്കപ്പെടുകയുള്ളു. അതിന്റെയർത്ഥം ഇതാണ്. ഒരധഃകൃതന് പ്രതിഭയുടെ നിക്ഷേപം വളരെ യുണ്ടായാലേ ശ്രദ്ധിക്കപ്പെടാൻ കഴിയൂ. അവനു നിരുപാധികമായ ഒരു അനുകമ്പയോ, സ്നേഹമോ ആരും വച്ചു നീട്ടുന്നില്ല.

മണി സ്റ്റേജ്ഷോകളിലാണ് ആദ്യമെത്തിയത്. അതിനുമുമ്പ് അന്ന ന്നത്തെ ജീവിതത്തിനുവേണ്ടി മണൽവാരിയും, ഓട്ടോ ഓടിച്ചും ജീവി ക്കുകയായിരുന്നു. ഇന്ന് ചലച്ചിത്ര മേഖലയിൽ വരുന്നവരിൽ തൊണ്ണൂറ്റി ഒമ്പത് ശതമാനം പേരും ഉന്നത വിദ്യാഭ്യാസമുള്ളവരും തറവാട്ട് ബലമു ള്ളവരുമാണ്. അവരുടെ പോക്കറ്റിൽ, അലഞ്ഞുനടക്കാൻ ഇഷ്ടംപോലെ പണമുണ്ടായിരിക്കും. മണിക്ക് ഓട്ടോയിൽ നിന്നുവേണം സ്റ്റേജിലേക്ക്

ചാടിക്കയറാൻ. അതൊരു സാധാരണ ചാട്ടമായിരിക്കില്ല. ഉള്ള തൊഴിൽ നഷ്ടപ്പെടുത്തിയിട്ട് മോഹവലയത്തിൽപ്പെടുന്നത് കുടുംബദ്രോഹമാകുന്നത് പെട്ടെന്നായിരിക്കും.

മണി ആ 'സാഹസ'ത്തിനു മുതിർന്നു. പരിചയക്കാരുടെ പിന്തുണയോടെ കലാഭവനിലെത്തിയതാണ് അദ്ദേഹത്തിന്റെ ജീവിതത്തിനു വേറൊരു ചാൻസ് കീറിക്കൊടുത്തത്. ബുദ്ധിമാനായ മണി സ്റ്റേജ് ഷോയിൽ പ്രധാന ഘടകമായത് പെട്ടെന്നാണ്. സിബി മലയിലിന്റെ അക്ഷരത്തിൽ അഭിനയിച്ച് സിനിമയിലെത്തിയ മണി അതിന്റെ രസായനി പൂർണമായും ആസ്വദിച്ചു. സിബിയുടെ 'ആയിരത്തിലൊരുവൻ' ഈ നടന്റെ എണ്ണം പറഞ്ഞ ഒരു ചിത്രമാണ്. ജീവിത ദുരിതത്തോട് ഒറ്റയ്ക്ക് ഏറ്റുമുട്ടുന്ന ആ കഥാപാത്രം അദ്ദേഹത്തിന് അഭിനയിച്ച് ഫലിപ്പിക്കാൻ നിസ്സാരമായിരുന്നിരിക്കണം. വാസന്തിയും ലക്ഷ്മിയും പിന്നെ ഞാനും എന്ന സിനിമയിലെ അന്ധഗായകൻ പുതിയൊരു ശാഖ തന്നെ സൃഷ്ടിച്ചു. പിന്നെസിനിമയിലെ അന്ധഗായകനെ അവതരിപ്പിക്കേണ്ടി വരുമ്പൊഴൊക്കെ മണിയുടെ കഥാപാത്രത്തെ ഓർക്കണമെന്ന അവസ്ഥ. സുന്ദരനായ പ്രേംനസീർ അന്ധഗായകനായി വരുന്ന കഥാപാത്രത്തിൽ നിന്ന് മണിയുടെ അന്ധഗായകനിലേക്ക് ഒരുപാട് ദൂരമുണ്ട്. അത് കലയുടെയും ദളിത് മുന്നേറ്റത്തിന്റെയും ദൂരമാണ്. ഒരാൾ വെറുതെ കണ്ണ് തുറന്നുപിടിച്ച് അന്ധനാകുന്നതിൽ നിന്ന് വ്യത്യസ്തമായി മണി തന്റേതായ ഒരു വ്യാകരണം ആ ആവിഷ്കാരത്തിനു നൽകി. അതിൽ കലാഭവൻ മണി എന്ന വ്യക്തിയല്ല ഉള്ളത്; ആ അന്ധഗായകന്റെ അനന്യതയാണ്. അന്ധതയെ കാഴ്ചയില്ലാത്തവരുടെ മനസ്സിലൂടെ പകർന്നു നൽകാനാണ് മണി ശ്രമിച്ചത്. അങ്ങനെ അത് സിനിമാ ശൈലിയിൽ പുതിയൊരു സമീപനമായിത്തീർന്നു. ആയതിൽ അന്ധതയും അന്ധതയുടെ അനുഭവത്തിന്റെ ആവിഷ്കാരവുമുണ്ടായിരുന്നു. നമുക്ക് കാണാൻ വേണ്ടി മണി കണ്ണുതുറന്ന് കാഴ്ചയില്ലാത്തവനാകുകയല്ല; നമ്മേക്കൂടി കണ്ണുകളില്ലാത്തവരാക്കുന്നു. കണ്ണുകളില്ലെന്ന് പ്രേക്ഷകരെ ബോധ്യപ്പെടുത്തുകയല്ല മണിയുടെ ലക്ഷ്യം; താൻ കണ്ണുകളില്ലാത്തവനാണെന്നു കഥാപാത്ര ചിന്തയിൽ സ്വയം സമർപ്പിക്കുകയാണ് ആ നടൻ. അന്ധതയും കാഴ്ചയും തമ്മിൽ വേർതിരിക്കാനാവാത്ത നിമിഷത്തിൽ അത് സൗന്ദര്യത്തിന്റെ മണിപ്രാവാളമായിത്തീരുന്നു.

ഒരു ദളിതന് ചലച്ചിത്രത്തിൽ രണ്ട് പ്രശ്നങ്ങളെ നേരിടേണ്ടി വരും. ഒന്ന്, അവന് തന്റെ വർഗ്ഗത്തെ പ്രതിനിധീകരിക്കുന്ന കഥാപാത്രമാകാനേ കഴിയൂ; അവൻ ശരീരംകൊണ്ട് താഴ്ന്നവനായി മുദ്രകുത്തപ്പെടുന്നു. രണ്ട്: കറുപ്പ് നിറം, തന്റെ ഉപരിവർഗ്ഗ കഥാപാത്രസാദ്ധ്യതകളെ നശിപ്പിക്കുന്നു. ഇതിനെ രണ്ടിനെയും മറി കടന്ന നടനാണ് കലാഭവൻ മണി. 'മലയാളി മാമനു വണക്കം' 'ആറാം തമ്പുരാൻ' തുടങ്ങിയ സിനിമകളിലൂടെ, തന്റെ മേൽ ഒഴിയാബാധയായി കിടന്ന വംശീയസ്വത്വത്തെ ഒരു മുഷിഞ്ഞ വസ്ത്രത്തെയെന്ന പോലെ ദൂരേക്ക് വലിച്ചെറിയാൻ അദ്ദേഹത്തിനു കഴിഞ്ഞു. 'മലയാളി മാമനു വണക്ക,'ത്തിൽ ഒരു ഭൂപ്രഭുവായി അഭിനയിച്ചു. ആറാം തമ്പുരാനിൽ മാനസിക രോഗിയുടെ ചേഷ്ടയുള്ള

നമ്പൂതിരി യുവാവായും അഭിനയിച്ച് പ്രേക്ഷകരെ തീപ്പിടിപ്പിച്ചു. ഇത് കലയുടെ മണിപ്രവാളമാണ്. കറുപ്പ് നിറത്തെ മണി അദ്ധ്വാനത്തിന്റെയും സത്യസന്ധതയുടെയും ചരിത്രത്തിന്റെയും ആത്മബോധത്തിന്റെയും ചെറുത്തുനില്പിന്റെയും നിറമായി വ്യാഖ്യാനിച്ചു. മണിയുടെ കറുപ്പ് പ്രതിഭയുടെ അഴകായി സ്വീകരിക്കപ്പെട്ടു. 'വാൽക്കണ്ണാടി' 'ബെൻജോൺസൺ', 'വല്യേട്ടൻ' തുടങ്ങിയ സിനിമകളിൽ മണി കറുപ്പിനെ മൂർച്ചയുള്ള സത്യമായി പുതുക്കിപ്പണിതു. വാൽക്കണ്ണാടിയിലെ ഇരുമ്പുപണിക്കാരൻ മണി എന്ന മനുഷ്യനെയും കടന്ന് ഒരു കഥാപാത്രമായി നമ്മുടെ മുന്നിൽ കയറി ഓടുകയാണ്. 'കരുമാടിക്കുട്ടനി'ലും അതേ കറുപ്പ് നമ്മുടെ മനസ്സിന്റെ ഇരുണ്ട കോണുകളിലേക്ക് വെളിച്ചം പായിക്കുന്നു. പ്രേക്ഷകന് നഷ്ടമായ ഏതോ വലിയ മൂല്യമാണ് മണിയുടെ കാരിരുമ്പ് കഥാപാത്രങ്ങളിലൂടെ അദ്ദേഹം വീണ്ടെടുത്തു നൽകിയത്.

ആദ്യകാലത്ത്, മറ്റേതൊരു നടനെയും പോലെ മണിക്കും ധാരാളം സാധാരണ വേഷങ്ങൾ ചെയ്യേണ്ടി വന്നു. തന്റെ തിരഞ്ഞെടുപ്പുകൾക്കുള്ള സ്വാതന്ത്ര്യം കൈയിൽ കിട്ടുമ്പോഴാണ് ഏത് നടനും ശോഭിക്കുന്നത്. സിനിമയുടെ അന്തർനാടകവും താരത്തിന്റെ വിപണിമൂല്യവും ഏതേത് കള്ളികളിലാണെന്ന് മണി മെല്ലെ തിരിച്ചറിഞ്ഞു. ആഴത്തിൽ അഭിനയിച്ചു പോകുന്ന ഒരു നടന്, താരമാകാൻ മറ്റു ചില ചേരുവകൾ കൂടി വേണം. അതിനുവേണ്ടി മണി പ്രത്യേകതാളത്തിൽ ഒച്ചയുണ്ടാക്കി ചിരിച്ചു. ആ ചിരി സൂപ്പർ ഹിറ്റായി, തന്റെ നാട്ടിൽ കാരണവന്മാർ പാടി നടന്ന പഴയ വാമൊഴി ഗാനങ്ങൾ മണി എടുത്ത് മിനുക്കി വലിയ പ്രേക്ഷക സമൂഹത്തിനു മുന്നിൽ വച്ചത് അതിലും വലിയ ഹിറ്റായി. ആ പാട്ടുകളിൽ വിശപ്പിന്റെ വേദനിപ്പിക്കുന്ന ഈണവും വൈയക്തികമായ അനുഭവവും ഉണ്ടായിരുന്നു. ഗ്രാമങ്ങളിൽ ആരും ശ്രദ്ധിക്കപ്പെടാതെ കിടന്ന നാടൻപാട്ടുകളെ മണി തന്റെ ശരീരത്തിന്റെയും പൂർവകാല ദാരിദ്ര്യത്തിന്റെയും ഈണമാക്കി പുനരവതരിപ്പിച്ചു. അത് പുത്തൻ നഗരസമൂഹവും ഉന്നതകുലജാതരായ നടീനടന്മാരും ഞെട്ടലോടെയാണ് ഉൾക്കൊണ്ടത്. അവർ കാണാത്ത ജീവിതത്തിന്റെ വെട്ടുകല്ല് നിറവും, അറിയാത്ത നൊമ്പരത്തിന്റെ പുകപിടിച്ച പനയോലകളും അതിൽ ഫണം നിവർത്തിനിന്നു.

മികച്ച ഒരു ഗായകനെന്ന നിലയിലും സംഗീത സംവിധായകനെന്ന നിലയിലും മണി തന്നെ തന്നെ നിറയ്ക്കുകയാണ് ചെയ്തത്. മണിയുടെ പാട്ടുകൾ മണി തന്നെ പാടി കേൾക്കുന്നതായിരുന്നു പ്രേക്ഷകർക്കിഷ്ടം. മണി ഒരവശ്യഘടകമായി മാറിയപ്പോൾ, പക്ഷേ, സ്റ്റേജ് കരഞ്ഞു. മണിയെ കിട്ടാതായപ്പോൾ അദ്ദേഹത്തിന്റെ അപരന്മാർ കൂട്ടത്തോടെ രംഗം പിടിച്ചടക്കി. ഈ നടന്റെ ആവശ്യകത വർധിച്ച സന്ദർഭമാണിത്.

ഒരു സാധാരണക്കാരൻ എന്ന നിലയിൽ ജീവിച്ച മണി, താരങ്ങൾക്കിടയിൽ തന്നെ മാതൃകയാവുകയാണ്. സിനിമയിൽ മുഖ്യവേഷത്തിലഭിനയിച്ച് അതിപ്രശസ്തിയിലേക്ക് ഉയരുന്ന നടന്മാർ പിന്നെ നാട്ടിൽ ശ്രദ്ധ കേന്ദ്രീകരിക്കാറില്ല. ചിലരെങ്കിലും ഭൂതകാലത്തെക്കുറിച്ച് വലിയ നുണകൾ പ്രചരിപ്പിക്കും. എന്നാൽ മണി നുണയൊന്നും പറഞ്ഞില്ല. ഓട്ടോ

ഓടിക്കാൻ തുടങ്ങിയപ്പോഴാണ് തന്റെ വീട്ടിലെ പട്ടിണി മാറിയതെന്ന് അദ്ദേഹം തുറന്നുപറയുമായിരുന്നു. ജന്മദേശമായ ചാലക്കുടിയിലെ സുഹൃത്തുക്കളെ ഉപേക്ഷിക്കാതെ, അദ്ദേഹം സിനിമയിലെ തിരക്കുള്ള നടനായി ജീവിച്ചു. ഒഴിവുവേളകളിൽ നാട്ടിലെത്തി ഓട്ടോ ഓടിച്ച് സിനിമയ്ക്ക് പോകാൻ മണിക്കേ കഴിയൂ. പ്രധാന നടന്മാരിലൊരാളായ ശേഷവും സെക്കൻഡ് ഷോയ്ക്ക് കുടുംബസമേതം പോകാനും തട്ടുകടയിൽ നിന്ന് ഭക്ഷണം കഴിക്കാനും മണിക്ക് പ്രയാസമൊന്നുമുണ്ടായില്ല. ഇതിൽ ഒരു നേരിന്റെ മണിപ്രവാളമുണ്ട്. വേരുകളെ വെട്ടിമാറ്റാതെ തന്നെ തൊഴിലിനെയും പ്രശസ്തിയെയും സമന്വയിപ്പിക്കുകയെന്ന ദൗത്യം. അതു കൊണ്ടാണ് മണിയുടെ മരണവാർത്തയറിഞ്ഞ് ആളുകൾ കൂട്ടത്തോടെ ആ മൃതദേഹത്തിനു പിന്നാലെ പാഞ്ഞത്. അവർക്കെന്തോ മണിയോട് ചോദിക്കാനും പറയാനുമുണ്ടായിരുന്നതുപോലെ, മണി എന്ന നടന്റെ സമരപ്പന്തൽ ഇവിടത്തെ മാധ്യമങ്ങൾ നേരത്തെ മനസ്സിലാക്കിയിരുന്നില്ല എന്നതാണ് സത്യം. അവർ രണ്ടുദിവസം മുഴുവൻ ആ വാർത്തയ്ക്ക് പിന്നാലെ അലഞ്ഞു. ദൃശ്യമാധ്യമങ്ങൾ ആ സംസ്കാരച്ചടങ്ങ് ലൈവ് ഷോയാക്കി. അവർ വിചാരിക്കാത്ത ജനസമ്പർക്കം, മണി നിശ്ചലാവസ്ഥയിലും തുടരുന്നു എന്ന് കണ്ടപ്പോഴാണ് അവർ മുഴുവൻ സമയവും അതിനു പിന്നാലെ കൂടിയത്. ജീവിച്ചിരുന്ന മണിയെ അല്ല, മരണമടഞ്ഞ മണിയെയാണ് നമ്മുടെ ദൃശ്യമാധ്യമങ്ങളും മറ്റും അറിഞ്ഞത്. പല തലങ്ങളിൽ, മാനങ്ങളിൽ ജീവിച്ച്, സ്വന്തം പ്രതിഭയുടെ ശക്തികൊണ്ട് താൻ പ്രവർത്തിച്ച മേഖലകളിലെല്ലാം ആരാധകരെ സൃഷ്ടിച്ച ഒരു വലിയ നടന് ഇവിടെ ഒരു കവർസ്റ്റോറിയും ഉണ്ടായില്ല; അവാർഡുകൾ നൽകിയില്ല. മണിയെ വെറുമൊരു തമാശക്കാരനായി കണ്ട് എഴുതിത്തള്ളാൻ ശ്രമമുണ്ടായിരുന്നോ? അതോ ജീവിച്ചിരിക്കെ ഗൗരവതരമായ വിലയിരുത്തലുകൾക്ക് അസാധ്യമായവിധം നമ്മൾ പക്ഷപാതികളായി മാറുകയാണോ?

മരിക്കുമ്പോൾ, പക്ഷേ, മണി എല്ലാ വിഭാഗം ജനങ്ങളുടെയും പ്രീതി നേടിയിരുന്നു. സ്വതസ്സിദ്ധമായ നർമഭാവന, ആഴമേറിയ വ്യാഖ്യാനം, വേഷപ്പകർച്ചയിലുണ്ട് കഠിനമായ തയ്യാറെടുപ്പുകൾ, അടിവേരുകളിലൂടെ ജലം വലിച്ചെടുക്കുന്ന വൻ വൃക്ഷങ്ങളെപ്പോലെ പുരാവൃത്തത്തെ കൂട്ടിനു കൊണ്ടുപോരുന്ന സ്വഭാവം, പ്രതിഷേധിക്കാനും സ്നേഹിക്കാനുമുള്ള ഒരേതരം കഴിവ് എല്ലാം മണിയെ മലയാള സിനിമയുടെ ചരിത്രത്തിലെ പ്രധാന നടന്മാരിൽ ഒരാളാക്കി ഉയർത്തുന്നു.

മണി എന്ന വാക്കിന്റെയർത്ഥം ശ്രേഷ്ഠത എന്നാണ്. നടനത്തിലെ ശ്രേഷ്ഠതയായി ഈ നടൻ നിൽക്കുകയാണ്. തനി നാട്ടിൻപുറത്തുകാരനായ ഒരാൾ ഈ നടനിലുണ്ടായിരുന്നു. പണമോ പ്രശസ്തിയോ വിചാരിച്ചാൽ നശിപ്പിക്കാനാകാത്ത ഗ്രാമീണത. അതോടൊപ്പം അദ്ദേഹത്തിൽ അത്യപൂർവമായ സംസ്കാരവിശേഷവും ലയിച്ചിരിക്കുന്നു; മനുഷ്യത്വമാണത്; വേഷപ്പകർച്ചയിലുള്ള താദാത്മ്യമാണത്. അങ്ങനെ ഈ മണികറുപ്പിന്റെ മണിപ്രവാളമായി മാറുന്നു. പ്രവാളം എന്നാൽ സംസ്കൃതം എന്നാണർത്ഥം.

∎

സൗഭാഗ്യങ്ങൾ
അനുഭവിക്കാൻ കഴിയാതെ...
കലാഭവൻ അൻസാർ

ഇരുപത്തിയാറുവർഷം മുമ്പാണ്, കൊച്ചിൻ കലാഭവനിൽ പുതിയ കലാ കാരൻമാരെ തെരഞ്ഞെടുക്കാൻ ആബേലച്ചൻ ചുമതലപ്പെടുത്തിയത് ഞങ്ങളെയായിരുന്നു. ഞാനും കലാഭവൻ റഹ്മാനും നാരായണൻ കുട്ടിയും ഓരോരുത്തരെയും ഇന്റർവ്യൂ ചെയ്തുകൊണ്ടിരിക്കുകയാണ്. ഇടയ്ക്ക് മെലിഞ്ഞ ഒരു ചെറുപ്പക്കാരൻ മുറിയിലേക്കു കയറി വന്നു, പേര് മണി. ചാലക്കുടിയിലാണ് വീട്. സാധാരണ മിമിക്രിക്കാർ ചെയ്യാ റുള്ള നമ്പറുകൾ മണിയും കാണിച്ചു. സത്യം പറഞ്ഞാൽ അതൊന്നും ഞങ്ങൾക്കിഷ്ടപ്പെട്ടില്ല. അറിയിക്കാം എന്നു പറഞ്ഞപ്പോൾ മണിക്ക് കാര്യം മനസ്സിലായി. അതോടെ മണി മറ്റൊരു നമ്പറിട്ടു. "തീർന്നില്ല സാറേ, ഒരു ഐറ്റം കൂടിയുണ്ട്" എന്നു പറഞ്ഞുകൊണ്ട് ഒരു മരുന്നു വില്പനക്കാരനെ അവതരിപ്പിച്ചു. കുറുന്തോട്ടി മുതൽ തൊട്ടാവാടി വരെ യുള്ള നാല്പത്തിനാലുതരം പച്ചമരുന്നുകൾ അടിച്ചിടിച്ച് പൊടിച്ച്.... സ്പീഡിലുള്ള ഡയലോഗ് കേട്ടപ്പോൾ, ഇവനിൽ എന്തൊക്കെയോ സ്പാർക്കുണ്ടെന്ന് തോന്നി.

അറിയിക്കാൻ മറക്കരുത് എന്നുപറഞ്ഞ് മണി ഞങ്ങൾക്ക് ചാലക്കുടി യിലെ ഒരു മെഡിക്കൽ ഷോപ്പിന്റെ ഫോൺ നമ്പറും തന്നു. നാലഞ്ചു പേർ കൂടിയുണ്ടായിരുന്നു ഇന്റർവ്യൂവിന്.

അതു കഴിഞ്ഞശേഷം കലാഭവനിൽ നിന്ന് റോഡിലേക്കിറങ്ങു മ്പോഴാണ് ആരോ വിളിച്ചത്. തിരിഞ്ഞുനോക്കുമ്പോൾ പ്ലാസ്റ്റിക് സഞ്ചി യുമായി മണി അടുത്തേക്കുവരുന്നു. മുമ്പിലെത്തിയശേഷം സഞ്ചിയിൽ നിന്ന് ഒരു കാക്കി യൂണിഫോം പുറത്തെടുത്തു.

"സാറേ, ഇതുകണ്ടോ, യൂണിഫോമാണ്. ചാലക്കുടിയിൽ ഓട്ടോ ഓടി ക്കുന്നതിനിടയ്ക്കാണ് ഇന്റർവ്യൂവിന് വന്നത്. ജീവിതം വല്ലാത്ത ബുദ്ധി മുട്ടിലാണ്. പരിഗണിക്കണം." അവസരം വന്നാൽ പരിഗണിക്കുമെന്ന് ഉറപ്പുനൽകിയാണ് അന്ന് മണിയെ വിട്ടത്. അക്കാലത്ത് ഓട്ടോയിൽ എപ്പോഴും ഒരു ജോഡി ഡ്രസ്സ് കരുതിവയ്ക്കാറുണ്ട് മണി. എവിടെയെങ്കിലും പ്രോഗ്രാമിന് വിളിച്ചാൽ പെട്ടെന്നുതന്നെ കാക്കി മാറ്റി പോകാമല്ലോ. ഏറെ

കലാഭവൻ മണി - ഓർമ്മകളിലെ മണിമുഴക്കം

നാൾ കഴിഞ്ഞില്ല. ഒരു ദിവസം കലാഭവൻ പീറ്റർ ഞങ്ങളോടു പറഞ്ഞു. "കഴിഞ്ഞ ദിവസം ഇരിങ്ങാലക്കുടയിൽ ഒരു പ്രോഗ്രാമുണ്ടായിരുന്നു. ചാലക്കുടിയിലെ മണിയെന്ന കലാകാരന്റെ ഒറ്റയാൾ പ്രകടനം. നല്ല കഴിവുള്ള ചെറുപ്പക്കാരൻ, നമുക്കു പറ്റിയ ആളാണ്." പീറ്റർ നൽകിയ ഉറപ്പിന്മേലാണ് മണി കലാഭവനിലെ കലാകാരനായത്. കലാഭവനിൽ വന്നതിനുശേഷം വളരെ പെട്ടെന്നുതന്നെ ഞങ്ങൾ തമ്മിലടുത്തു.

അക്കാലത്ത് എനിക്ക് വീടിനടുത്തുതന്നെ ഒരു റെഡിമെയ്ഡ് ഷോപ്പുണ്ട്. ചുരീദാറും നൈറ്റിയുമൊക്കെയാണ് അവിടെ തയ്ക്കുന്നത്. ഇതറിഞ്ഞ മണി ഒരു ദിവസം എന്നോടു പറഞ്ഞു. "ചേട്ടാ, എനിക്കും കുറച്ച് ചുരിദാർ തരണം. ചാലക്കുടിയിൽ കൊണ്ടുപോയി വിറ്റ് പണം തന്നേക്കാം. കമ്മീഷൻ തന്നാൽ മതി."

അന്നത്തെ ജീവിതാവസ്ഥയിൽ ഈ സൈഡ് ബിസിനസ് മണിക്ക് ഗുണം ചെയ്യുമെന്ന് ഞാനും കരുതി. ഒരു ചുരിദാറിന് 25 രൂപ കമ്മീഷൻ നിരക്കിൽ മണിക്ക് നൽകി. മണി അത് ചാലക്കുടിയിലെ കടകളിൽ കൊണ്ടുപോയി വിൽക്കും. ആ മണിയാണ് പിന്നീട് മകൾ ശ്രീലക്ഷ്മിയുടെ പേരിൽ ചാലക്കുടിയിൽ വലിയൊരു ടെക്സ്റ്റയിൽസ് തുടങ്ങിയത്. അതിന്റെ ബ്രാൻഡ് അംബാസിഡറും മണിയായിരുന്നു. കോഴിക്കോട്ട് കലാഭവന്റെ ഷോ നടക്കുന്നതിന്റെ തലേ ദിവസം മണി ഞങ്ങളോട് പറഞ്ഞു.

"എനിക്കിന്ന് വീട്ടിലേക്ക് പോയേ പറ്റൂ. നാളെ പെങ്ങളുടെ കല്യാണമാണ്, ആബേലച്ചൻ 9000 രൂപ തന്ന് സഹായിച്ചിട്ടുണ്ട്. പ്രോഗ്രാം നടത്തിവേണം ആ കടം വീട്ടാൻ. നിങ്ങൾ കാറുമായി വരുമ്പോൾ ഞാൻ ചാലക്കുടിയിൽനിന്ന് കയറിക്കോളാം."

ചാലക്കുടി ടൗണിലെത്തിയിട്ടും മണിയെ കാണുന്നില്ല. വിളിച്ചുചോദിക്കാൻ ഫോൺ പോലുമില്ലാത്ത കാലമാണ്. ഞങ്ങൾ കാറുമായി ചോദിച്ച് ചോദിച്ച് മണിയുടെ വീടിനടുത്തെത്തി. അവിടെ നിന്ന് കുറച്ചുദൂരം നടക്കണം.

ചെറിയൊരു ഓലപ്പുരയായിരുന്നു മണിയുടേത്. പുറത്ത് ഷർട്ടിടാത്ത നാലോ അഞ്ചോ പേര് നിൽക്കുന്നുണ്ട്. ഇതൊരു വിവാഹവീടാണോ എന്നു പോലും സംശയിച്ചു. ഞങ്ങളെ കണ്ടയുടൻ മണി സ്വീകരിച്ചിരുത്തി. കുനിഞ്ഞുവേണം അകത്തേക്കു കയറാൻ. സ്റ്റൂളിലിരിക്കുന്ന പെൺകുട്ടിയെ മണി ഞങ്ങൾക്ക് പരിചയപ്പെടുത്തി.

"ഇതാണ് എന്റെ പെങ്ങൾ"

അവൾ ചിരിച്ചു. ഓരോ ഗ്ലാസ് നാരങ്ങാവെള്ളം കുടിക്കുമ്പോഴേക്കും ജുബ്ബയും മുണ്ടും കവറിലാക്കി മണി റെഡിയായി. 'കല്യാണം കഴിഞ്ഞോ' എന്നു ചോദിച്ചപ്പോൾ, അതൊക്കെ നടന്നോളുമെന്നായിരുന്നു മറുപടി. മണിക്ക് അതിനേക്കാളും പ്രധാനം ഷോ ആയിരുന്നു.

വർഷങ്ങൾക്കുശേഷം 'മൈഡിയർ കുട്ടിച്ചാത്തന്റെ' പുതിയ ഭാഗത്തിലേക്ക് ക്ഷണിക്കാനാണ് ഞാനും നവോദയ അപ്പച്ചനും കൂടി മണിയുടെ വീട്ടിലെത്തുന്നത്. അന്ന് ഓടിട്ട മനോഹരമായ വീടായിരുന്നു അത്. മണിക്ക് ഫേഷ്യൽ ചെയ്യാൻ ആളുവന്നിട്ടുണ്ട്.

ആ മാറ്റം എന്നെ അദ്ഭുതപ്പെടുത്തി. വർഷങ്ങൾ കഴിഞ്ഞപ്പോൾ സംവിധായകൻ സുനിലുമൊത്ത് ഞാൻ വീണ്ടും മണിയുടെ വീട്ടിലെത്തി. 'കഥ പറയും തെരുവോരം' എന്ന സിനിമയിലേക്ക് ക്ഷണിക്കാൻ. വലിയ ഗേറ്റുള്ള ആ വീടിന് 'മണിക്കൂടാരം' എന്നാണ് പേര്. മുറ്റത്ത് സ്കോർപ്പിയോ ഉൾപ്പെടെ രണ്ടു കാറുകൾ, രണ്ടിന്റേയും നമ്പറുകൾ നൂറാണ്. പക്ഷേ അതിന്റെ അഹങ്കാരമൊന്നും മണിക്കില്ലായിരുന്നു. ആ സമയത്തും ഞാനോർത്തു പോയത് പഴയ ഓലപ്പുരയിലെ ഷർട്ടിടാത്ത ചെറുപ്പക്കാരനെയാണ്.

'മാനത്തെ കൊട്ടാര' ത്തിന് തിരക്കഥയെഴുതിയാണ് ഞാൻ സിനിമയിലെത്തിയത്. 'കിരീടമില്ലാത്ത രാജാക്കൻമാർ' സംവിധാനം ചെയ്യാൻ ഒരുങ്ങുമ്പോൾ മനസ്സിലേക്ക് ആദ്യം വന്നത് മണിയുടെ മരുന്നുവില്പനക്കാരനാണ്.

നാലു നായകൻമാരെയാണ് ആദ്യം ഉദ്ദേശിച്ചത്. ജഗതി, ജഗദീഷ്, പ്രേംകുമാർ, അബി. മണിയുടെ മരുന്നുവില്പനക്കാരനെക്കൂടി ഉൾപ്പെടുത്തി പിന്നീടത് അഞ്ചാക്കി. സൂപ്പർഫാസ്റ്റ് ചന്ദ്രൻ എന്നായിരുന്നു കഥാപാത്രത്തിന്റെ പേര്.

അന്ന് മണി കലാഭവനിലില്ല. പകരം സ്വന്തമായി ഷോ നടത്തുകയാണ്. 'വിനോദശാല' എന്ന സീരിയലിലും അഭിനയിച്ചു. വർഷങ്ങൾക്കു മുമ്പ് ഡയറിയിൽ കുറിച്ചിട്ട ചാലക്കുടിയിലെ മെഡിക്കൽ ഷോപ്പിന്റെ നമ്പറിൽ വിളിച്ച് റോളിന്റെ കാര്യം പറഞ്ഞു. പിറ്റേ ദിവസം രാവിലെ വീട്ടിലേക്ക് മണിയുടെ ഫോൺ. "ചേട്ടാ, സിനിമയിൽ ഒരു വേഷമുണ്ടെന്നറിഞ്ഞു. എപ്പോഴാ വരേണ്ടത്?"

ഞാൻ ഡേറ്റ് പറഞ്ഞു. രണ്ടു ജോടി ഡ്രസ്സും കവറിലാക്കി മണി ബസ്സിലാണ് ചാലക്കുടിയിൽനിന്നും എറണാകുളത്തുവന്നത്. ലൊക്കേഷനിൽ വന്ന ദിവസം മണി പറഞ്ഞു.

"ഇക്കാ, സീരിയലിൽ മാത്രമല്ല, ഞാൻ രണ്ട് സിനിമകളിലും മുഖം കാണിച്ചിട്ടുണ്ട്. അക്ഷരത്തിലും സല്ലാപത്തിലും."

ഷൂട്ടിംഗ് സമയത്താണ് 'സല്ലാപം' റിലീസായത്. ഷൂട്ടിംഗ് പായ്ക്കപ്പായ ദിവസം വൈകീട്ട് മണി എറണാകുളം ലുലു തിയറ്ററിലേക്ക് നടന്നു പോവുകയാണ്, 'സല്ലാപം' കാണാൻ. ഇതറിഞ്ഞ ഞാൻ വിലക്കി. 'നമുക്കൊന്നിച്ച് എന്റെ കാറിൽ പോകാം. ഇനി മുതൽ മണി സിനിമാതാരമാണ്. അതു മറക്കേണ്ട." സിനിമ കണ്ടിറങ്ങിയ ശേഷം ഞാൻ മണിയോട് പറഞ്ഞു– ഇനി മണി നടക്കേണ്ടത് നടന്റെ ഗെറ്റപ്പിലായിരിക്കണം. അതിനുവേണ്ടി രണ്ടുജോഡി ജീൻസും ഷർട്ടും വാങ്ങിക്കണം.

എന്റെ സിനിമയിൽ നിന്ന് കിട്ടിയ കാശ് കൊണ്ട് മണി പുതിയ ഡ്രസ്സുകൾ വാങ്ങിച്ചു. അന്നു മുതൽ മണി സിനിമാനടന്റെ ഗെറ്റപ്പിലായി.

സത്യം പറഞ്ഞാൽ ആദ്യമായി മണിക്ക് കിട്ടുന്ന പ്രാധാന്യമുള്ള റോൾ എന്റെ സിനിമയിലെ സൂപ്പർ ഫാസ്റ്റ് ചന്ദ്രന്റേതായിരുന്നു. പക്ഷേ ഒരഭിമുഖത്തിലും മണി ഇക്കാര്യം പറഞ്ഞിരുന്നില്ല. അതിലുള്ള സങ്കടം എനിക്കിപ്പോഴുമുണ്ട്.

ഏറ്റവുമൊടുവിൽ കാണുന്നത് നാലുമാസം മുമ്പാണ്. കലാഭവൻ നൗഷാദിന്റെ മകളുടെ കല്യാണത്തിന് കണ്ടപ്പോൾ ഓടിവന്ന് കെട്ടിപ്പിടിച്ചു.

"കഴിഞ്ഞയാഴ്ച സൗദി അറേബ്യയിൽ പോയപ്പോൾ ഇക്കയുടെ മകളെയും ഭർത്താവിനെയും കണ്ടിരുന്നു. ഒരുപാടുവിശേഷങ്ങൾ സംസാരിച്ചു."

'കിരീടമില്ലാത്ത രാജാക്കൻമാർ' സംവിധാനം ചെയ്യുന്ന സമയത്ത് നാലാം ക്ലാസിൽ പഠിക്കുന്ന കുട്ടിയായിരുന്നു എന്റെ മകൾ നസ്‌റീൻ. മിമിക്രിയൊക്കെ കാണിക്കുന്നതിനാൽ മണിയെ അവൾക്ക് അന്നേ വലിയ കാര്യമായിരുന്നു.

അന്ന് കല്യാണം കഴിഞ്ഞശേഷം മണി കയറിപ്പോയത് ഒന്നേകാൽ കോടിയുടെ ജാഗ്വാർ കാറിലാണ്. സിനിമ ആ മനുഷ്യനെ അത്രത്തോളം ഉയർത്തിയിരുന്നു. പക്ഷേ, അതനുഭവിക്കാൻ ദൈവം ആയുസ്സ് നൽകിയില്ല. ∎

മുഴങ്ങിത്തീരാത്ത മണിയൊച്ചകൾ
വി.കെ. ജോബിഷ്

പൂർണവളർച്ചയെത്തും മുൻപ് മരിച്ചുപോവുന്ന ഒരേയൊരു ജീവിയാണ് മനുഷ്യൻ എന്ന് സുഭാഷ് ചന്ദ്രൻ മനുഷ്യന് ഒരു ആമുഖത്തിലെഴുതിയ വാക്യം തൊടാത്ത ജീവിതങ്ങൾ ഭൂമിയിലുണ്ടാവില്ല. അത്ര ആഴവും പരപ്പുമുണ്ട് ആ വാക്യത്തിന്. കലാഭവൻ മണിയുടെ മരണം കേട്ടപ്പോഴും ആദ്യം വന്ന് മനസ്സിൽ തറച്ചത് ഈ വാക്യം തന്നെ. ഒരർത്ഥത്തിൽ മരണം എല്ലാത്തിനെയും അപൂർണമാക്കുന്നു; മണിയെയും. എന്നാൽ മണി യുണ്ടാക്കിയ അപൂർണതകളെല്ലാം അപൂർവ്വങ്ങളായിരുന്നു. അതു കൊണ്ടാണ് സാന്നിധ്യംകൊണ്ട് അത്രയേറെ ചിരിപ്പിക്കുകയും അസാ ന്നിധ്യം കൊണ്ട് അത്രയേറെ കരയപ്പിക്കുകയും ചെയ്ത എണ്ണപ്പെട്ട കലാ കാരൻമാർക്കൊപ്പം മലയാളക്കര ഈ പേരു കൂടി ഹൃദയത്തിൽ ചേർത്തു വെയ്ക്കുന്നത്. ആരായിരുന്നു യഥാർത്ഥത്തിൽ മലയാളിക്ക് കലാഭവൻ മണി. കാലത്തിന്റെ കണ്ണാടിയിൽ മണിയുടെ ഏത് മുഖമായിരിക്കും കൂടുതൽ വ്യക്തതയോടെ തെളിയുക. പാട്ടുകാരന്റേതോ, അഭിനേതാ വിന്റേതോ, കഥ പറച്ചിലുകാരന്റേതോ, നാട്ടുമനുഷ്യന്റേതോ അറിയില്ല. എന്നാൽ ഇപ്പറഞ്ഞവയെല്ലാം തനിക്കുമാത്രം സാധ്യമാവുന്ന അനന്യത യിൽ അയാൾ ഭദ്രമായാവിഷ്കരിച്ചിട്ടുണ്ട്. തന്റെ നിസ്സഹായമായ ഭൂത കാലത്തെ മുഴുവൻ കലയാക്കി കൊത്തിപ്പണിഞ്ഞവനാണ് മണി. അയാ ളിൽ അടിഞ്ഞുകൂടിയതെല്ലാം പാട്ടായി. കഥയായി. നാട്യമായി.

അയാൾ ഭാഷയിലേക്ക് കൈമാറിയതെല്ലാം അയാളുടേതുമാത്രമായ ഭൂതകാലം കൂടിയാണ്. അതുകൊണ്ടാണ് മറ്റൊരാൾക്ക് അയാളെ അനു കരിക്കാൻ കഴിയാഞ്ഞത് അനുഗമിക്കാൻ കഴിയാതെ പോവുന്നത്. അയാൾ അപ്രത്യക്ഷനായതോടെ ശൂന്യമായ സ്ഥലം. എന്നാൽ മണി തുറന്നുവിട്ട ഭൂതകാലം ഭൂരിപക്ഷം മലയാളികളുടേതുമായി. ചുരുക്കത്തിൽ മലയാളിയുടെ നൊസ്റ്റാൾജിയയായി മണിയുടെ പാട്ടും ആട്ടവും. അതു കൊണ്ടാണ് ലണ്ടൻ നഗരത്തിലൂടെ കാറിൽ പോവുമ്പോൾ ഞാൻ മണി യുടെ പാട്ടുകളാണ് കേൾക്കാറുള്ളതെന്ന് ഒരിക്കൽ ക്യാമറാമാനും സംവിധായകനുമായ സന്തോഷ് ശിവൻ പറഞ്ഞത്. ഇതയാളുടെമാത്രം അനുഭവമായിരിക്കില്ല. മലയാളദേശം വിടുന്നവരുടെ ഓരോ ജീവിത ത്തിലും കാണും ഇതുപോലൊരു പശ്ചാത്തലസംഗീതത്തിന്റെ ഓർമ.

മഹാനഗരങ്ങളിൽ നിന്നും ഫ്ളാറ്റുകളിൽ നിന്നും അവർ കേരളത്തെ ഓർത്തെടുക്കുന്നത് ഇപ്പോൾ മണിയുടെ പാട്ടിലൂടെയും കൂടിയാവാം. കാരണം നമ്മുടെ വിദൂരമായ സ്മൃതികളിലുള്ളവയെല്ലാം അയാൾ പാട്ടിലൂടെ കൊണ്ടുവന്നിട്ടുണ്ട്. ചന്തയും, മീൻകാരിയും, ഉടുക്കും ഉത്സവങ്ങളും, പാട്ടും, പട്ടിണിയും, കള്ളും, കരിമീനും, കണ്ണിമാങ്ങയും മിന്നുന്ന പാവാടയും, വരിക്കച്ചക്കയും, ചിങ്ങപ്പൂവും, കാളകളിയും കാന്താരിച്ചമ്മന്തിയും, പുഞ്ചപ്പാടവും, മയിലാട്ടവും, തകിലും, കാവടിയും, കപ്പയും തുടങ്ങി നാടായ നാട്ടിലുള്ളതെല്ലാം മണിയുടെ പാട്ടിലുമുണ്ട് അതുകൊണ്ടാണ് ഊരായ ഊരിലൊക്കെ മണിയുടെ പാട്ട് പിന്നെയും പിന്നെയും പതഞ്ഞൊഴുകിയത്. ചുരുക്കത്തിൽ ഓരോ മലയാളിയും അതിൽ മുങ്ങിനിവർന്നു.

മണിയെക്കുറിച്ചോർക്കുമ്പോഴെല്ലാം മലയാളി മണ്ണിനെക്കുറിച്ചും ഓർക്കാറുണ്ട്. മലയാളത്തിൽ മറ്റൊരു ചലച്ചിത്രകാരനും ഇങ്ങനെയൊരു സൗഭാഗ്യമുണ്ടായിട്ടില്ല. സല്ലാപം എന്ന ചിത്രത്തിൽ തെങ്ങിൽ നിന്ന് താഴെയിറങ്ങി മണ്ണിലൂടെ മഞ്ജുവാര്യരുടെ പിന്നാലെ ഓടുന്ന ദൃശ്യത്തോടെയാണ് അയാൾ സെല്ലുലോയ്ഡിന്റെ അവിഭാജ്യഘടകമായത്. അതോടെ കാണികൾ പുതിയ അനുഭൂതികൾക്കായി ഈ നടനെയും കൂടി പിന്തുടർന്നു. അതിനുമുമ്പ് സമുദായം, അക്ഷരം എന്നീ ചിത്രങ്ങളിൽ അഭിനയിച്ചിരുന്നെങ്കിലും ഈ നടനെ നാം തിരിച്ചറിയുന്നത് സല്ലാപത്തിലൂടെയാണ്. പിന്നീട് വലിയ താരങ്ങൾക്കൊപ്പം അയാൾക്കും മലയാളിമനസ്സിൽ ഒരിരിപ്പിടം കിട്ടി. താരങ്ങൾ മണ്ണിൽ നിന്ന് മാറി കാണികൾക്കപരിചിതരായ അകലങ്ങളിൽ ഉയരങ്ങളിൽ ജീവിച്ചപ്പോൾ മണി ആ താരാപഥങ്ങളിൽ നിന്നും മണ്ണിലേക്ക് അറ്റുവീണ നടനായി മാറി. അതുകൊണ്ട് അയാളെപ്പോഴും കാണികളിലൊരാളായി. ഒരു ചില്ലുകൂട്ടിലും അയാൾ തന്നെ ഒളിപ്പിച്ചുവെച്ചില്ല. ഒരു പാട്ടും ഒരു സ്റ്റേജിൽ മാത്രമായി അയാൾ പാടിത്തീർത്തില്ല. പല്ലവി അരങ്ങിലാണെങ്കിൽ അനുപല്ലവി കാണികൾക്കിടയിൽ നിന്നായി. അതുകൊണ്ടാണ് സെല്ലുലോയ്ഡിൽ നിറഞ്ഞാടിയവരോടൊക്കെ മലയാളിക്ക് തോന്നിയ അകലം മണിയോട് തോന്നാതിരുന്നത്. നമ്മിൽ പാർത്ത അനുഭവങ്ങളെയാണ് അയാൾ ആവിഷ്കരിച്ചതെന്ന് നമുക്കെപ്പോഴും തോന്നി. പാട്ടിലും ആട്ടത്തിലും അഭിനയത്തിലും അയാൾ അയാളെ കൂടുതൽക്കൂടുതൽ കുടഞ്ഞു നിവർത്തിക്കൊണ്ടിരുന്നു. ഒപ്പം നമ്മളെയും/മലയാളിയെയും.

മണിക്കുമുൻപ് കലാഭവൻ എന്ന് കേൾക്കുമ്പോൾ നാം കേരളത്തിലെ പ്രമുഖമായ ഒരു കലാസംഘത്തെയാണ് ഓർത്തെടുത്തിരുന്നത്. മണിയുടെ വരവോടെ ആ വലിയ പ്രസ്ഥാനം അതിന്റെ ചിരിയും കരച്ചിലുമെല്ലാം ഒരാളിലേക്ക് നിക്ഷേപിച്ച് അല്ലെങ്കിൽ പരകായ പ്രവേശം നടത്തി ചരിത്രത്തിലേക്ക് പിൻവാങ്ങുക കൂടിയായിരുന്നു. തൊണ്ണൂറുകളോടെ കേരളത്തിൽ ടേപ്പ് റിക്കാർഡിൽ ഉപയോഗിച്ച കാസറ്റ് അതിന്റെ അവസാനശ്വാസം വിട്ടത് മണിയുടെ ശബ്ദത്തിലൂടെയായിരുന്നു. തൂശിമ്മെ കൂന്താരോ, കണ്ണിമാങ്ങാ പ്രായത്തിൽ തുടങ്ങിയ കാസറ്റുകൾ കേരളം

മുഴുവൻ കേട്ടു. കെടാൻ പോവുമ്പോൾ ആളിക്കത്തുമെന്ന് മലയാളികൾക്കിടയിൽ അറംപറ്റിയ ഒരു ചൊല്ലുണ്ടല്ലോ. അതിനെ അന്വർത്ഥമാക്കിയ ആ കാസറ്റ് കാലം അതിന്റെ അന്ത്യദിനങ്ങൾ മണിയിലൂടെ ആഘോഷിച്ചു.

മണിയുടെ തുറന്ന ശബ്ദം തെരുവുകളിലും കല്യാണ വീടുകളിലും ജീപ്പിലും, കാറിലും, ഓട്ടോറിക്ഷയിലും, പൊതുപരിപാടികളിലുമൊക്കെ മേമ്പൊടിയായി 'ങ്യാ ഹഹ...' എന്ന മണിയുടെ ചെറുചിരിയിൽപ്പോലും അപൂർവ്വതയുണ്ടായിരുന്നു. മിമിക്രി ഒരസംബന്ധകലയാണെന്ന് എഴുതിത്തള്ളിയിരുന്ന ബുദ്ധിജീവികൾപോലും മണിയുടെ അനുകരണ കല കണ്ട് അന്ധാളിച്ചുപോയി. അയാൾ മറ്റു മിമിക്രിക്കാർ കാണിച്ചതു പോലെ താരങ്ങളെ അനുകരിച്ചില്ല. മറിച്ച് പ്രകൃതിയിലെ മറ്റനുഭവങ്ങളെ മിമിക്രിയിലൂടെ അരങ്ങിൽ കൊണ്ടുവന്നു. ചുണ്ടെലിയുടെ ചലനത്തെയും, ആനയുടെ നടപ്പിനെയും, മയിലിന്റെ നിൽപ്പിനെയും ദിനോസറിന്റെ ഓട്ടത്തെയും കുതിരയുടെ ചാട്ടത്തെയുമൊക്കെ തന്റെ ശരീരത്തിലേക്കും മനസിലേക്കുമാവാഹിച്ച് കാണികളെ അദ്ഭുതപ്പെടുത്തി. മണി അരങ്ങിൽ കാണിച്ചപ്പോഴാണ് നാം മൃഗങ്ങളെയൊക്കെ സൂക്ഷ്മമായി കണ്ടതെന്നായി! പിൽക്കാലത്ത് മൃഗങ്ങളോടൊപ്പം മണി മാത്രമഭിനയിച്ച 'ദി ഗാർഡ്' എന്ന ചിത്രമൊരുക്കാൻ സംവിധായകനെ ധൈര്യപ്പെടുത്തിയതും മണിയുടെ ഈ സൂക്ഷ്മ നിരീക്ഷണം തന്നെയാവാം. ചുരുക്കത്തിൽ അയാളുടെ ആത്മപ്രകാശനങ്ങളെല്ലാം തന്നെ മലയാളി ഹൃദ്യമായി സ്വീകരിച്ചു. ഓരോ പാട്ടു പാടുമ്പോഴും മണിക്കൊരു കഥകൂടി പറയാനുണ്ടാവും. തന്റെ ദാരിദ്ര്യം കലർന്ന ജീവിതം അയാൾ ആ കഥകളിൽ സംഗ്രഹിച്ചു. ചുരുക്കത്തിൽ പാട്ടിനൊപ്പമുള്ള ആ വിവരണങ്ങളെല്ലാം പാട്ടിനൊപ്പമുള്ള തന്റെ ഭൂതകാലത്തെ മോചിപ്പിക്കാനുള്ള വാതിലുകളായിരുന്നു മണിക്ക്. മണി എന്ത് പറയുമ്പോഴും ഭൂതകാലം വർത്തമാനത്തിൽ പടർന്ന് കയറി പരന്നൊഴുകി.

സമുദായത്തിലെ പരീത് എന്ന കഥാപാത്രത്തിൽ തുടങ്ങി ഇരുനൂറോളം ചിത്രങ്ങളിൽ നായകനായും, വില്ലനായും, ഉപനായകനായും, മണി അഭിനയിച്ചു. തിരിഞ്ഞുനോക്കിയാൽ മണി പ്രതിനിധീകരിച്ച കഥാപാത്രങ്ങളിൽ മിക്കതും സമൂഹത്തിലെ അടിത്തട്ടിലുള്ള മനുഷ്യരെയായിരുന്നു. പലതരത്തിലുള്ള കുറവുകളാലും, അഭാവങ്ങളാലും, നിസ്സഹായതകളാലും വേട്ടയാടപ്പെട്ടവർ. ഭൂരിപക്ഷവും കറുത്തവനോ, ദളിതനോ ഒക്കെയായി പരിഗണിക്കപ്പെട്ടവർ. ചുരുക്കത്തിൽ മലയാള സിനിമയിലെ സവർണവഴികളിൽ പ്രത്യക്ഷപ്പെട്ട ദളിതൻ. വെളുത്തവർ ഓടിയ വഴികളിലൂടെയൊന്നും മണിയുടെ കഥാപാത്രങ്ങൾ ഓടിയില്ല. വെളുത്തവരുടെ ഇരിപ്പിടത്തിൽ അയാൾ ഒരിക്കലും തന്റെ ഇരിപ്പുറപ്പിച്ചില്ല. ഒരുപക്ഷേ, മലയാളത്തിൽ മണി അവതരിപ്പിച്ച ഏക ബ്രാഹ്മണ കഥാപാത്രം ആറാംതമ്പുരാൻ എന്ന ചിത്രത്തിലെ കീഴ്പ്പയ്യൂർ മനയിലെ നമ്പൂതിരിയാവും. സ്വഭാവം കൊണ്ട് സവർണതയിൽ നിന്ന് പുറത്തേക്ക്

തെറിച്ചവൻ. ബ്രാഹ്മണ്യത്തിന്റെ ചിട്ടവട്ടങ്ങൾക്ക് ക്രമപ്പെടുത്താൻ കഴിയാത്ത കഥാപാത്രം. 'അധികോന്നൂല്ല രണ്ടുമൂന്നു തിരി എവിടെയോ ഇളകിക്കിടക്ക്വാ' - എന്നാണ് പപ്പു അവതരിപ്പിച്ച കഥാപാത്രം മണിയെ പരിചയപ്പെടുത്തുന്നത്. ഇങ്ങനെ മണി എന്ന മനുഷ്യരൂപവും കഥാപാത്രങ്ങളും എപ്പോഴും സവർണതയുടെ മേൽപ്പരപ്പുകളെ പരിക്കേല്പിച്ചു കൊണ്ടിരുന്നു.

ദക്ഷിണേന്ത്യയിലെ വിവിധ ഭാഷാചിത്രങ്ങളിൽ അഭിനയിച്ച് പുതിയ മേച്ചിൽപ്പുറങ്ങളിൽ തന്റെ സാന്നിധ്യം അറിയിച്ചപ്പോഴും താരം തന്ന പകിട്ടെടുത്തണിഞ്ഞില്ല മണി. ഒരേസമയം വെള്ളിത്തിരയുടെ വെള്ളിവെളിച്ചത്തിലും ചാലക്കുടിയുടെ നാട്ടിടവഴികളിലും നാമയാളെ കണ്ടു. അയാൾക്കൊപ്പം പാചകം ചെയ്യുന്ന നാട്ടുകാർ, അയാൾ വിളമ്പിയത് കഴിക്കുന്ന കൂട്ടുകാർ, അയാളുടെ ഓട്ടോയിൽക്കയറി വീടെത്തുന്ന അമ്മമാർ, ഒക്കെയും നാം പിന്നെയും പിന്നെയും കണ്ടു. വലിയ ഉയരത്തിലാണ് അയാളിപ്പോൾ നിൽക്കുന്നതെന്ന് തോന്നുന്ന തൊട്ടടുത്ത നിമിഷം തന്നെ അയാൾ തന്റെ നാട്ടുമ്പുറത്തുമുണ്ടാകും. ഒരിക്കൽ ഓട്ടോ ഓടിച്ചും, മണലുവാരിയും, തെങ്ങുകയറിയും, കിണറുകുഴിച്ചുമൊക്കെ ജീവിതം പുലർത്തിയ ആൾ അവിടങ്ങളിലെല്ലാം പിന്നെയും പിന്നെയും ചെന്നു നോക്കി. തന്റെ ഭൂതകാലം കേവലം ഒരു നൊസ്റ്റാൾജിയയായി മാത്രം ഓർത്തെടുത്ത ആളല്ല മണി. മറിച്ച് തനിക്ക് നേരം കിട്ടുമ്പോഴൊക്കെ അയാൾ അവരോടൊപ്പം താദാത്മ്യം പ്രാപിച്ച് അവരിലൊരാളായി പിന്നെയും നടന്നു. ചാലക്കുടിയിലെ ചായക്കടയിൽ പത്രപാരായണം നടത്തുന്ന മണിയുടെ ഒരു ചിത്രമുണ്ട്. ആ ഫോട്ടോ പൊളിക്കുന്ന ഒരു താരപ്പകിട്ടുണ്ട്. ഒരുപക്ഷേ, മലയാളത്തിലെ എക്കാലത്തെയും വലിയ താരങ്ങളായ മമ്മൂട്ടിയെയോ മോഹൻലാലിനെയോ ഒരിക്കൽപ്പോലും ഇതുപോലുള്ള നാട്ടിടവഴികളിലോ കടത്തിണ്ണകളിലോ ആൾക്കൂട്ടത്തിലൊരാളായി കാണാൻ കഴിയില്ല. എന്നാൽ നാട്ടുമ്പുറത്തെ ഉത്സവങ്ങളിലും ആഘോഷങ്ങളിലുമൊക്കെ മനുഷ്യസാന്നിധ്യമായി മണി എപ്പോഴും നിറഞ്ഞുനിന്നു. ഇങ്ങനെ ഒരേസമയം തന്റെ ശബ്ദശരീര സാന്നിധ്യത്താൽ ആകൃഷ്ടരായ വിപുലമായ ഒരു പ്രേക്ഷകവൃന്ദത്തോടൊപ്പം നാട്ടുമ്പുറത്ത് താൻ തോളിൽ കൈയിട്ടു നടക്കുന്ന നാട്ടുമനുഷ്യരുടെ ചിതറിയ ഒരു സമൂഹവും എന്നും മണിക്കൊപ്പം ഉണ്ടായിരുന്നു. അതുകൊണ്ടാണ് മണിയൊച്ച നിലച്ചപ്പോൾ അവർ സ്തബ്ധരായിപ്പോയത്.

■

കലാഭവൻ മണി
തിരുത്തേണ്ടിയിരുന്ന ക്ലൈമാക്സ്

കെ.സി. മധു

മരണം അതിന്റെ ദയാരഹിതമായ വേട്ട തുടരുകയാണ്. ചലച്ചിത്രരംഗത്ത് നികത്താനാകാത്ത കെടുതികളാണ് തുടരെത്തുടരെ സംഭവിച്ചുകൊണ്ടിരിക്കുന്നത്. മറ്റൊരിക്കലും ഉണ്ടാകാത്തതുപോലെ. ഇപ്പോഴിതാ കലാഭവൻമണിയെയും മൃത്യു നമ്മിൽനിന്ന് അപഹരിച്ചിരിക്കുന്നു, അതും തീരെ ചെറിയ പ്രായത്തിൽ. ആലങ്കാരികമല്ലാതെ തന്നെ പറയാം മണിയുടെ വിയോഗം ദക്ഷിണേന്ത്യൻ ചലച്ചിത്ര വ്യവസായത്തിന് തീരാത്ത നഷ്ടമാണ് വരുത്തിയിരിക്കുന്നതെന്ന്.

വിനയന്റെ 'വാസന്തിയും ലക്ഷ്മി'ക്കും മുമ്പ്, സുന്ദർദാസിന്റെ സല്ലാപത്തിനും മുൻപ് ഒറ്റപ്പാലത്തെവിടെയോ ഒരു ഷൂട്ടിംഗ് ലൊക്കേഷനിൽവെച്ചാണ് മണിയെ ഞാൻ ആദ്യമായി കാണുന്നത്. ഷൂട്ടിംഗിന്റെ ഉച്ചത്തളർച്ചയിൽ ഭക്ഷണത്തിനു ശേഷം വെളിമ്പ്രദേശത്തെ മരച്ചുവട്ടിൽ എല്ലാവരും വിശ്രമിക്കുകയായിരുന്നു. മോഹൻലാലും അപ്പോഴവിടെയുണ്ട്. പതുങ്ങി പ്പതുങ്ങി വന്ന് പിന്നിലൂടെ കാതിൽ എന്നോട് പറയുകയായിരുന്നു സാലു കൂറ്റനാട് എന്ന കലാകാരൻ. തന്റെ കൂടെ മണി എന്നൊരു ചെറുപ്പക്കാരനുണ്ടെന്നും മിമിക്രിയിൽ അസാമാന്യ കഴിവുകളുണ്ടെന്നുമാണ് സാലു അറിയിച്ചത്. ഈ ഇടവേളയിൽ അവനൊന്ന് ലാലിനെ പരിചയപ്പെടണം, ഒക്കുമെങ്കിൽ ഒന്നുരണ്ട് നമ്പരുകൾ കാണിക്കാനും തയ്യാർ. ഞാനിക്കാര്യം അപ്പോൾതന്നെ ലാലിനോട് സൂചിപ്പിച്ചു. ഉച്ചയൂണിന് ശേഷമുള്ള ആ അലസനിമിഷത്തിൽ ലാലും സമ്മതം മൂളി. പ്രിയപ്പെട്ട വായനക്കാരേ, പിന്നെ അവിടെ കണ്ടത് മനുഷ്യസഹജമെന്ന് വിശേഷിപ്പിക്കാനാകാത്ത, അദ്ഭുതകരമായ ഒരു അനുകരണ പ്രകടനമായിരുന്നു. മണി അന്നവിടെ ഞങ്ങൾക്ക് മുൻപിൽ പ്രദർശിപ്പിച്ചത് ഒരു മർക്കടന്റെ ചേഷ്ടകളൊക്കെയായിരുന്നു. സാക്ഷാൽ കുരങ്ങന്റെ ശരീരഭാഷയിൽ, ആയാസകരമായ അദ്ഭുതപ്രകടനങ്ങൾ. വേർതിരിച്ചറിയാൻ പഴുതില്ലാത്തവിധം കുരങ്ങന്റെ ശബ്ദചേഷ്ടകൾ. ലാൽ ഉൾപ്പെടെ എല്ലാവരും മണിയെ അഭിനന്ദിച്ചു. ഉച്ചച്ചൂടിന്റെ ആലസ്യത്തിൽ മയങ്ങിനിന്ന മരങ്ങളും മണിക്കുരങ്ങന്റെ ചില്ലച്ചാട്ടങ്ങളിൽ അന്ന് ആകെയൊന്നുലഞ്ഞമർന്നു.

ലാലും പലരോടും മണിയെക്കുറിച്ച് പറഞ്ഞിട്ടുണ്ടാകണം. മണി ക്രമേണ സിനിമകളിൽ പ്രത്യക്ഷപ്പെട്ടുതുടങ്ങി. സുന്ദർദാസിന്റെ സല്ലാപത്തിന്റെ ഷൂട്ടിംഗ് ലൊക്കേഷനിൽ വച്ചുകണ്ടപ്പോൾ മണി അത്യന്തം സന്തോഷവാനായിരുന്നു. വിനയത്തിന്റെ വിശുദ്ധി നഷ്ടപ്പെടാത്ത ഈ കലാകാരന് ഇനിയും ഇനിയും ഉയർച്ചകളുണ്ടാകട്ടെ എന്ന് പ്രാർത്ഥിക്കാനേ കഴിയുമായിരുന്നുള്ളൂ.

മണിയുടെ വളർച്ച പെട്ടെന്നായിരുന്നു. ആ കലാകാരന്റെ സമർപ്പണബുദ്ധിയും പരിശ്രമവും ഉയർച്ചയുടെ പടവുകൾ ത്വരിതപ്പെടുത്തി. മലയാളത്തിൽ മാത്രമല്ല ദക്ഷിണേന്ത്യൻ ഭാഷയിലൊന്നടങ്കം മണി പ്രശസ്തനായി. പേരും പെരുമയും മാത്രമല്ല സാമ്പത്തികമായും മണി വളർന്നു. മണിയെക്കുറിച്ചോർക്കുമ്പോൾ 'ദാരിദ്ര്യമെന്തെന്നറിഞ്ഞവർക്കേ, പാരിൽ പരക്ലേശവിവേകമുള്ളൂ' എന്ന ചൊല്ലാണോർമ്മവന്നത്. ദരിദ്രരേയും അശരണരേയും സഹായിക്കാൻ എന്നും മണി മുന്നിലുണ്ടായിരുന്നു. തമിഴിൽ വിക്രമിന്റെ ബ്ലോക്ക് ബസ്റ്റർ ചിത്രമായ ജെമിനിയിൽ അവതരിപ്പിച്ച കഥാപാത്രത്തിലൂടെ മണി തമിഴകത്തും സ്ഥാനമുറപ്പിച്ചു. തെലുങ്കിൽ നാഗാർജുനയെപ്പോലുള്ള സൂപ്പർസ്റ്റാറുകൾ മണിയുടെ സാന്നിധ്യം ആഗ്രഹിച്ചു. തമിഴിലും മലയാളത്തിലും തെലുങ്കിലും വെന്നിക്കൊടി പാറിച്ച് മണി മുന്നേറുകയായിരുന്നു അന്ന്. ആർക്കും അയാൾ അനഭിമതനായിരുന്നില്ല താനും.

ഈ കാലഘട്ടത്തിലാണ് മണിയെ നായകനാക്കി മലയാളത്തിൽ ചില ചിത്രങ്ങൾ ചെയ്യാൻ സംവിധായകർ മുതിർന്നത്. ബെൻജോൺസൺ പോലെയുള്ള ചിത്രങ്ങൾ. മണിയെ നായകനായി നമ്മുടെ പ്രബുദ്ധരായ പ്രേക്ഷകർ സ്വീകരിച്ചു. തൊട്ടതെല്ലാം പൊന്നാക്കുന്ന അനുഭവമാകാം മണിയിലും ചില താരപരിവേഷങ്ങളൊക്കെ സംഭവിക്കാൻ തുടങ്ങി. നടനെന്ന നിലയിൽ മണിയുടെ ഡിമാന്റ് കുത്തനെ ഉയർന്നുനിൽക്കുന്ന ഘട്ടത്തിൽ തന്നെയാണ് അയാളിൽ നായക പരിവേഷത്തിന്റെ ആവരണം വന്നുപൊതിയുന്നത്. ആദ്യമൊക്കെ വൻവിജയങ്ങൾ കൊയ്തെങ്കിലും ക്രമേണ ഈ നായകപരിവേഷത്തിന് ബോക്സോഫീസിൽ ഇടിവുതട്ടിത്തുടങ്ങി. മറ്റാരെപ്പോലെയും പടിയിറങ്ങാൻ മണി മനസ്സുകൊണ്ട് സന്നദ്ധനായില്ല. കരിയർഗ്രാഫിൽ വിള്ളലുകൾ കണ്ടുതുടങ്ങി. എങ്കിലും മണിയുടെ നാടൻപാട്ടും പ്രത്യേകതയുള്ള സംഭാഷണരീതികളും അഭിനയ മുഹൂർത്തങ്ങളും മലയാളികൾ മറന്നില്ല. കാത്തിരുന്നിട്ടും പക്ഷേ, മണിയെ പ്രേക്ഷകർക്ക് പണ്ടേപോലെ സിനിമയിൽ അടിക്കടി കാണാൻ കഴിഞ്ഞില്ല. മറിച്ച് പലപ്പോഴായി മണി വാർത്തകളിലെ നായകനായി മലയാളിക്കുമുന്നിൽ പ്രത്യക്ഷനായി. അവയൊക്കെ തന്നെ ആശാസ്യമല്ലാത്ത സംഭവങ്ങളുമായി ബന്ധപ്പെട്ടുള്ളവയുമായിരുന്നു.

താൻ ദരിദ്രനാണെന്നും, കീഴ്ത്തട്ടിൽനിന്നും വളർന്നുവന്നവനാണെന്നുമുള്ള ബോധം മണിക്കെപ്പോഴുമുണ്ടായിരുന്നു. സ്വന്തം പ്രയത്നം

കൊണ്ട് ആവശ്യത്തിനും അതിലേറെയും പണം സമ്പാദിക്കാൻ കഴിഞ്ഞപ്പോൾ മണി മറ്റുള്ളവരെ സഹായിക്കാൻ സന്മനസ്സുകാട്ടി. പത്രമോഫീസുകളെ സമീപിക്കുന്നവർ ധാരാളമുണ്ട്. അർഹരും അനർഹരുമുണ്ട് അക്കൂട്ടത്തിൽ. സുരേഷ്ഗോപിയോടോ, കലാഭവൻമണിയോടോ സഹായം ആവശ്യപ്പെടാനുള്ള അവസരമാണ് പലരും ഞങ്ങളോട് തിരക്കാറുള്ളത്. ഇത്തരം വിഷയങ്ങളിൽ ഇടപെടാൻ കഴിയാത്ത സാഹചര്യങ്ങളുണ്ടായിട്ടും നേരിട്ടുബോധ്യമുള്ള പലർക്കും നിർദ്ദേശങ്ങൾ നൽകാൻ ഞങ്ങൾ ബാധ്യസ്ഥരായിട്ടുണ്ട്. അവർക്കൊക്കെ മണി കാരുണ്യപൂർവം സഹായഹസ്തം നീട്ടിയിരുന്നു എന്നുകൂടി ഇവിടെ ഓർമ്മിക്കട്ടെ.

മോഹൻലാൽ, മണിക്ക് ഗുരുതുല്യനായ ജ്യേഷ്ഠസഹോദരനാണ്. ലാലിന്റെ വാനപ്രസ്ഥവും മണിയുടെ വാസന്തിയും ലക്ഷ്മിയും പിന്നെ ഞാനും മത്സരരംഗത്ത് നേരിട്ട് കൊമ്പുകോർത്ത ഒരു സംസ്ഥാന അവാർഡ് നിർണ്ണയവേള ഉണ്ടായിട്ടുണ്ട്. മോഹൻലാലിനെ വിജയിയായി പ്രഖ്യാപിച്ചതറിഞ്ഞപ്പോൾ മണി ബോധം കെട്ടുപോയെന്നാണ് പറയപ്പെടുന്നത്. മണി എന്ന വലിയ നടന്റെ വലിയ ചെറുപ്പമായി അതിനെ വ്യാഖ്യാനിക്കപ്പെട്ടു. അമിതമായ ആത്മവിശ്വാസം കടന്നുകയറി തലയ്ക്ക് മത്തുപിടിച്ച അവസ്ഥ ഈ നടനും സംഭവിച്ചിരുന്നു എന്ന് പറയാതെ വയ്യ.

മണിയെ മദ്യപാനിയെന്ന് പറയാനാവില്ല. സൗഹൃദങ്ങളാണ് ഈ ചെറുപ്പക്കാരന്റെ ഏറ്റവും വലിയ ബലഹീനത. ദാരിദ്ര്യത്തോട് പടവെട്ടിയ നാളുകളിൽ, തന്റെ സിദ്ധിവിശേഷമെന്തെന്ന് സ്വയം തിരിച്ചറിഞ്ഞ്, ഒരിക്കലും തളരാത്ത പരിശ്രമങ്ങളിലൂടെ ചലച്ചിത്രരംഗത്ത് കയറിപ്പറ്റിയ ചെറുപ്പക്കാരനായിരുന്നു മണി. പിന്നിട്ട വഴിയിൽ വെളിച്ചം കെട്ടതെപ്പോഴാണെന്നറിയില്ല. മണി സൗഹൃദത്തിന്റെ നിശാഘോഷങ്ങളിൽ സജീവമായതെങ്ങനെയെന്നറിയില്ല. മദ്യപാനം കുടുംബത്തെ മാത്രമല്ല സ്നേഹിക്കുന്നവരുടെ മനസ്സുകളെയും തകർക്കുന്നു. കരളിന്റെയും വൃക്കകളുടെയും പ്രവർത്തന ശേഷിയിലെ അപാകതകൾക്ക് ചികിത്സയിലായിരുന്ന മണി പിന്നെയും മദ്യപിച്ചിരുന്നു എന്നു വേണം അനുമാനിക്കാൻ. മരണത്തോടനുബന്ധിച്ച് നടന്ന പൊലീസ് അന്വേഷണത്തിൽ മണി കഴിച്ചതെന്ന് പറയപ്പെടുന്ന മദ്യത്തിന്റെ അവശിഷ്ടവും കണ്ടെത്തിയിട്ടുണ്ടെന്ന് വാർത്തകൾ. മദ്യത്തോടൊപ്പം വിഷവും ഉള്ളിൽ ചെന്നിട്ടുണ്ടെന്ന് നിഗമനം. വിശദമായ അന്വേഷണത്തിലൂടെ എല്ലാം പുറത്തുവരുമായിരിക്കും. പക്ഷേ, അത് അകാലത്തിൽ അന്തരിച്ച മണിക്കോ, അനാഥമാക്കപ്പെട്ട മണിയുടെ കുടുംബത്തിനോ ആശ്വാസകരമല്ലല്ലോ. പക്ഷേ, മണിയുടെ ജീവിതം എല്ലാവർക്കും ഒരു പാഠമായിരിക്കും, ചലച്ചിത്ര രംഗത്തുള്ളവർക്ക് മാത്രമല്ല പൊതുസമൂഹത്തിനും.

സിനിമയിലേക്ക് കടന്നുവരുമ്പോൾ ചെറിയ ചെറിയ സ്വപ്നങ്ങളെ മാത്രമേ മണി താലോലിച്ചിരുന്നുള്ളൂ. സാക്ഷാത്കരിച്ച സ്വപ്നങ്ങൾ പിന്നെയും സ്വപ്നങ്ങൾ കാണാൻ പ്രേരണയായി. വിധി ചെറുകാറ്റിലൂടെ ആ സ്വപ്നങ്ങളെ താലോലിച്ചുവളർത്തി. ഒരു ചലച്ചിത്രനടന്

ചെന്നെത്താവുന്ന ഉയരംവരെ ഒരു പരിധിയോളം ഈ നടൻ ചെന്നെത്തി. ചെറു വേഷങ്ങളിലൂടെ വലിയ വേഷങ്ങൾ അവതരിപ്പിച്ചു. വില്ലനായി വന്ന് നായകവേഷങ്ങൾ ചെയ്ത് സ്ഥാനമുറപ്പിച്ചു. സംസ്ഥാനതലത്തിലും ദേശീയതലത്തിലും അംഗീകാരങ്ങൾ നേടി. പ്രബുദ്ധ കേരളം മണിയെ മുൻനിരനായകന്മാരിൽ ഒരാളായി പരിഗണിച്ചു. ദക്ഷിണേന്ത്യയാകെ മണിയിലെ നടനെ അംഗീകരിച്ചു. തമിഴിൽ ഷങ്കറെപ്പോലെയുള്ള വലിയ സംവിധായകർ മണിക്കുവേണ്ടി കാത്തിരുന്നു. ഐശ്വര്യറായ്യെപ്പോലെയുള്ള ഇന്ത്യൻ സൗന്ദര്യറാണിമാരോടൊത്തഭിനയിക്കാൻ അവസരമുണ്ടായി. രജനികാന്തിനൊപ്പം വേഷം ചെയ്തു. വളർച്ചയുടെ ഗ്രാഫിൽ കുതിച്ചുകയറിയ ഈ നടൻ തളർച്ചയുടെ പടവുകളും കണ്ടറിഞ്ഞു. ഒരേ ജീവിതത്തിൽ അതിന്റെ രണ്ടറ്റവും അനുഭവിച്ചറിയാൻ കഴിഞ്ഞ കലാകാരൻ.

പ്രിയപ്പെട്ട മണി, വിട. ഒന്നുകൂടി ശ്രദ്ധിച്ചിരുന്നെങ്കിൽ ഈ ക്ലൈമാക്സ് മാറ്റിയെഴുതാമായിരുന്നില്ലേ? സ്നേഹം അത്രമേലുണ്ട് മനസ്സിൽ നിങ്ങൾക്കായ്.

വാൽക്കഷ്ണം : ഒരിക്കൽ സ്വകാര്യസംഭാഷണത്തിൽ അന്വേഷിച്ചു - മണി ഒരുപാട് കഥാപാത്രങ്ങൾ ചെയ്തല്ലോ. എങ്കിലും ചെയ്യാൻ ആഗ്രഹിക്കുന്ന ഒരു കഥാപാത്രം ഏതാണ്?

'ഉണ്ട് ചേട്ടാ, ഉണ്ട്. എനിക്ക് പരമശിവനായഭിനയിക്കണംന്നുണ്ട്. മുടിയും ജടയുമൊക്കെവെച്ച്, കഴുത്തില് ആ പാമ്പൊക്കെ അണിഞ്ഞ് പുലിത്തോലുമുടുത്ത്, നൃത്തം ചെയ്യുന്ന ശിവരൂപം എന്റെ സ്വപ്നമാണ്, എന്നെങ്കിലും അത് നടന്നാലായി.

ഇതാണെന്നുതോന്നുന്നു മണിയുമായി നടന്ന അവസാന സംഭാഷണമെന്നാണോർമ്മ പുഴ എല്ലാറ്റിനും സാക്ഷിയായിരുന്നു.

ജനനത്തിനും മരണത്തിനും സാക്ഷിയായി ചാലക്കുടിപ്പുഴ ഒഴുകിക്കൊണ്ടേയിരുന്നു. മഴക്കാലത്തിന്റെ വളർച്ചയും വറുതിയുടെ വരൾച്ചയും കണ്ടറിഞ്ഞ പുഴ.

മണിയുടെ ജീവിതവും ഈ പുഴയും തമ്മിൽ അഭേദ്യമായ ബന്ധമാണുണ്ടായിരുന്നത്. പുഴക്കാഴ്ചയായിരുന്നു മണിക്കെല്ലാം. എപ്പോഴും കണ്ടുകൊണ്ടിരിക്കാൻ പുഴയോരത്തൊരു പാടിയും കെട്ടി. എല്ലാം കണ്ടറിഞ്ഞു കരഞ്ഞ പുഴ പിന്നെയും ഒഴുകുകയാണ്. മണി മാത്രം അതിന് സാക്ഷിയായില്ല.

ആരാണ് പറഞ്ഞത് പഴഞ്ചൊല്ലിൽ പതിരില്ലെന്ന്?

ചങ്ങാതി നന്നായാൽ കണ്ണാടി വേണ്ടെന്നായിരുന്നല്ലോ ചൊല്ല്. പിന്നെ മണിക്കുമാത്രം എന്തേ ചങ്ങാതിമാർ കണ്ണാടി പോലെയായില്ല. രൂപവും ഭാവവും മാത്രമല്ല, മനുഷ്യാവസ്ഥയെതന്നെയാണ് കണ്ണാടി പ്രതിഫലിപ്പിക്കുന്നത്. മണിയുടെ കണ്ണാടിചങ്ങാതിമാർ ഒന്നും കാട്ടിക്കൊടുത്തില്ല. അമിത മദ്യപാനം കൊണ്ട് കരൾ മുഴുവൻ തകർന്നു

തരിപ്പണമാണെന്നറിഞ്ഞിട്ടും ഈ ചങ്ങാതിമാർ എന്തേ പിന്നെയും മണിയുടെ മദ്യപാനത്തിന് കൂട്ടുകാരായി?

ചാലക്കുടി പുഴയെക്കുറിച്ച് മണി ഒരുപാട് പാടിയിട്ടുണ്ട്. പാലത്തെക്കുറിച്ചും. പാലം ഇരുകരകളെ ബന്ധിപ്പിക്കുന്ന വഴിത്താര. മണിയും ചാലക്കുടിക്കാർക്കൊരു പാലമായിരുന്നു. സിനിമയെ ദൂരെ നിന്നുമാത്രം കണ്ട് അദ്ഭുതപ്പെട്ടിരുന്ന അവർക്ക് സിനിമയുടെ ഉള്ളറകളിലേക്ക് കടക്കാൻ പാകത്തിൽ പാലമായത് മണിയായിരുന്നു. സിനിമയെക്കുറിച്ചും അതിന്റെ ആർഭാടാരവങ്ങളെക്കുറിച്ചും ഇക്കരെ നിന്നുമാത്രം കേട്ടറിഞ്ഞ ശുദ്ധരായ ഗ്രാമീണരായിരുന്നു ചാലക്കുടിക്കാർ. മണിയാണ് ആ മോഹവലയത്തിന്റെ ഉള്ളിലേക്കവരെ എത്തിച്ചത്. സിനിമയിലെ സ്വകാര്യാനുഭവങ്ങൾ മായക്കണ്ണാടിയിലെന്നപോലെ കൂട്ടുകാർക്ക് പകർന്നുകൊടുത്തത് മണിയാണ്. ആ വിശേഷങ്ങളാഘോഷിക്കാൻ എന്നും ചാലക്കുടിക്കാർ മണിയോടൊപ്പമുണ്ടായിരുന്നു.

സിനിമ ചാലക്കുടിക്കാർക്ക് അദ്ഭുതങ്ങളുടെ ആരവക്കാടായിരുന്നു. അതിന്റെ ഉൾവനങ്ങളിലേക്ക് കൂട്ടുകാരെ കൊണ്ടുപോയി മായക്കാഴ്ചകൾ പങ്കുവയ്ക്കാനും മണി മറന്നില്ല. ആടും കോഴിയും അതുമിതുമെല്ലാമായാണ് സൗഹൃദസംഘം മണിയുടെ ഷൂട്ടിംഗ് ലൊക്കേഷനിലെത്തിയിരുന്നത്. ചാലക്കുടിപ്പെരുമയിലായിരുന്നു മണിയുടെ ഷൂട്ടിംഗുകൾ നടന്നിരുന്നത്. അതിന്റെയൊക്കെ അർമാദങ്ങളിൽ മണിയോടൊപ്പം സുഹൃത്തുക്കളും ലഹരിപൂണ്ടു.

മണിക്ക് ജീവിതത്തിൽ സുഹൃത്തുക്കളായിരുന്നു എല്ലാം. അവരുടെ സാമീപ്യമായിരുന്നു മണിയുടെ സന്തോഷം. ഉറ്റവരേക്കാളും ഉടയവരേക്കാളും പ്രിയർ കൂട്ടുകാർ തന്നെ. കർമ്മത്തിന്റെ നിഷ്കർഷതയ്ക്കുമപ്പുറത്തെ ഉന്മാദമായിരുന്നു മണിക്കെന്നും കൂട്ടുകാർ. തിരുത്താനാകാത്ത അരക്ഷിതാവസ്ഥയിലാണ് ആ യാത്ര മണിയെ എത്തിച്ചത്. സുഹൃത്തുക്കൾ മണിക്ക് സമ്മാനിച്ചത് ഹർഷോന്മാദമായിരുന്നെങ്കിൽ മണി സ്വന്തം ജീവൻ തന്നെയാണവർക്ക് നൽകി കണക്കു തീർത്തത്. മണിയെ അടുത്തറിഞ്ഞ ഒരാൾ മരണവാർത്തയോടൊപ്പം എനിക്കയച്ച കുറുപ്പിൽ രേഖപ്പെടുത്തുന്നു.

Mani was not interested in taking up movies in the recent past. A lot of offers was coming from other language movies too for various roles, but he was more into spending time in his friends circle. In fact, it was that companionship which spoilt him and as a result, his health deteriorated'.

ചാലക്കുടിപ്പുഴ പിന്നെയും ഒഴുകുന്നു; ആരോടും പരിഭവമില്ലാതെ. അതിന്റെ ആഴങ്ങളിലൊളിപ്പിച്ച ഓർമ്മകളിൽ എല്ലാമുണ്ട് മണിയെക്കുറിച്ച്- ജയപരാജയങ്ങളുടെ ഒത്തിരിക്കഥകൾ.

■

മണിയെ അടയാളപ്പെടുത്തിയ മലയാളി
അഥവാ
മണി അടയാളപ്പെടുത്തിയ മലയാളി

അപർണ പ്രശാന്തി

മലയാള സിനിമയുടെ ചരിത്ര ഗവേഷണ പഠനങ്ങളിൽ അത്ര പ്രാധാന്യ ത്തോടെ കാണാത്ത ഒന്നാണ് ആബേലച്ചനും കലാഭവനും മലയാള സിനിമയ്ക്ക് നൽകിയ സംഭവാനകളെക്കുറിച്ചുള്ള അന്വേഷണങ്ങൾ. 80 കളുടെ അവസാനവും 90കളുടെ തുടക്കവും മലയാള സിനിമയ്ക്ക് ആ മിമിക്രി ട്രൂപ്പ് നൽകിയ, ഇന്നും ഇവിടെ സജീവമായുള്ള കലാകാരൻമാർ എത്രയാണ്. അവരുടെ ജീവിത സാഹചര്യങ്ങളും ഭൂതകാലവുമെല്ലാം ചരിത്രവൽക്കരണത്തിനുള്ള സാധ്യതകൾ തുറന്നുതന്നിട്ടും ആരും അതിനു പോയില്ല. ഒരു ജനത തിയേറ്ററിലിരുന്ന് ചിരിച്ച് കൈയടിച്ച മുഖ്യ ധാരാ സിനിമയോടുള്ള പുച്ഛമായിരിക്കാം കാരണം. അതിൽ എവിടെ യാണ് എങ്ങനെയാണ് കലാഭവൻ മണി അടായളപ്പെട്ടിരിക്കുന്നതെന്ന് ചോദിച്ചാൽ വ്യക്തമായ ഉത്തരമുണ്ടാവില്ല. കാരണം സ്ഥിതിവിവരണ ക്കണക്കുകൾക്ക് പുറത്താണ് അദ്ദേഹത്തെപ്പോലെ സജീവമായി നില നിന്നിരുന്ന പല നടൻമാരുടെയും സ്ഥാനം.

നമ്മളിൽ ചിലർ വമ്പൻ നായകൻമാർക്ക് പിറകെ പോയും മറ്റുചിലർ കറുപ്പിന്റെ ചരിത്രവൽക്കരണത്തിൽ വ്യാപൃതരായും മരണശേഷം പോലും അടയാളപ്പെടുത്താൻ മടിക്കുന്ന സമൃദ്ധമായൊരു അഭിനയ ജീവിതമുണ്ട് മണിക്ക്. അക്ഷരത്തിലെ ഓട്ടോക്കാരനിലും സല്ലാപത്തിലെ ചെത്തുകാരനിലും തുടങ്ങി ഭൂതക്കണ്ണാടിയിലെ അയ്യപ്പനിലൂടെയും സമ്മർ ഇൻ ബത്‌ലഹേമിലെ മോനായിലൂടെയും വികസിച്ച് വാസന്തിയും ലക്ഷ്മിയും പിന്നെ ഞാനുമെന്ന സിനിമയിലെ അന്ധനായ രാമുവായും കരുമാടിക്കുട്ടനിലെ കുട്ടനായും വളർന്ന ഒന്ന്. ചോട്ടാമുംബൈയി ലെയും രാക്ഷസരാജാവിലെയും വില്ലൻമാരെയെടുത്തുനോക്കൂ, എന്തെ ങ്കിലും സാമ്യം എവിടെയെങ്കിലും കാണാൻ പറ്റുന്നുണ്ടോ? രവിശങ്കറിന് കന്നഡത്തിൽ എന്താ പറയാന്ന് ചോദിക്കുന്ന മോനായിൽ നിന്നും മലയാളി മാമനു വണക്കത്തിലെ മുനിയാണ്ടിയിലേക്ക് ഒരുപാട് ദൂര മുണ്ട്, പ്രായംകൊണ്ടും സ്വഭാവം കൊണ്ടുമെല്ലാം രാക്ഷസരാജാവിലെ

ഗു.ഗു.ഗുണശേഖരനെന്ന് വിക്കി പറഞ്ഞ് ചിരിപ്പിക്കുന്ന തമാശക്കാരൻ വിഡ്ഢിയായ മന്ത്രി അടുത്തനിമിഷം കണ്ണിൽ ചോരയില്ലാത്ത വില്ലനാവുന്നുണ്ട്. ആദാമിന്റെ മകൻ അബുവിലെ ജോൺസൺ, ആമേനിലെ ലൂയിപാപ്പൻ... ഇതിനിടയിലെപ്പഴൊക്കെയോ ബെൻജോൺസൺ, ലോകനാഥൻ ഐഎഎസ്, പായുംപുലി, രക്ഷകൻ പോലുള്ള ആക്ഷൻ പടങ്ങളിലെ നായകവേഷം. വ്യത്യസ്തമായ ശരീരഭാഷയുടെ, സംഭാഷണ ശൈലിയുടെ, ചലനങ്ങളുടെ, പെരുമാറ്റങ്ങളോടെ, 20 കൊല്ലത്തെ ഫിലിം റീൽ ഓടുന്നു. വാസന്തിയും ലക്ഷ്മിയും പിന്നെ ഞാനുമിലെ രാമുവും അനന്തഭദ്രത്തിലെ ചെമ്പനും കാഴ്ചയില്ലാത്തവരാണ്. മണി തന്നെ പാടിയ കാട്ടിലെ മാനിന്റെ എന്ന പാട്ടും മല മല ലൂയ എന്ന പാട്ടും മാത്രം കണ്ടുനോക്കുക. ബിഹേവിങ്ങിന്റെ അനന്തസാധ്യതകൾ തിരഞ്ഞ് വേറെങ്ങും പോകേണ്ടി വരില്ല.

ഒരേ സമയം നായകനും വില്ലനും തമാശക്കാരനും സ്വഭാവനടനുമൊക്കെയായി മണി മലയാളസിനിമയിൽ നിറഞ്ഞുനിന്നു. തമിഴിലും തെലുങ്കിലും കന്നഡയിലും പോയി അഭിനയിച്ചു. തമിഴിലെ ബ്ലോക് ബസ്റ്ററുകളായ ലോകം മൊത്തം ഓടിയ ജെമിനിയിലും അന്യനിലും യന്തിരനിലും കലാഭവൻ മണിയുണ്ടായിരുന്നു. പാപനാസം, വേൽ, സംതിങ് സംതിങ് തുടങ്ങി തമിഴകം കൊണ്ടാടിയ ഹിറ്റ് പടങ്ങളിൽ വില്ലനായും അച്ഛനായും ഒക്കെ അഭിനയിച്ചു, മലയാളത്തിൽ അഭിനയിക്കുന്ന അതേ ലാഘവത്തോടെ. വെങ്കിടേഷിന്റെ ജെമിനി എന്ന സിനിമയോടെയാണ് മണിയുടെ തെലുങ്ക് സിനിമയിലേക്കുള്ള രംഗപ്രവേശം. നായകനൊപ്പം നിൽക്കുന്ന ഒരുപാട് വൈകാരിക തലത്തിലൂടെ കടന്നുപോകുന്ന ലഡ്ഡു എന്ന വില്ലനായി ഒരു മുഴു നീളവേഷം. നരസിംഹഡു പോലെ ബോളിവുഡ്ഡിലേക്കുള്ള ഡബ്ബ് ചെയ്യപ്പെട്ട നിരവധി തെലുങ്കു സിനിമകളിൽ അദ്ദേഹം അഭിനയിച്ചു. കന്നഡ സിനിമകളിലും വില്ലൻ വേഷമായിരുന്നു അധികവും മണിക്ക് ലഭിച്ചിരുന്നത്. ചലഞ്ച് എന്ന ശ്രദ്ധാകേന്ദ്രമായ ത്രില്ലറിൽ ഒരു പ്രധാന വേഷത്തിലഭിനയിച്ചു.

ഇത്ര ജനകീയനായ പിന്നണി ഗായകനായ നടൻമാർ മലയാള സിനിമയിൽ ഇതുവരെ ഉണ്ടായിട്ടില്ല. കൈകൊട്ടുപെണ്ണേ, സോനാ സോനാ, കാട്ടിലെ മാനിന്റെ, ഒറ്റനോക്കിലെ, മല മലലൂയ, മിന്നാമിനുങ്ങേ... സിനിമയുടെ വിധി എന്തായാലും മണിയുടെ പാട്ടുകളെന്നും ബ്ലോക് ബസ്റ്ററുകളായിരുന്നു. മുൻനിര നടനായ ശേഷവും നാടൻപാട്ടുകൾ പാടി വേദികളെ ഇളക്കി മറിച്ച താരവും വേറെയുണ്ടാവില്ല. ഓടപ്പഴം പോലൊരു, ഓടേണ്ട ഓടേണ്ട, ചാലക്കുടി ചന്തയ്ക്കു പോയപ്പോ, തെക്കേപ്പുറത്തെ, ഉമ്പായുക്കുച്ചാണ്ടി, എനിക്കുമുണ്ട്.... പ്രണയ വിരഹ വിഷാദങ്ങളുടെ നാടൻ ഈണങ്ങൾ എത്രയാണ് മണിയിലൂടെ നമ്മളിലേക്ക് പ്രവഹിച്ചത്.... മണിക്ക് മാത്രം പാടാനാവുന്ന ഈണങ്ങളിലൂടെയാണ് അത് ശ്രോതാക്കളോട് സംസാരിച്ചത്.

കഴിഞ്ഞ 20 കൊല്ലമായി മണിയെപ്പോലെ സ്ക്രീൻ നിറഞ്ഞുനിന്ന പെർഫോമേഴ്സ് മലയാള സിനിമയിൽ വിരളമാണ്. ശുദ്ധനും ക്രൂരനും മണ്ടനുമൊക്കെയായി എത്ര പെട്ടെന്നാണ് മണി മാറിയത്. മണിയിലെ ഇതേ പെർഫോമർ പാട്ടുപാടുമ്പോഴും നമ്മളെ ഇതുപോലെ രസിപ്പിച്ചിരുന്നു. ഉത്സവപ്പറമ്പിലെ, പള്ളിപ്പെരുന്നാൾ മുറ്റത്തെ തിങ്ങിവിങ്ങിസ്ഥലം പിടിച്ചിരിക്കുന്ന വൻ ആൾക്കൂട്ടത്തിന്റെ ഓർമയാണ് മണിയുടെ ഓരോ പാട്ടും തരുന്നത്. മണി പാടിയാലും, മിമിക്രി കാണിച്ചാലും ഇളകി മറിയുന്ന വലിയ ജനക്കൂട്ടം കഴിഞ്ഞ 20 കൊല്ലത്തെ നിത്യകാഴ്ചയായിരുന്നു. മണിയെപ്പോലെ ജനം കാത്തുനിന്ന, ജനത്തോടൊപ്പം ആടിപ്പാടുന്ന എത്രപേരുണ്ട് മലയാള സിനിമയിൽ.

കലാഭവനിൽ നിന്നും, മിമിക്രിയിൽ നിന്നും, ശുദ്ധ ഹാസ്യത്തിൽനിന്നും ഒക്കെ ജനകീയ മലയാളസിനിമ മാറിപ്പോയി. മണിയെപ്പോലെ അന്നുവന്ന പലരും ഇന്നും ഓരത്താവാതെ തിളങ്ങി നിന്നിരുന്നു. കഷ്ടപ്പാടുകൾ പറഞ്ഞുകരഞ്ഞ, മണിച്ചേട്ടൻ പാവമല്ലേ എന്നു ചോദിക്കുന്ന മണി ചാനലുകളിലും നിത്യക്കാഴ്ചയായിരുന്നു. 2016 കേവല ഭൂതകാലമായി മണിയെയും മാറ്റി എന്നു തെല്ലൊരു ഞെട്ടലോടെ ഒരുപാട് ദുഃഖത്തോടെ നമ്മൾ തിരിച്ചറിയുന്നു. വിലപ്പെട്ട ഞെട്ടിക്കുന്ന മരണങ്ങൾ ശീലമാവുന്നതുകൊണ്ടാകാം നമ്മൾ വളരെവേഗം നിശ്ശബ്ദരാകുന്നത്.

എന്തുപറഞ്ഞ് അവസാനിപ്പിക്കാനാണ്, മണി ആർദ്രമായി ചോദിച്ച പോലെ 'മിന്നാമിനുങ്ങേ, മിന്നും മിനുങ്ങേ എങ്ങോട്ടാണെങ്ങോട്ടാണീ തിടുക്കം' എന്ന ക്ലീഷേ കാല്പനികതയിൽ അവസാനിപ്പിക്കുകയല്ലാതെ... ∎

ആരുടെ പാട്ടാ...?
ബിനീഷ് പുതുപ്പണം

എട്ടാം ക്ലാസ്സിലെ കെമിസ്ട്രി ക്ലാസ്സിൽ ജിതേഷ് എന്ന സുഹൃത്തിനെ സജിത ടീച്ചർ ബെഞ്ചിൽനിന്ന് എഴുന്നേല്പിക്കുകയും 'നീ ഒറ്റയ്ക്ക് പാടിയാൽ പോരല്ലോ എല്ലാരും കേൾക്കെ ഉറക്കെ പാട്' എന്ന ദേഷ്യപ്പെടുകയും ചെയ്തിടത്തുവെച്ചാണ് മണി എന്ന പാട്ടുകാരനെ ആദ്യമായി കേട്ടറിഞ്ഞത്. ക്ലാസ്സെടുത്തുകൊണ്ടിരിക്കെ അവൻ മെല്ലെ പാടുകയും തൊട്ടടുത്തിരിക്കുന്ന എന്നെ നുള്ളുകയും ചെയ്തതായിരുന്നു ടീച്ചറുടെ ദേഷ്യത്തിനു കാരണം. മേശയ്ക്കരികിലേക്ക് ജിതേഷിനെ വിളിച്ച് ടീച്ചർ വീണ്ടും പറഞ്ഞു - ഉച്ചത്തിൽ പാട് എല്ലാരും കേൾക്കട്ടെ രക്ഷയില്ലാതെ ടീച്ചറുടെ കോപത്തിനു മുന്നിൽ ചമ്മലോടെ അവൻ പാടി

'ഓടണ്ട ഓടണ്ട ഓടിത്തളരണ്ട
ഓമനപ്പൂമുഖം വാടിടേണ്ട
ഓമനപ്പൂമുഖം വാടാതിരിക്കാനായ്
ഓമനച്ചുണ്ടത്തൊരുമ്മ നൽകാം'

ഇതുകേട്ട ഉടനെ ക്ലാസ്സിൽ പൊട്ടിച്ചിരിയുടെ പൂരമായി. പെട്ടെന്ന് പൂത്ത പൂവുപോലെ മുഖം ചുവന്നുപോയ ടീച്ചർ "ഇതാരുടെ പാട്ടാടാ"? എന്നു ചോദിച്ചതും ഉടൻ അവൻ "മണീടെ പാട്ടാ" എന്നു മറുപടി പറഞ്ഞതുമെല്ലാം ഒരു മിന്നായം പോലെ ഓർക്കുന്നു. അന്ന് കലാഭവനെന്നോ, അഭിനേതാവെന്നോ, മിമിക്രി ആർട്ടിസ്റ്റ് എന്നോ ഉള്ള പരിവേഷങ്ങളൊന്നും ഞങ്ങളിൽ പലർക്കും അറിയില്ലായിരുന്നു. പിന്നീട് ആ പാട്ടാണ് ഞങ്ങൾക്ക് പലപ്പോഴും ചിരിയുടെ നേരങ്ങൾ സമ്മാനിച്ചത്. ജിതേഷിനെക്കാണുമ്പോൾ, സജിതടീച്ചറെക്കാണുമ്പോൾ ഞങ്ങൾ 'മണി' എന്ന പേരും ആ പാട്ടും ഓർക്കും - സിനിമകളിൽ കാണുന്ന കലാഭവൻ മണിയാണ് പാട്ടുകാരനായ മണിയെന്ന് തിരിച്ചറിയാൻ വീണ്ടും വർഷങ്ങൾ വേണ്ടി വന്നു. ചിരിച്ചും ചിരിപ്പിച്ചും ഇടയ്ക്ക് കരയിച്ചും മലയാളികളുടെ ഹൃദയം കീഴടക്കിയ ആ മഹാപ്രതിഭ സൗഹൃദങ്ങളുടെ വെള്ളച്ചാട്ട ങ്ങളിലാണ് വളർന്നതും ഒഴുകിയതും ഒടുവിൽ ലയിച്ചതും. മലയാളിയുടെ നായകസങ്കല്പങ്ങളെ തിരുത്തിയെഴുതിയ ദ്രാവിഡത്തനിമയായിരുന്നു മണിയുടെ ജീവിതവും അഭിനയവും.

ഹാസ്യം മാത്രമല്ല ഭാവാഭിനയത്തിന്റെ അതിരുകളും തനിക്ക് മറികട ക്കാനാവുമെന്ന് വാസന്തിയും ലക്ഷ്മിയും പിന്നെ ഞാനും എന്ന ചിത്രത്തിലൂടെ മണി തെളിയിച്ചു. വില്ലൻ വേഷങ്ങളുടെ ജ്വലനം ഭാഷയുടെ അതിരുകളെ ഭേദിച്ചു. തമിഴും തെലുങ്കുമെല്ലാം രൗദ്രഭാവം നിറഞ്ഞ കഥാപത്രങ്ങൾ നൽകി മണിയെ നായകനെ വെല്ലുന്ന പ്രതിനായകനാക്കി മാറ്റി. കരഘോഷങ്ങളും ആരാധകരും പണവും പെയ്തിറങ്ങിയപ്പോഴും താൻ വന്ന വഴികൾ ഈ കലാകാരൻ മറന്നില്ല. ചാലക്കുടിപ്പുഴയും വയൽവരമ്പുകളും തൊടിയും തെന്നലുമെല്ലാം പാട്ടിലും ജീവിതത്തിലും പവിഴമായി സൂക്ഷിക്കാൻ മണിക്ക് കഴിഞ്ഞു എന്നത് മാനവികതയുടെ വെളിച്ചമാക്കി ഈ കലാകാരനെ മാറ്റുന്നു.

നാലു വർഷം മുമ്പ് എറണാകുളം പനമ്പിള്ളി നഗറിനടുത്ത് നടന്ന ഷൂട്ടിംഗിൽ വെച്ച് സ്ക്രീനിൽ മാത്രം പരിചയിച്ച കലാഭവൻ മണിയെന്ന നടനെ ആദ്യമായി നേരിട്ടുകാണാൻ കഴിഞ്ഞു. സുഹൃത്ത് ഷാമോന്റെ സിനിമാ ആലോചനയുമായി ബന്ധപ്പെട്ട് കാണാൻ ചെന്നതായിരുന്നു. കുറച്ചു സമയം സംസാരിച്ചു. ചാലക്കുടിയിലെത്താനും അവിടെവെച്ച് കാര്യങ്ങൾ സംസാരിക്കാനും ധാരണയായ ശേഷമാണ് ഞങ്ങൾ പിരിഞ്ഞത്. എന്നാൽ എന്തുകൊണ്ടോ ആ സിനിമ നടന്നില്ല. മാനസികാ രോഗ്യകേന്ദ്രത്തിൽ ചികിത്സ തേടിപോയ ആ സുഹൃത്തിനെ ആലോചി ക്കുമ്പോഴൊക്കെ മണിച്ചേട്ടനും ഓർമയിലെത്തുമായിരുന്നു. പിന്നീട് തൃശ്ശൂരിൽ വെച്ചു നടന്ന സാംസ്കാരികോത്സവത്തിൽ ആൾക്കൂട്ടത്തിൽ ഇടിച്ചുകയറി പരിചയപ്പെട്ടതും നല്ലൊരു ഓർമ്മയായി നിലനിൽക്കുന്നു.

ചാലക്കുടിക്കാരനും കവിയുമായ സോബിൻ മഴവീട് മണിച്ചേട്ടനോ ടൊപ്പമുള്ള ദിനങ്ങളെക്കുറിച്ച് വാതോരാതെ സംസാരിക്കുമ്പോഴൊക്കെ കൊതിച്ചുപോയിട്ടുണ്ട് ഒരു ദിവസമെങ്കിലും ചാലക്കുടിപ്പുഴയ്ക്കരികെ അനശ്വരനടനോടൊപ്പം ഇരിക്കാൻ കഴിഞ്ഞെങ്കിലെന്ന്. ഷാമോന്റെ സിനിമ നടന്നിരുന്നെങ്കിൽ അതിനുള്ള ഭാഗ്യമുണ്ടാവുമായിരുന്നു.

എല്ലാ മലയാളികളും കലാഭവൻ മണി എന്ന നടനെ നേരിട്ടു കാണു കയോ സംസാരിക്കുകയോ ചെയ്തിട്ടുണ്ടാകണമെന്നില്ല. എന്നാൽ ഓരോ മലയാളിയും ഉള്ളിന്റെ ഉള്ളിൽ മണിയെ സൂക്ഷിക്കുന്നുണ്ട്. നാടൻ പാട്ടിന്റെ ഒരു വരിയെങ്കിലും മൂളാത്തവരായും ആരുമുണ്ടാകില്ല. അതു കൊണ്ടാണ് മണി ഏവർക്കും 'മണിച്ചേട്ട'നായിത്തീരുന്നത്. ഏട്ടാം ക്ലാസ്സിൽ സജിത ടീച്ചറുടെ 'ആരുടെ പാട്ടാടാ' എന്ന ചോദ്യത്തിലാരംഭിച്ച എന്നിലെ മണി ഇപ്പോൾ വളർന്നു പന്തലിച്ച അഭിനയത്തിന്റെ മഹാ വൃക്ഷമാണ്. പൊലിഞ്ഞുപോയെങ്കിലും ഹൃദയത്തിലെ ഓരോ ഋതു വിലും അത് ഇടയ്ക്കിടെ പൂക്കുന്നുണ്ട്.... ∎

മരണാനന്തര ജീവിതത്തിലെ മണിയെന്ന താരം
കെ.കെ. ബാബുരാജ്

മഹാനായ നേതാവ് മരിച്ചാൽ ജനങ്ങൾ അനാഥരാകുമെന്നും നാടിന്റെ ചലനം തന്നെ നിലച്ചുപോകുമെന്നും സങ്കല്പിച്ചുകൊണ്ടുള്ള ഒരു കവിത ജർമൻ കവിയായ ബെർതോൾഡ് ബ്രെഹ്റ്റ് എഴുതിയിട്ടുണ്ട്. എന്നാൽ ഒരാഴ്ച കഴിഞ്ഞ് മഹാനായ നേതാവ് മടങ്ങിവന്നാൽ ഒരു ചുമട്ടുകാരന്റെ പണിപോലും അദ്ദേഹത്തിനു കിട്ടാൻ സാധ്യതയുണ്ടാവില്ലെന്നു കവിത തുടർന്നു സൂചിപ്പിക്കുന്നു.

കലാഭവൻ മണി കേരളത്തിലെ മഹാന്മാരുടെ പട്ടികയിൽ ഉൾപ്പെട്ടിരുന്ന ആളായിരുന്നില്ല. എങ്കിലും, അദ്ദേഹത്തിന്റെ മരണവാർത്ത ഹൃദയഭേദകമായിട്ടാണ് ഒരുപാടുപേർ ഉൾക്കൊണ്ടത്. പലർക്കും തങ്ങളുടെ ഏറ്റവും പ്രിയപ്പെട്ട സഹോദരനോ സുഹൃത്തോ നഷ്ടപ്പെട്ടതുപോലുള്ള ദുസ്സഹമായ വേദനയാണ് ഉണ്ടായത്. ഒരുപക്ഷേ, ബ്രെഹ്റ്റിന്റെ കവിതയിലെ മഹാനായ നേതാവിൽനിന്നും വ്യത്യസ്തമായ രീതിയിൽ മഹത്ത്വം ഉൾക്കൊണ്ടിരുന്ന ഒരാൾ ആയിരിക്കാം മണി. അതനുസരിച്ചുള്ള ഒരു മരണാനന്തരജീവിതമാണ് അദ്ദേഹത്തിന്റേത് എന്നു തോന്നിപ്പിക്കുന്ന തരത്തിലുള്ള പ്രതികരണമാണ് എല്ലാ വിഭാഗം ജനങ്ങളിൽനിന്നും ഉയർന്നത്.

മലയാള സിനിമയുടെ സാംസ്കാരിക ഭൂമിക നിലനിൽക്കുന്നത് 'സവർണ സദാചാരപുരുഷൻ' എന്ന ഒരു നിർമിതിയെ കേന്ദ്രത്തിൽ പ്രതിഷ്ഠിച്ചുകൊണ്ടാണെന്ന് കീഴാളസ്ത്രീപക്ഷ എഴുത്തുകാരിയായ ജെനി റൊവീന നിരീക്ഷിച്ചിട്ടുണ്ട്. കഥാസന്ദർഭങ്ങളും സിനിമയുടെ ചുവടുമാറ്റങ്ങളും രൂപപ്പെടുത്തുന്നത് ഇയാളുടെ പാത്രസൃഷ്ടിക്ക് അനുസരിച്ചായിരിക്കും. മാത്രമല്ല, മറ്റുള്ള കഥാപാത്രങ്ങൾ നിർവചിക്കപ്പെടുന്നതും നിയന്ത്രിക്കപ്പെടുന്നതും ഇയാളുടെ കേന്ദ്രസ്ഥാനത്തിനു ചുറ്റും കറങ്ങുന്ന ഉപഗ്രഹങ്ങളെപ്പോലെയാണ്. ഈ നായകനും അയാളുടെ അതേ പ്രാധാന്യമുള്ള പ്രതിനായകനും അവരുടെ അനുശീലകളായ നായികമാരും കഴിഞ്ഞുള്ള അപരസ്ഥാനങ്ങളിൽ കാണപ്പെടുന്നവരാണ് കീഴാള ആണുങ്ങളും പെണ്ണുങ്ങളും. മേൽപ്പറഞ്ഞവർക്ക് ഭൃത്യജോലികൾ ചെയ്യുക,

അവരുടെ അനുസരണയുള്ള അനുയായികളായിരിക്കുക, അവരുടെ തല്ലു കൊള്ളുകയും ശകാരങ്ങൾ ഏറ്റുവാങ്ങുകയും ചെയ്യുക, കുട്ടിത്തം വിട്ടു മാറാത്തവനെപ്പോലെ പെരുമാറുക, അതിലൈംഗികതയോ അലൈംഗികതയോ പ്രകടിപ്പിക്കുക, 'സവർണ സദാചാരസ്ത്രീകളുടെ' ദമിത കാമനകൾക്ക് ഭയമോ പ്രലോഭനമോ രൂപപ്പെടുത്തുക മുതലായ അവസ്ഥകളിലുള്ളവരായിട്ടാണ് ഈ അപരരെ സിനിമ സ്ഥാനപ്പെടുത്താറുള്ളത്. ചുരുക്കത്തിൽ, നായക-പ്രതിനായകരുടെയും അവരുടെ നായികമാരുടെയും ഒപ്പമാണെന്നു തോന്നുമെങ്കിലും യഥാർത്ഥത്തിൽ കളത്തിനു വെളിയിലാണ് ഇവർക്കു സ്ഥാനം. ഇത്തരം ആണുങ്ങളുടെയും പെണ്ണുങ്ങളുടെയും ജാതിയെ സ്പഷ്ടമായി സിനിമകൾ സൂചിപ്പിക്കാറില്ലെങ്കിലും ഇവർ ദളിത്-പിന്നാക്കക്കാരോ മുസ്ലിങ്ങളോ ആണെന്ന് എല്ലാവർക്കും അറിയാം.

കലാഭവൻ മണിക്ക് മലയാള സിനിമ വെച്ചുനീട്ടിയ കഥാപാത്രങ്ങൾ മിക്കവയും മേൽപ്പറഞ്ഞ തരത്തിലുള്ള കീഴാള/അപര ആണുങ്ങളുടെ വാർപ്പുമാതൃകകൾ തന്നെയായിരുന്നു. എങ്കിലും ഇത്തരം അതിരുകളെ മറികടന്ന് ഒരു ഹീറോയും ബഹുജനതാരവുമാകാൻ സാധിച്ചു എന്നതാണ് അദ്ദേഹത്തെ വ്യത്യസ്തനാക്കുന്നത്.

1990-കളുടെ മധ്യത്തോടെ കേരളത്തിലെ സാംസ്കാരിക വിനിമയങ്ങളിൽ പുതിയ ചില വഴിത്തിരിവുകൾ സംഭവിക്കുകയുണ്ടായി. ഈ കാലത്ത് അമ്പലപ്പറമ്പുകൾ, ക്ലബ്ബുകൾ, സ്കൂളുകളിലെയും കോളേജുകളിലെയും വാർഷികാഘോഷങ്ങൾ എന്നിവിടങ്ങളിൽനിന്നും കഥാപ്രസംഗങ്ങളും പ്രൊഫഷണൽ നാടകങ്ങളും ഏറെക്കുറെ കുടിയിറക്കപ്പെട്ടു. പൊതുവെ കേരളീയ പുരോഗമന മനസ്സിന്റെ പ്രതിനിധാനമായിരുന്ന ഇത്തരം സാംസ്കാരിക വിനിമയോപാധികളുടെ സ്ഥാനത്തേക്കു മിമിക്രിയും സ്റ്റേജ്ഷോകളും കടന്നുവന്നു. ഗൗരവതരമായ സാമൂഹിക വിഷയങ്ങളെയും ഉദാത്തമായ മനുഷ്യഭാവങ്ങളെയും പറ്റി യഥാതഥമായി ബഹുജനങ്ങളെ ഉദ്ബോധിപ്പിച്ചുകൊണ്ടിരുന്ന പുരോഗമന കഥാപ്രസംഗങ്ങളും നാടകങ്ങളും അപ്രത്യക്ഷമായതിനു കാരണങ്ങൾ പലതുണ്ടെങ്കിലും ആഗോളീകരണവും പുതിയ സാമൂഹിക വിഭാഗങ്ങളുടെ ഉദയവുമാണ് മുഖ്യമെന്നു തോന്നുന്നു.

ആഗോളീകരണത്തിനുശേഷം ഗൾഫിലേക്കും മറ്റു വിദേശനാടുകളിലേക്കും കുടിയേറിയ പ്രവാസിസമൂഹങ്ങളുടെ 'സ്റ്റാറ്റസ്' പഴയതിൽനിന്നും വ്യത്യസ്തമായിരുന്നു. മാറിയ സാഹചര്യത്തിനനുസരിച്ച് കണ്ടീഷൻ ചെയ്യപ്പെട്ടവരായ പ്രൊഫഷണലുകൾ, പഴയ വീട്ടമ്മയുടെ സ്ഥാനത്തു നിന്നും മാറി പ്രൊഫഷണലോ അർദ്ധപ്രൊഫഷണലോ ആയ സ്ത്രീകൾ, വിദേശത്തുതന്നെ പഠിച്ച് സ്ഥിരതാമസക്കാരുടെ ബോധം ഉൾക്കൊണ്ട കുട്ടികൾ മുതലായവർക്ക് നാട്ടിലെ പുരോഗമനമോ ഉദാത്തസാഹിത്യമോ അത്ര വലിയ വിഷയങ്ങളായിരുന്നില്ല. മറിച്ച്, അയഞ്ഞതും ചടുലവും വർണനകൾ വാരിവിതറിയുമുള്ള ആട്ടങ്ങളും

പാട്ടുകളും നിറഞ്ഞ രണ്ടുംമൂന്നു മണിക്കൂർ വിനോദത്തിന്റെയും പൊട്ടിച്ചിരിയുടെയും പരകോടിയിൽ എത്തിക്കുന്ന സ്റ്റേജ്ഷോകളായിരുന്നു അവർക്കു കമ്പം. ടെലിവിഷൻ ചാനലുകളുടെ അകമ്പടിയും പുത്തൻ സാങ്കേതികവിദ്യയുമെല്ലാം സമന്വയിക്കപ്പെട്ട സ്റ്റേജ്ഷോകളിലെ ഏറ്റവും ആകർഷകമായ, കൊഴുപ്പുകൂടിയ വിഭവമായി മിമിക്രി മാറി.

മിമിക്രി ആർട്ടിസ്റ്റുകളിൽ ജയറാം, ദിലീപ് മുതലായ മുന്നാക്ക സമുദായങ്ങളിലെ ആൾക്കാർ ഉണ്ടായിരുന്നെങ്കിലും അധികംപേരും ലാറ്റിൻ ക്രിസ്ത്യൻ-മുസ്ലിം-പിന്നാക്ക ഹിന്ദു-ദളിത് പശ്ചാത്തലമുള്ള ചെറുപ്പക്കാരായിരുന്നു. ഇന്നും മിമിക്രി തലയെടുപ്പുള്ള ഒരു കലാരൂപമായി അംഗീകരിക്കപ്പെട്ടിട്ടില്ല. ഇപ്രകാരം, രണ്ടാംകിടയോ മൂന്നാംകിടയോ ആയി കണക്കാക്കപ്പെട്ടിട്ടുള്ള മിമിക്രിയിലെ ഒരു ആർട്ടിസ്റ്റായിട്ടാണ് ചാലക്കുടിക്കാരനായ, ഒരു ദരിദ്ര-ദളിത് കുടുംബത്തിൽ പിറന്ന മണി എത്തുന്നത്.

പത്താംതരം തോറ്റതിനുശേഷം വാടക ഓട്ടോ ഓടിച്ചിരുന്ന മണി, കൊച്ചിയിലെ കലാഭവനുമായി ചില പരിചയക്കാർ മുഖേന ബന്ധപ്പെടുകയും മിമിക്രിയിലും സ്റ്റേജ്ഷോകളിലും വേണ്ട പരിശീലനം നേടുകയും ചെയ്തു.

'കലാഭവൻ' കേരളത്തിലെ കലാമണ്ഡലം പോലുള്ള ആഢ്യ സ്ഥാപനങ്ങളിൽ ഉൾപ്പെടുന്ന ഒന്നല്ല. ലാറ്റിൻ ക്രിസ്ത്യൻ സമുദായങ്ങളുടെ സാംസ്കാരിക മൂലധനരൂപവത്കരണവുമായി ബന്ധപ്പെട്ട് വികസിച്ച കൊച്ചിയിലെ ഒരു കേന്ദ്രമാണിത്. 'കലാമണ്ഡലം' മുതലായ പേരുകൾ വെക്കുന്നത് തങ്ങളുടെ ആവിഷ്കാരങ്ങളുടെ തലയെടുപ്പിനെ വെളിപ്പെടുത്താനാണെങ്കിൽ കലാഭവന് ഇത്തരമൊരു സ്ഥാനമഹിമ ഒരിക്കലും ഉണ്ടായിട്ടില്ല. എങ്കിലും മണിയും ചുരുക്കം ചില ആർട്ടിസ്റ്റുകളും കലാഭവൻ എന്ന സ്ഥാപനത്തെ തങ്ങളുടെ പേരിനോടു ചേർത്ത് പ്രശസ്തരായി മാറുകയായിരുന്നു. മണിയെയും കൂട്ടരെയും കലാഭവൻ നിർമിച്ചു എന്നതുപോലെ കലാഭവനെ മണിയും മറ്റും തിരികെ നിർമിച്ചു എന്നും ഈ പേര് സ്വീകരണത്തിന് അർത്ഥമുണ്ട്.

ഈ സ്ഥാപനത്തിൽനിന്നും മിമിക്രിയും സംഗീതവും സംവിധാന കലയുടെ ബാലപാഠങ്ങളും അഭ്യസിച്ച നിരവധി ലാറ്റിൻ ക്രിസ്ത്യൻ-മുസ്ലിം ചെറുപ്പക്കാർ രംഗത്തുവന്നതിലൂടെ മലയാള സിനിമയുടെ താരവാഴ്ചയ്ക്കും ജനപ്രിയ ഫോർമുലകൾക്കും പുതിയൊരു മുഖം ലഭിക്കുകയുണ്ടായി. അക്കാലത്ത്, തിരുവനന്തപുരം-മദ്രാസ് അച്ചുതണ്ടിലായിരുന്ന മലയാളിസിനിമയെ കൊച്ചിയിലേക്കും എത്തിക്കുക മാത്രമല്ല പുത്തൻ ജനപ്രിയചേരുവകളെ ഉൾക്കൊള്ളിച്ചുകൊണ്ട് 'ചിരിപ്പടങ്ങൾ' എന്നൊരു ജനുസ്സുതന്നെ ഇവർ ഉണ്ടാക്കുകയും ചെയ്തു.

മണിയെപ്പോലെ കീഴാളമായ പശ്ചാത്തലത്തിൽനിന്നും വന്ന ഒരാൾക്ക് ജനപ്രിയ താരസ്ഥാനത്തേക്ക് ഉയരാൻ സഹായകരമായ ഘടകം, പഴയ ലാവണ്യാനുഭൂതി മണ്ഡലങ്ങൾക്കു പറ്റിയ തകർച്ച ന്നെയാണെന്നു

കാണേണ്ടതുണ്ട്. മിമിക്രി കലാകാരന്മാരും കലാകാരികളും ഉൾക്കൊണ്ടിരുന്ന കൂട്ടായ്മകൾക്ക് പഴയ ജാതീയ-വംശീയ തിന്മകളെ പൊളിക്കുന്ന ഒരു ഘടനയുണ്ടായിരുന്നു. മണി, നാദിർഷ, ദിലീപ്, സലിംകുമാർ മുതലായവർ പല സമുദായക്കാരും മതക്കാരുമായിരുന്നെങ്കിലും മിമിക്രിയെന്ന കീഴാളപ്രതലത്തിൽ ഇവർ ഒത്തുചേർന്നപ്പോൾ, കേരളീയ ഉത്തരാധുനികത ആവശ്യപ്പെടുന്ന 'കലർപ്പ്' എന്ന പ്രതിഭാസം പുതിയൊരു രാസവിദ്യയായി മാറുകയായിരുന്നു.

പഴയ ലാവണ്യവാദ ആസ്വാദകമണ്ഡലത്തിനു പുറത്ത് മിമിക്രി നടത്തിയും ചുരുക്കം ചില ചിരിപ്പടങ്ങളിൽ തലകാട്ടിയും കഴിഞ്ഞിരുന്ന മണി, മലയാള കുടുംബപ്രേക്ഷകരുടെ മുമ്പിലേക്കു ശക്തമായി എത്തുന്നത് 1998ലെ വിഷുദിനത്തിൽ മഞ്ജുവാര്യരുമായി ചേർന്നു നടത്തിയ ഒരു ടെലിവിഷൻ നൃത്ത-സംഗീത പരിപാടിയിലൂടെയാണ്. മലയാള ടെലിവിഷൻ ചരിത്രത്തിലെ അദ്ഭുതവിജയങ്ങളിലൊന്നായ ഈ പരിപാടി 'കലർപ്പി'നെ ഉത്തരാധുനികമായ ഒരു സാംസ്കാരിക വിനിമയോപാധിയാക്കി മാറ്റുകയായിരുന്നു എന്നു തോന്നുന്നു.

മഞ്ജുവാര്യരും മണിയും ചേർന്ന് 'കണ്ണിമാങ്ങ പ്രായത്തിൽ' എന്ന പാട്ടിനൊപ്പം അവതരിപ്പിച്ച ഈ പരിപാടി, ദളിതവും സവർണവും, കറുപ്പും വെളുപ്പും, ആണും പെണ്ണും തമ്മിലുള്ള ഇഴുകിച്ചേരലിന് പുതിയൊരു ദൃശ്യശ്രാവ്യവിധാനം നൽകിയെന്നതാണ് എടുത്തുപറയേണ്ട കാര്യം. എന്നാൽ ദളിതശരീരത്തിന്റെ ദൃശ്യപ്പെടലിനും ശബ്ദചലന വിന്യാസത്തിനും നിർവഹത്വ സ്ഥാനം ഉണ്ടാക്കി എന്നതാണ് ഈ കലർപ്പ് രൂപപ്പെടുത്തിയ യഥാർത്ഥ വഴിത്തിരിവ്. ഈ കാര്യത്തെ ഒന്നുകൂടി വിശദീകരിക്കാം.

മലയാള പുരോഗമന സങ്കല്പനങ്ങളുടെ ഈടുവെപ്പുകളിൽ ഒന്നായിട്ടാണ് കുമാരനാശാന്റെ 'ദുരവസ്ഥ' അറിയപ്പെടുന്നത്. അതിലെ ദളിതൻ ഒരു ബ്രാഹ്മണസ്ത്രീയുടെ സാംസ്കാരികമൂലധനങ്ങൾക്കു കീഴ്പ്പെട്ടിരിക്കുന്നു എന്നുമാത്രമല്ല, സ്വന്തം കുടുംബത്തിൽനിന്നും സമുദായത്തിൽനിന്നും 'ഒറ്റ തിരിക്കപ്പെട്ട' വ്യക്തിയുമാണയാൾ. ബ്രാഹ്മണസ്ത്രീയുമായുള്ള സംസർഗത്തിന്റെ ഫലമായി ഹൈന്ദവപുരാണങ്ങളും വേദോപനിഷത്തുകളും ഗ്രഹിച്ച് സംസ്കൃതചിത്തനായി, ഉൾകൃഷ്ടനായി അയാൾ മാറുന്നു. ഇതേ തുടർച്ചയിൽ, കീഴാളരുടെ സാമുദായികതയെ അന്യവത്കരിക്കുകയും അവരുടെ സാംസ്കാരിക-സദാചാര സങ്കല്പങ്ങളെ വിലകെട്ടതായി ചിത്രീകരിക്കുകയുമെന്ന കാനോനീകരണമാണ് പിൽക്കാല ആധുനികതയിലും ഇടതുപക്ഷ പൊതുബോധത്തിൽപോലും രൂപപ്പെട്ടത്. ജാതീയതയുടെ ഈ ഫിക്സേഷനെ കീഴാളമായ ജൈവിക ബോധ്യങ്ങളും സാമുദായികവും പ്രാദേശികവുമായ സ്വത്വവിചാരങ്ങളും കൊണ്ട് ദുർബലപ്പെടുത്തുകയാണ് മണി ചെയ്തത്. ഉത്തരാധുനികമായ സാംസ്കാരിക വിനിമയങ്ങളുടെ പശ്ചാത്തലവും കേരളത്തിൽ

പുതുതായി ഉണ്ടായ ദളിത് ആദിവാസി മുന്നേറ്റങ്ങളും ആശയരൂപവത്കരണങ്ങളും ഇതിനു സഹായകരമായി മാറി.

ഇവിടെ ശ്രദ്ധിക്കേണ്ടതായ കാര്യം, മിമിക്രിയെ ലക്ഷ്യമായി കരുതിക്കൊണ്ട് മണി ഒതുങ്ങിപ്പോയില്ലെന്നതാണ്. സാമ്പത്തികമായി മുന്നേറിയപ്പോഴും പരോപകാര മനോഭാവം പുലർത്തിക്കൊണ്ട് തന്റെ ആത്മീയ ശക്തിയെ കെടുത്താതെ നോക്കാനും അദ്ദേഹത്തിനു കഴിഞ്ഞു. അനേകം കീഴാളവാർപ്പുമാതൃകകളിൽ നിന്നും വ്യത്യസ്തമായി മണിയുടെ ദളിതജീവിതം പുതിയതായി എന്താണ് ഉണ്ടാക്കിയത്?

കവി കെ.ജി. ശങ്കരപ്പിള്ളയടക്കം പലരും ചൂണ്ടിക്കാട്ടിയതുപോലെ, ദളിതം/ദ്രാവിഡം/ദേശീകം എന്നൊക്കെ പറയപ്പെടുന്ന ശ്രമണധാരകൾക്ക് ഉണർവും ദാർശനികമായ പെരുമയും കല്പിക്കുകയാണ് മണി തന്റെ ശബ്ദവും സാന്നിധ്യവും കൊണ്ട് ചെയ്തത്. ഏറ്റവും താഴെയുള്ളവരുടെ സാമുദായികവും സാമൂഹികവുമായ അറിവുകൾക്കും ആനന്ദങ്ങൾക്കും അവരുടെ ദുരന്തബോധങ്ങൾക്കും പുതിയൊരു ബഹുജന സ്വരൂപമാണ് മണിയുടെ പാട്ടുകൾ ഉണ്ടാക്കിയത്. കീഴാളമായ ആണത്തങ്ങളെ അക്രമണോത്സുകമായ അന്യവസ്തുക്കളോ അശുദ്ധസാന്നിധ്യങ്ങളോ ആയിട്ടാണ് സവർണ പൊതുബോധം കാണുന്നത്. ഇത്തരം വംശീയ നിർമിതികളെ അപ്പാടെ തട്ടിമാറ്റി, എല്ലാവരുടെയും 'മണിച്ചേട്ടനാണ്' താനെന്ന തുറന്ന ആത്മബോധമാണ് അദ്ദേഹത്തിനുണ്ടായിരുന്നത്. ഇതിനുവേണ്ടി ദളിതാവബോധത്തെ സംസ്കൃതവത്കരിച്ച് ശ്രേഷ്ഠനാവുകയോ ന്യൂട്രലാക്കി പുരോഗമനവേഷം കെട്ടുകയോ ഉമ്ടായില്ല. മറിച്ച്, തനിക്ക് മറ്റുള്ളവരിലേക്കും അവർക്ക് തന്നിലേക്കും എത്താനുള്ള പൊതുസ്ഥലിയായി ദളിതവബോധത്തെ പരിവർത്തനപ്പെടുത്തുകയായിരുന്നു എന്നു തോന്നുന്നു.

അമേരിക്കയിലെ തെരുവുസംസ്കാരത്തെയും കറുത്തവരടക്കമുള്ള പാർശ്വവത്കൃതരുടെ ജീവിതത്തെയും ചിത്രകലയിലേക്ക് കൂട്ടിച്ചേർത്ത ആഫ്രോ-അമേരിക്കൻ കലാപ്രവർത്തകനാണ് ബാസ്ക്യൂയറ്റ്. അദ്ദേഹത്തിന്റെ ചിത്രരചനകളെയും ജീവിതത്തെയും പറ്റി ബെൽഹ്യൂക്സ് എഴുതിയ അനുസ്മരണത്തിന്റെ പേരാണ് 'ബലിയുടെ അൾത്താരകൾ'. മണിയും ബാസ്ക്യൂയറ്റിനെ ഓർമപ്പെടുത്തുന്നുണ്ട്. സെലിബ്രിറ്റിരംഗമടക്കമുള്ള എല്ലാ മേഖലകളിലും ജാതിമേധാവിത്വവും പാരമ്പര്യകുത്തകയും അടക്കിഭരിക്കുന്ന കേരളത്തിൽ, മണി കൂട്ടിച്ചേർത്ത സാംസ്കാരികധാരകളും ജീവിതമുദ്രകളും അദൃശ്യമായി പോവുകയാണുണ്ടായത്. അർഹമായ ആദരമോ അംഗീകാരമോ അദ്ദേഹത്തിനു കിട്ടിയില്ല. എങ്കിലും 'സ്നേഹത്തെ ഒരു സ്വാതന്ത്ര്യപ്രയോഗ'മാക്കി മാറ്റിക്കൊണ്ട് അവഗണനകളെ അദ്ദേഹം നേരിട്ടു. അതുകൊണ്ടാണ് മണിയുടെ ജീവിതവും മരണവും 'ബലി'യായി നമുക്ക് അനുഭവപ്പെടുന്നത്.

മണി അഭിനയിച്ച പല പടങ്ങളും കീഴാളരുടെ അരികുവത്കരണത്തെയും ഇരവത്കരണത്തെയും പുനർനിർമിക്കുകയാണെന്നും അത്

ജാതിഹിംസയെ പരോക്ഷമായിട്ടെങ്കിലും പ്രചോദിപ്പിക്കുകയാണെന്നുമുള്ള വിമർശനം ദളിത്പക്ഷത്തുനിന്നും ഉയർന്നിട്ടുണ്ട്. എന്നാൽ വാർപ്പുമാതൃകകളെ പൊളിക്കാനുള്ള നിരന്തരശ്രമങ്ങൾ മണി നടത്തിയിരുന്നതായി എല്ലാവരും അംഗീകരിക്കുന്നുണ്ട്. സി.എസ്. വെങ്കിടേശ്വരൻ എഴുതുന്നു: 'താൻ അവതരിപ്പിക്കുന്ന കഥാപാത്രത്തിന്റെ ഭാവഹാവാദികളെയും ശബ്ദം, ചലനം, സംഭാഷണം എന്നിവയെയും ഒരു കട്ടകൂടി ഉയർത്തിക്കൊണ്ട് ആ കഥാപാത്രത്തിന്റെ സാമ്പ്രാദായിക വാർപ്പുറപ്പുകളെ അതിവർത്തിക്കുന്ന ഭാവസാന്നിദ്ധ്യവും പ്രകടനത്തിലുള്ള ഊർജവും കൊണ്ടുവന്നു. മറ്റൊന്ന്, തിരശ്ശീലയ്ക്കു പുറത്ത് പാട്ടിലൂടെയും വേദികളിലൂടെയും തന്നിലെ ഗായകനും നർത്തകനും ഉണ്ടാക്കിയെടുത്ത പ്രീതിയും ആവേശവും മണിയിലെ സിനിമാഭിനയത്തിന് അധികമാനങ്ങൾ നൽകി. ഇത് കാണികളുമായുള്ള ബന്ധത്തിന് ഒരു തരം വൈയക്തിക തീവ്രതയും സിനിമയെ കവിഞ്ഞുള്ള താരസ്വരൂപം എന്ന പ്രഭയും മണിക്കു നൽകി.' വീണ്ടും ചില വീട്ടുകാര്യങ്ങൾ, ബാച്ചിലർ പാർട്ടി, പ്രഭുവിന്റെ മക്കൾ, പട്ടാളം, ആമേൻ, ഒളിപ്പോർ മുതലായ ഒട്ടനവധി പടങ്ങളിൽ കേവല വാർപ്പുമാതൃകകളല്ലാത്ത വേഷങ്ങളും ചെയ്തു. തെന്നിന്ത്യയിലെ വില്ലൻ റോളുകളിൽ ശ്രദ്ധേയമായ പലതും തമിഴ്, തെലുങ്ക്, കന്നഡ ബാഷകളിലായി അദ്ദേഹം ചെയ്തിട്ടുണ്ട്. മാത്രമല്ല, നിരവധി പടങ്ങളിൽ നായകനായും പ്രതിനായകനായും പ്രത്യക്ഷപ്പെട്ടിട്ടുണ്ട്. ഇവയിൽ മിക്കവയും സാമ്പ്രദായികവേഷങ്ങൾ തന്നെയായിരുന്നെങ്കിലും അരികുകഥാപാത്രങ്ങളെ മാത്രം അവതരിപ്പിക്കുകയെന്ന ഒതുക്കലിനെ മറികടക്കാൻ ഒരു പരിധിവരെ ഇതു സഹായകരമായി മാറി.

മണിയുടെ കീഴാളകഥാപാത്രങ്ങൾ ഇരവത്കരണം, മൃഗവത്കരണം എന്നിവയെ മാത്രം പ്രതിനിധാനം ചെയ്യുന്നു എന്ന വാദത്തെ ഏകപക്ഷീയമായി സ്വീകരിക്കേണ്ടതില്ലെന്ന അഭിപ്രായമാണ് കവി എസ്. ജോസഫ് ഉന്നയിക്കുന്നത്. അദ്ദേഹത്തിന്റെ അഭിപ്രായപ്രകാരം, 'സൂപ്പർസ്റ്റാറുകൾ അടക്കമുള്ള മലയാളതാരങ്ങൾ മിക്കവരും ശാസ്ത്രീയമായ ചില ശിക്ഷണ സമ്പ്രദായങ്ങളെ അനുശീലിക്കുകയാണ് ചെയ്യുന്നത്. ഇതിനു നേർവിപരീതത്തിലുള്ള തുറന്ന അഭിനയസിദ്ധിയാണ് മണി കാണിച്ചത്. 'തന്മയീഭാവം' എന്ന അത്യപൂർവശേഷിയാണ് മർദ്ദിക്കപ്പെടുകയും നിന്ദിക്കപ്പെടുകയും ചെയ്യുന്ന കീഴാളനായി അഭിനയിക്കുമ്പോൾ മണി പ്രകടിപ്പിക്കുന്നത്. ഒരു കുരങ്ങോ പോത്തോ മർദ്ദനമേറ്റ് പിടയുന്ന ഒരു മനുഷ്യനോ ആയി മാറുകയെന്നത് ലളിതമായി കാണേണ്ടതല്ല.' മണി ഒരു അന്ധനെ അവതരിപ്പിക്കുമ്പോൾ 'ഗുരു' എന്ന പടത്തിലെ സൂപ്പർസ്റ്റാറിന്റെ തലംവിട്ട് ഭിന്നശേഷിയുള്ളവർക്ക് ഒരു വിലയുണ്ടാവുകയാണെന്നും അദ്ദേഹത്തിന്റെ ഗാനങ്ങളെ നാടൻപാട്ടുകൾ എന്നതിനുപരി കീഴാള പശ്ചാത്തലമുള്ള സാമൂഹിക കവിതകളായി മനസ്സിലാക്കണമെന്നും ജോസഫ് എഴുതുന്നു.

മണിയുടെ നിന്ദിക്കപ്പെടുകയും പീഡിപ്പിക്കപ്പെടുകയും പരിഹസിക്കപ്പെടുകയും ചെയ്ത ശരീരം 'ദലിത് അപമാനവീകരണം' എന്ന അതിരു കഴിഞ്ഞ് മറുകണ്ടംചാടിയെന്നതാണ് യഥാർത്ഥ അട്ടിമറി. ഇതിലൂടെ ദളിതരും പിന്നാക്കക്കാരും ന്യൂനപക്ഷങ്ങളുമായ സാമുദായിക വിഭാഗങ്ങളെ മാത്രമല്ല, ദരിദ്രരും കുറവുള്ളവരും കളത്തിനുവെളിയിലുള്ളവരുമായ മുഴുവൻ പാർശ്വവത്കൃതരെയും ഉൾക്കൊള്ളുകയും അവർക്ക് ഇടക്കാലത്ത് ഇടവും വിലയുമുണ്ടെന്ന് ബോധ്യപ്പെടുത്തുകയുമാണ് ചെയ്തതെന്ന് പറയാം. മണി മരിച്ചപ്പോൾ ഉണ്ടായ ജനസഞ്ചയവും എല്ലാതട്ടിൽനിന്നും ഉയർന്നുവന്ന പ്രതികരണങ്ങളും ഇപ്പോഴും നിലയ്ക്കാത്ത അനുസ്മരണ യോഗങ്ങളും പാഡിയിലേക്കുള്ള സന്ദർശകപ്രവാഹവും സൂചിപ്പിക്കുന്നത്, ഇവിടുത്തെ രാഷ്ട്രീയ-വൈജ്ഞാനിക സമൂഹം പ്രതീക്ഷിക്കാത്ത തരത്തിലുള്ള ഒരു പുതുജീവിതത്തിലേക്കാണ് മരണാനന്തരം മണി കടന്നുവന്നിരിക്കുന്നത് എന്ന വസ്തുതയാണ്. ഇതിനർത്ഥം, മണിയെപ്പോലുള്ള അനേകം പേർ നമ്മുടെ ഇടയിലുണ്ടെന്നും അവരുടെ അക്ഷീണമായ പരിശ്രമങ്ങളും സമരങ്ങളും സഹനങ്ങളും തുടർന്നുകൊണ്ടിരിക്കുന്നു എന്നുമാണ്.

സൂചനകൾ

1. തെമ്മാടികളും തമ്പുരാക്കന്മാരും (ജെനി റൊവീന - സബ്ജക്ട് ആൻഡ് ലാംഗ്വേജ് പ്രസ്സ്, കോട്ടയം, 2011)
2. ഒതുക്കപ്പെട്ട ശരീരം: ഒതുക്കാനാവാത്ത ശരീരം (മാതൃഭൂമി ആഴ്ചപ്പതിപ്പ്, ലക്കം 2, 27 മാർച്ച് 2016)
3. മണി നമ്മുടെ കൂടെപ്പിറപ്പ് (ഉത്തരകാലം വെബ്പോർട്ടൽ 03.07.2016)

(മെയ് 2016, ലക്കം 1-6, മാതൃഭൂമി വാരിക)

മണിച്ചേട്ടാ...

ദിവ്യപ്രഭ

നേരിട്ട് ഒരു പ്രാവശ്യം പോലും അങ്ങനെ വിളിക്കാൻ എനിക്ക് അവസരം ഉണ്ടായിട്ടില്ല. ഇനി അങ്ങനൊരു അവസരം ഉണ്ടാകില്ല എന്നറിയുമ്പോൾ അഭിനയത്തിന്റെയും പാട്ടിന്റെയും ആ ലോകത്ത് ഇനി കലാഭവൻ മണി എന്ന ചാലക്കുടിയുടെ സ്വ,ന്തം മണിച്ചേട്ടൻ ഇല്ല എന്ന് വിശ്വസിക്കാൻ ഞാൻ ഏറെ ബുദ്ധിമുട്ടുകയാണ്.

ശരിക്കും ഞാനാ വാർത്ത അറിഞ്ഞപ്പോൾ നിരവധി സിനിമാതാരങ്ങളെ കൊന്ന സോഷ്യൽ മീഡിയയുടെ ഒരു വികൃതി ആകണേ ഇതും എന്ന് പ്രാർത്ഥിച്ചു. പക്ഷേ...

ഞാൻ ജനിച്ചുവളർന്നത് തൃശ്ശൂർ ആയതുകൊണ്ടാകാം കുട്ടിക്കാലം തൊട്ടേ ചാലക്കുടിയും, മണിച്ചേട്ടനും, നാടൻപാട്ടുകളും എന്നിൽ നിന്ന് ഒട്ടും അകലെയായിരുന്നില്ല. ഏതൊരു മലയാളിയേയും പോലെ ഞാനും ചിരിച്ച് മറിഞ്ഞിട്ടുണ്ട്, കരഞ്ഞിട്ടുണ്ട് മണിച്ചേട്ടന്റെ പല സിനിമകൾ കണ്ട്. പക്ഷേ ഒരു കലാകാരനോട് തോന്നുന്ന ആരാധനയ്ക്കും അപ്പുറം ഒരു സാധാരണ മനുഷ്യനോടു തോന്നുന്ന ഒരിഷ്ടം അത് നമ്മുടെ എല്ലാവരുടെയും ഉള്ളിൽ കാണും. കാരണം അദ്ദേഹം അതിരുകവിഞ്ഞ മനുഷ്യസ്നേഹികൂടി ആയിരുന്നു, കുട്ടിക്കാലം മുതലേ അനുഭവിച്ച ദുരിതങ്ങളും സങ്കടങ്ങളും നമ്മളിൽ ഒരാൾ എന്ന പോലെ മനസ്സ് തുറക്കാൻ യാതൊരു മടിയും കാണിച്ചിട്ടില്ല. അതുകൊണ്ടൊക്കെ തന്നെ ആയിരിക്കാം ഈ വലിയ നഷ്ടത്തെ നമുക്ക് ഉൾക്കൊള്ളാൻ ആകാത്തത്.

മണിമുഴക്കം അവസാനിക്കുന്നില്ല, അങ്ങ് അനശ്വരമാക്കിയ കഥാപാത്രങ്ങളിലൂടെ, നാടൻപാട്ടിലൂടെ ആ മണിനാദം മുഴുങ്ങിക്കൊണ്ടേയിരിക്കും.

ഭൂമിയിൽ നിന്ന് പോകുന്ന ഒരു മിന്നാമിനുങ്ങുകളും ഇനി തനിച്ചാകില്ല എന്ന് വിശ്വസിക്കാം, അല്ലേ....

■

പച്ചമനുഷ്യസ്മരണ

ഡോ. സംപ്രീത കേശവൻ

കേരളത്തിന്റെ സാംസ്കാരിക, മണ്ഡലത്തിൽ ഒട്ടും കൃത്രിമത്വങ്ങളില്ലാതെ ഇടം നേടിയ കലാകാരനായിരുന്നു കലാഭവൻ മണി. മനുഷ്യൻ പൊതുവിടത്തിൽ പറയാനും കേൾക്കാനും മടിച്ച ചില ജീവിതങ്ങളെ അതേപടി പകർത്തിയെടുത്ത് സ്വന്തം ഗാനങ്ങളിലും സിനിമകളിലും കൂടി മനുഷ്യർക്കുമുമ്പിലെത്തിച്ചു ഈ നടൻ. മണിയുടെ ഗാനങ്ങൾ മണി നില നിന്ന സാമൂഹികപരിസരത്തിനേയും സിനിമയിൽത്തന്നെയുള്ള വൈജാത്യങ്ങളെയും ഒരേപോലെ തുറന്ന് ആവിഷ്കരിച്ചു. ചില തുറസ്സുകൾ ചില സദാചാരച്ചങ്ങലകൾക്കിടയിൽ വലിയ മുറിവുകൾ ഉണ്ടാക്കി. ഭിന്നശേഷിയിൽ പെടുന്നവരുടെ ജീവിതം ആവിഷ്കരിക്കുമ്പോളും ഇല്ലായ്മയുടെ കണ്ണുനീർ തുളുമ്പുന്ന ഗാനങ്ങൾ കേൾവിക്കാരുടെ ഇടയിലേക്കിറങ്ങി പാടുമ്പോഴും മണി അനുഭവിച്ചത് സ്വന്തം ജീവിതം തന്നെയാണ്. ഒരു വെള്ളിവെളിച്ചത്തിനും മറന്നുകളയാനാവാത്ത വേദനകൾ മണിയുടെ മനസ്സിനെ മരണം വരെ അലട്ടിയിരിക്കണം. മറക്കാൻ മഴയിൽ ഞാൻ മലർന്നു ശയിക്കുന്നു എന്ന് പാടിയ ഷെൽവിയെ ഓർക്കുന്നു. മണി എല്ലാ മഴകളിലും നനഞ്ഞു കുതിർന്നു. ഉള്ളിനെ ഉണ്മകളാൽ നനച്ചു. പൂമ്പൊടിയിലും വിഷമാർന്ന ലോകത്ത് പുറമേക്കൊന്നും ഫലത്തിൽ മറ്റൊന്നുമെന്നപടിയല്ലാതെ ജീവിച്ചുകടന്നുപോയ പച്ചമനുഷ്യനായി കലാഭവൻ മണിയെ ഓർക്കുന്നു. നടനെന്ന തോന്നലേയില്ലാതെ. അടുത്ത വീട്ടിലെ ഒരാളെന്ന യഥാർത്ഥ തോന്നലോടെ, ■

ഭാഗം രണ്ട്

കലാഭവൻമണിയുടെ പാട്ടുകൾ

ആ പരലീപരല്

ആ പരലീപരല് പരലീ പൂവാലി പരല് പരല്
ഇന്നലീ നേരത്തീ പരല് വെള്ളത്തിലോടണല്ലാ...(3)
പുത്തനിടീയുവെട്ടി മഴയുടെ ശക്തിയുടമ്പറുത്തെയെന്റമ്മോ...
കെട്ടുകള് പൊട്ടിത്തകർന്നു വയലിന്റെ തട്ടുകള്
ഒപ്പമായി...(2)
(ആ പരലീപരല്)

ആകാശവീഥിതോറും കറങ്ങിതാ ആനന്ദചെമ്പരുന്ത്
പറക്കണ്
വട്ടം കറങ്ങിവന്നു വയലിലെ
പുള്ളിപരലുകൊത്താന്...(2)
(ആ പരലീപരല്)

വെള്ള പരപ്പില് കണ്ട് പരല് തുള്ളി കളിച്ചൊരുങ്ങി
നിരന്ന്
വീശും വലയിലെല്ലാം...നിറഞ്ഞ് തൂവെള്ളി
പൂപരല്...(2)
(ആ പരലീപരല്)

തൂപ്പ് വയലിലെല്ലാം പരലിന്റെ തുള്ളിക്കളി
തുടങ്ങി അന്നേരം
ചെമ്മാനം കണ്ടിറങ്ങി പൂകുന്നിതാ
ചെമ്പുള്ള ചെമ്പരുന്ത്...(2)

ആ പരലീപരല് പരലീ പൂവാലി പരല് പരല്
ഇന്നീ നേരത്ത് പരല് ചോറുമ്പുറത്തേറി...(2)

മിന്നാ മിനുങ്ങേ...

മിന്നാമിനുങ്ങേ മിന്നും മിനുങ്ങേ
എങ്ങോട്ടാണെങ്ങോട്ടാണീ തിടുക്കം
നീ തനിച്ചല്ലേ പേടിയാവില്ലേ
കൂട്ടിനു ഞാനും വന്നോട്ടേ
(മിന്നാമിനുങ്ങേ....)

മഴയത്തും വെയിലത്തും പോകരുതേ നീ
നാടിന്റെ വെട്ടം കളയരുതേ (2)
നിഴലു പോൽ പറ്റി ഞാൻ കൂടെ നടന്നപ്പോൾ (2)
നീ തന്നെ കുഞ്ഞു നുറുങ്ങു വെട്ടം
(മിന്നാമിനുങ്ങേ...)

പൊന്നു വിളയുന്ന പാടത്തും നാട്ടിലും
നാനായിടത്തും നീ പാറിയില്ലേ (2)
പള്ളിക്കൂടത്തിനകമ്പടിയില്ലാതെ
പുന്നാരപ്പാട്ടു നീ പാടിയില്ലേ
(മിന്നാമിനുങ്ങേ)

വേവുന്ന ചൂടിലും കോച്ചും തണുപ്പിലും
വർഷം ചുരത്തുന്ന കാലമെല്ലാം
വീടിനകത്തും പുറത്തും വിശാലത
തീർത്തു നീ വിട്ടെറിഞ്ഞെങ്ങുപോയി
(മിന്നാമിനുങ്ങേ)

എത്തിപ്പിടിക്കുവാനെത്തുകില്ലെങ്കിലും
ഇന്നു ഞാനോർക്കും നിൻ സ്നേഹമെല്ലാം
മിന്നുന്നതെല്ലാം പൊന്നെന്നു കരുതാതെ
നിൻ മോഹജാലം ഞാനോമനിക്കാം
(മിന്നാമിനുങ്ങേ)

കണ്ണിമാങ്ങാ പ്രായത്തിൽ

കണ്ണിമാങ്ങാ പ്രായത്തിൽ നിന്നെ ഞാൻ കണ്ടപ്പോൾ
മാമ്പഴമാകട്ടേന്ന്
എന്റെ പുന്നാരേ മാമ്പഴമാകട്ടേന്ന് (കണ്ണിമാങ്ങാ...)
വെള്ളമേ പുള്ളീള്ള മിന്നുന്ന പാവാട
എത്ര ഞാൻ വാങ്ങിത്തന്നു
എന്റെ പുന്നാരേ എത്ര ഞാൻ വാങ്ങിത്തന്നു
(വെള്ളേമ്മേ...)
കോളേജിലു പോകുമ്പോൾ പല മുഖം കാണുമ്പം
എന്നെയും ഓർത്തീടണേ
എന്റെ പുന്നാരേ എന്നെയും ഓർത്തീടണേ
(കോളേജിലു....)
തേനിൽ കുളിച്ചാലും പാലിൽ കുളിച്ചാലും
കാക്ക വെളുക്കില്ലടീ
എന്റെ പുന്നാരേ കാക്ക വെളുക്കില്ലടീ
(തേനിൽ....)
ഓടുന്ന വണ്ടീല് ചാടിക്കയറുമ്പോൾ
വീഴാതെ സൂക്ഷിക്കണേ
എന്റെ പുന്നാരേ വീഴാതെ സൂക്ഷിക്കണേ
(ഓടുന്ന...)
ഇന്നലെ നീയിട്ട മഞ്ഞ ചുരിദാറ്
ആരുടെ കാശാണെടീ
എന്റെ പുന്നാരേ ആരുടെ കാശാണെടീ
(ഇന്നലെ...)
നാട്ടാരറിയാതെ വീട്ടിൽ ഞാൻ
വന്നാല് നായേനഴിച്ചീടല്ലേ
നാട്ടാരറിയാതെ വീട്ടിൽ ഞാൻ
വന്നാല് നായേനഴിച്ചീടല്ലേ
എന്റെ പുന്നാരേ ചുംബനം തന്നീടണേ
(കണ്ണീമാങ്ങാ...)

ഉമ്മായിക്കുച്ചാണ്ട്
പാണം കത്തണ്മ്മാ

ഉമ്മായിക്കുച്ചാണ്ട് പാണം കത്തണ്മ്മാ
വാഴല് പൊട്ടിച്ച് പാപ്പൊണ്ടാക്കണ്മ്മാ
വയറ് കത്ത്യാല് എന്റെ കൊടല് കത്തണ്മ്മാ
പ്രാണൻ വെടിഞ്ഞിട്ട് ദൈവമേ ഓണം പാഴാക്കണമ്മാ
അത്തം കഴിഞ്ഞാലോ പിന്നെ ഓണം വരുമന്ന്
ഇമ്മിണിനാളായീട്ടച്ചൻ കൊഞ്ചിപ്പറയാറില്ലേ (ഉമ്മാ)

ഞാനൊരു പൂക്കളീട്ടു കാലത്തെന്റെ അമ്മേം പൂക്കളീട്ടു
അച്ഛൻ വന്നപ്പോ വൈന്നേരം വാളോണ്ടു പൂക്കളീട്ടു
അച്ഛൻ വന്നീല്ലേ അമ്മേ അത്തായം വെന്തില്ലേ
അത്തായം കുയിച്ചാണ്ട് പാണ് കത്തണ്മ്മാ
അച്ഛൻ വന്നപ്പോൾ അച്ഛന്റെ മോള് കിണുങ്ങുന്നുണ്ട്

എന്തിനാടി മോളേ തല തല്ലിക്കരയണത് (ഉമ്മാ)
ചോറചോയ്ച്ചപ്പോ അമ്മ കീറുതന്നച്ചോ
കീറുകിട്ടിപ്പോ എന്റെ പ്രാണൻ പോയച്ഛോ...
അത്തായം വേണ്ടെനിക്ക് പൊന്നെ അച്ഛനെമാത്രംമതി
അടുക്കളെച്ചെന്നിട്ട് കുമാരൻ അടുപ്പത്തേക്കൊന്നു നോക്കീ...
വെള്ളമെറക്കടീ ജാനു ഞാനൊന്നു കുളിച്ചീടട്ടെ
കണ്ണെഴുതീട്ട് പൊട്ടുകുത്തീട്ട്
പുള്ളികുത്തീട്ട് ദൈവേ കണ്ണാടിനോക്കാം (ഉമ്മാ)

പകല് മുഴുവൻ പണിയെടുത്തു

പകല് മുഴുവൻ പണിയെടുത്തു
കിട്ടണകാശിനു കള്ളുക്കുടിച്ചു
എന്റെ മോളെ കഷ്ടത്തിലാക്കല്ലേ വേലായുധാ (2)
കെട്ടിയപ്പെണ്ണിന് കഞ്ഞികൊടുക്കാൻ
പറ്റാത്തോരെന്തിനീ പണിചെയ്തു
കല്യാണം കുട്ടിക്കളിയല്ലെടാ വേലായുധാ (2)
(പകല്)

പെണ്ണുകെട്ടിയ കാലും കെട്ടും
കുട്ട്യോളായ വായും കെട്ടും (2)
കാര്യം കഴിഞ്ഞുമതി കളി വേലായുധാ (2)
പയറുമണിതന്നൊരു പെണ്ണ് പാവങ്ങടെ പാടുംപെട്ട്
പേക്കോലം പോലായില്ലേടാ വേലായുധാ
പണ്ടത്തെക്കാലംപോയി പെണ്ണുങ്ങള് പോലീസായി
ജാമ്യം നിൽക്കാൻ പൊല്ലായ്പ്പാകും വേലായുധാ
(പകല്)

ഓടപ്പഴം പോലൊരു പെണ്ണിന് വേണ്ടി ഞാൻ

ഓടപ്പഴം പോലൊരു പെണ്ണിന് വേണ്ടി ഞാൻ
കൂടപ്പുഴ ആകെ അലഞ്ഞോനാണ്ടി
ആത്മാർത്ഥമായി ഞാൻ സ്നേഹിച്ച കാരണം
എന്നെപ്പിരിഞ്ഞു നീ പോയില്ലേടി
ഇന്നു നിന്റെ വീട്ടില് കല്യാണാലങ്കാരം
ഇന്നെന്റെ വീട്ടില് കണ്ണീരാണ്ടി (ഓട)
ഓടുന്ന വണ്ടീലോ കിട്ടുന്നോരായാസം
നിന്നെക്കുറിച്ചുള്ളതായിരുന്നു (2)
ആളും ചുമരുമ്മേൽ ചിത്രം വരച്ചാലോ
പുതുമഴപെയ്യുമ്പോൾ ചിത്രം മായും
കുതിരയ്ക്കോ കൊമ്പില്ല മുതരിയ്ക്കോ മതിരില്ല
പച്ചിലപാമ്പിനോ പത്തിയില്ല (ഓട)
ഉപ്പുമുളയ്ക്കില്ല പാലിനോ കയ്പില്ല
വീണയിൽ മീട്ടാത്ത രാഗമില്ല (2)
പെണ്ണൊരുമ്പിട്ടാലോ പെരുമ്പാമ്പും വഴിമാറും
കണ്ടാലറിയാത്തോൻ കൊണ്ടറിയും (ഓട)
ഓടപ്പഴുംപോലൊരു പെണ്ണിനേം കിട്ടില്ല
കൂടപ്പുഴപ്പിന്നെ ഞാൻ കണ്ടിട്ടില്ല (ഓട)

വരിക്കച്ചക്കേടേ ചൊളകണക്കില്

വരിക്കച്ചക്കേടേ ചൊള കണക്കില്
തുടുതുടുത്തൊരു കല്യാണി (2)
കൊടകരയില് കാവടിയാടുമ്പം
കണ്ടേടി ഞാനൊരു മിന്നായം (2)
ചാട്ടൂളി മുന തുളത്തുളയ്ക്കണ
മൂർച്ചയുള്ളൊരു നോട്ടമാ മൂർച്ചയുള്ളൊരു നോട്ടമാ
കാലിടറണ് വയറെരിയണ്
ഇടികുടുങ്ങണ് നെഞ്ചിലെടീ
ഇടി കുടുങ്ങണ് നെഞ്ചിലെടീ
തകിലുകൊട്ടണ് ചുവടുവെയ്ക്കുമ്പം
താളംപോണൊരു പോക്കെടി
താളംപോണൊരു പോക്കെടി
കാവടികിടന്നോടണ് ഒരു കാലിളകിയ ചേലില്
കാലിളകിയ ചേലില് കണ്ടനിക്കണ കല്യാണിക്കൊരു
ചെറുചിരി ചെറുപുഞ്ചിരി ചെറുചിരി ചെറുപുഞ്ചിരി
കരളിലാപ്പൊരു കാവടിപ്പൂകാവടികിടന്നാടണ്
കാവടികിടന്നാടണ് കാവടി കഴിഞ്ഞമ്പലത്തിന്
ആളൊഴിഞ്ഞൊരു മൂലയിൽ
കാത്തിരിക്കണ കല്യാണി കൈനീട്ടി മാടിവിളിച്ചെന്നെ
നീട്ടി മാടിവിളിച്ചെന്നെ
കാലു തമ്മില് കൂട്ടിമുട്ടണ്
പടപടപട ഉള്ളില് പടപടപട ഉള്ളില്
പോകണോ തിരിഞ്ഞോടണോ
പണിപറ്റുമോ പുകിലാകുമോ പറ്റുമോ പുകിലാകുമോ
ആക്കം കണ്ടപ്പം നോക്കിപോയതു
തലതെറിക്കണ കുറ്റാണോ (2)
വിളിച്ചിട്ടല്ല ഞാൻ പറഞ്ഞിട്ടല്ല ഞാൻ
വേലവേണ്ടടി കല്യാണി (2)

അറച്ചുപറച്ചു ഞാൻ അടുത്തു ചെന്നിട്ട്
അറച്ചുനിക്കണ നേരത്ത് (2)
കഴുത്തിലിട്ടൊരു താലിമാല കാട്ടിതന്നെടി കല്യാണി
കാട്ടിതന്നെടി കല്യാണി
ചിരിച്ചതെന്തിനു കുഴഞ്ഞതെന്തിനു കുരുത്തംകെട്ടൊരു കല്യാണി
കുടുംബനോക്കണ കണവനുണ്ടെങ്കിൽ
കടുപ്പം വേണ്ടെടി കല്യാണി (3) (വര)

വരുത്തന്റൊപ്പം ഒളിച്ചുചാടിയ തങ്കമ്മേ

തന്തിനഡിന തന്നാന എടീ തങ്കമ്മേ (4)
വരുത്തന്റൊപ്പം ഒളിച്ചുചാടിയ തങ്കമ്മേ
നിന്റെ പരക്കം പാച്ചിലിനൊതുക്കം കിട്ട്യോടി തങ്കമ്മേ
കരുത്തനൊരുത്തൻ കെട്ട്യോനില്ലെടി തങ്കമ്മേ
ഇപ്പം പിടിച്ചതല്ലെടി കടിച്ചതില്ലെടി തങ്കമ്മേ
പുല്ലാനിപൂക്കുമ്പം അങ്ങോട്ടു ചാടിയ തങ്കമ്മേ
ഇയ്യാനി പൂക്കുമ്പം ഇങ്ങോട്ടു ചാടിയ തങ്കമ്മേ
ആണിന്റെ മാനം കാക്കണതാരെടി തങ്കമ്മേ
വീട്ടിലിരിക്കണ പെണ്ണങ്ങളാണെടി തങ്കമ്മേ
ആയിരംകൊല്ലം കൂടെനടന്നാലും തങ്കമ്മേ
പെണ്ണിനറിയാൻ ആരെ കൊണ്ടാവടി തങ്കമ്മേ (വരു)
കരുത്തനൊരുത്തൻ കെട്ട്യോനില്ലെടി തങ്കമ്മേ
ഇപ്പം പിടിച്ചതില്ലെടി കടിച്ചതില്ലെടി തങ്കമ്മേ
എണ്ണ തീയിലി തൊട്ടാലായിട്ട് തങ്കമ്മേ
പൊള്ളാതെ പോരുന്നതാണുങ്ങളുണ്ടോടീ തങ്കമ്മേ അയ്യോ (വരു)
വടക്കംപാട്ടിനു ഉടുക്കു കൊട്ടണ തങ്കമ്മേ
നിന്റെ നടപ്പുകണ്ടു ഞാൻ കിടുങ്ങിപ്പോയെടി തങ്കമ്മേ
താടില്ലാത്തപ്പനെ പേടിക്കാനാരെടി തങ്കമ്മേ
അപ്പപ്പ കണ്ടോനെ അപ്പാന്നു ചൊല്ലല്ലേ തങ്കമ്മ
ആണിന്റെ മാനം കാക്കണതാരെടി തങ്കമ്മേ
വീട്ടിലിരിക്കണ പെണ്ണുങ്ങളാണെടി തങ്കമ്മേ
ആയിരം കൊല്ലംകൂടെ കടന്നാലും തങ്കമ്മേ
പെണ്ണിനറിയാൻ ആരെ കൊണ്ടാവടി തങ്കമ്മേ (വരു)

എന്തേ കുഞ്ഞേലി
നിന്നെ ഞാൻ കണ്ടതല്ലേടി

കുഞ്ഞുനാളിൻ ചെറുപ്പത്തിലല്ലേടി
എന്തേ കുഞ്ഞേലി നിന്നെ ഞാൻ കണ്ടതല്ലേടി
നിന്റെ അച്ഛനുള്ളൊരു കാലത്തിലല്ലേടി
എന്തേ കുഞ്ഞേലി നിന്നെ ഞാൻ കണ്ടതല്ലേടി (2)
കൊച്ചു കൊച്ചു മുറങ്ങള് നെയ്യുമ്പോൾ
എന്തേ കുഞ്ഞേലി നിന്നെ ഞാൻ കണ്ടതല്ലേടി
നിന്റെ അച്ഛനുള്ളൊരു കാലത്തിലല്ലേടി
എന്തേ കുഞ്ഞേലി നിന്നെ ഞാൻ കണ്ടതല്ലേടി
ഉമർക്കടവിൽ കുളിയ്ക്കണ നേരത്ത്
എന്തേ കുഞ്ഞേലി നിന്നെ ഞാൻ കണ്ടതല്ലേടി
നിന്റെ അച്ഛനുള്ളൊരു കാലത്തിലല്ലേടി
എന്തേ കുഞ്ഞേലി നിന്നെ ഞാൻ കണ്ടതല്ലേടി
പിച്ചപിച്ച നടക്കണ കാലത്ത്
എന്തേ കുഞ്ഞേലി നിന്നെ ഞാൻ കണ്ടതല്ലേടി
നിന്റെ അച്ഛനുള്ളൊരു കാലത്തിലല്ലേടി
എന്തേ കുഞ്ഞേലി നിന്നെ ഞാൻ കണ്ടതല്ലേടി
പട്ടാപകലത്തു പട്ടത്തുപോയിട്ട്
പട്ടയും മൊട്ടയും കട്ടില്ലേടി
നിന്റെ അച്ഛനുള്ളൊരു കാലത്തിലല്ലേടി
എന്തേ കുഞ്ഞേലി നിന്നെ ഞാൻ കണ്ടതല്ലേടി
നിന്റെ കാതിൽ കിടക്കണ കാതിലെ ലോലാക്ക്
കട്ടതല്ലേടി കുഞ്ഞേലി നീ കട്ടതല്ലേടി
നിന്റെ അച്ഛനുള്ളൊരു കാലത്തിലല്ലേടി
എന്തേ കുഞ്ഞേലി നിന്നെ ഞാൻ കണ്ടതല്ലേടി
അക്കുത്ത് ഇക്കുത്ത് ആന വരമ്പത്ത്
കണ്ടതല്ലേടി കുഞ്ഞേലി നീ കണ്ടതല്ലേടി
നിന്റെ അച്ഛനുള്ളൊരു കാലത്തിലല്ലേടി
എന്തേ കുഞ്ഞേലി നിന്നെ ഞാൻ കണ്ടതല്ലേടി (കുഞ്ഞു)

ഇക്കൊല്ലം നമ്മക്ക്
ഓണല്ല്യേടി കുഞ്ഞേച്ചി

ഇക്കൊല്ലം നമ്മക്ക് ഓണല്ല്യേടി കുഞ്ഞേച്ചി
കുട്ടേട്ടൻ തീരെ കിടപ്പിലല്ലേ
കുട്ടേട്ടൻ നമ്മക്ക് കൂടെപിറപ്പല്ലേ
കുട്ടേട്ടനില്ലാത്തോരോണം വേണ്ട
തണ്ടും തടിയും പോയ് ആളും മെലിഞ്ഞില്ലേ
തണ്ടെല്ലൊടിഞ്ഞു മുതുകും പോയി
മേൽക്കൂരനോക്കി കിടപ്പല്ലേ കുട്ടേട്ടൻ
കുഞ്ഞാത്തുനാശിച്ചിട്ടെന്താ കാര്യം
കുഞ്ഞാത്തൂൻ പെണ്ണല്ലേ പ്രായം ചെറുപ്പല്ലേ
കുറ്റം പറഞ്ഞിട്ടെന്താ കാര്യം
പുത്തൻപെണ്ണാദ്യം വീടുമുറ്റടിക്യോടി
പണ്ടും പറഞ്ഞു ഞാൻ കുഞ്ഞേചേച്യോട്
പുത്തൻപെണ്ണാന്നു പഴുതായാൽ കുഞ്ഞേച്യേ
പാമ്പിന്റെ പോലെ പടം വിരിയ്ക്കും
ആനക്കല്ലത്തൂര് കുട്ടേട്ടൻ വീണപ്പോൾ
കുഞ്ഞാത്തൂൻ മിണ്ടാതെ പോയില്ല്യേടി
പെണ്ണിന്റെ വീര്യം കളഞ്ഞില്ലേടി കുഞ്ഞേച്യേ
മിണ്ടാത്ത പൂച്ച കലമുടയ്ക്കും
അച്ഛനും പോയില്ലേ അമ്മയും പോയില്ലേ
കുട്ടേട്ടനാരും തുണയില്ലല്ലോ
ആ....ആ....ആ....ആ.....ആ....ആ....
നമ്മുടെ പ്രായം പോയ് മുത്തുനരച്ചില്ലേ
ആരു വരാനാടി പൊന്നു ചേച്ച്യേ
ആണിന്റെ കൂടെ പൊറുക്കാൻ വിധിയില്ലാ
ആരുടെ ശാപം തലയിൽ കയറി കുഞ്ഞാത്തൂൻ വന്നപ്പോൾ
കൂടെപിറപ്പോള കുട്ടേട്ടൻ തീരെ മറന്നതല്ലേ
പെണ്ണിനെ കിട്ട്യാലോ പെങ്ങമാർ വേണോന്ന്
കുട്ടേട്ടനിപ്പോൾ പഠിച്ചില്ല്യേടി (ഇക്കൊല്ലം)

കുട്ടേട്ടാ കുട്ടപ്പൻ ചേട്ടാ

കുട്ടേട്ടാ കുട്ടപ്പൻ ചേട്ടാ
കുട്ടികുറുമ്പൊന്നും കാട്ടല്ലേ ചേട്ടാ
കൂലിക്കാരിപ്പെണ്ണ് നേരപ്പം
കൊഞ്ചാനും കുണുങ്ങാനും നിക്കല്ലേ (2) (കുട്ടേട്ടാ)
കെട്ട്യോനുണ്ട് കുട്ട്യോളുണ്ട് പിന്നെന്തിന് പിന്നാലേ
പണ്ടത്തെ കാര്യം പറഞ്ഞ് പൊല്ലാപ്പിനു നിക്കല്ലേ (2)
.തോന്നുമ്പേൾ ഞെട്ടിത്തെറിക്കാൻ
ഞാനാലേലിരിക്കണ മയിലല്ലേ
അയ്യേ കുട്ടേട്ടാ കുട്ടപ്പൻ ചേട്ടാ
കുട്ടികുറുമ്പൊന്നും കാട്ടല്ലേ ചേട്ടാ കൂലിക്കാരിപ്പെണ്ണ് നേരപ്പം
കൊഞ്ചാനും കുണുങ്ങാനും നിക്കല്ലേ (2) (കുട്ടേട്ടാ)
പൂത്തുവിളഞ്ഞൊരു നെല്ലിന് വെള്ളം തിരിക്കല്ലേ ചേട്ടാ
കൊയ്ത്തു കഴിഞ്ഞൊരു പാടത്ത്
മാളം കെട്ടി കാവലു വേണ്ടാ (2)
ഓടിച്ചോനും ഓടിയോനും
പിന്നെ ഒപ്പം കിതപ്പൊക്കെ വന്നാണേ (2) (കുട്ടേട്ടാ)
ചാഞ്ഞു കിടക്കുമരക്കുമേൽ ഓടികയറണ്ട ചേട്ടാ
ചത്തുപോയ കുട്ടിക്കു പിന്നെ ജാതകം നോക്കണ്ട ചേട്ടാ (2)
കുട്ടിചത്തു കട്ടല് കിട്ടാൻ
മഞ്ഞത്തിരിക്കേണ്ട കുട്ടേട്ടാ (2) (കുട്ടേട്ടാ)

ഓടേണ്ട ഓടേണ്ട ഓടിത്തളരേണ്ടാ

ഓടേണ്ട ഓടേണ്ട ഓടിത്തളരേണ്ടാ
ഓമനപ്പൂമുഖം വാടിടേണ്ടാ
ഓമനപ്പൂമുഖം വാടാതെ സൂക്ഷിച്ചാൽ
ഓമനച്ചുണ്ടത്തൊരുമ്മ നൽകാം
ടാറിട്ട റോഡാണ് റോഡിന്നരികാണ്
വീടിന്നടയാളം ശീമക്കൊന്ന
പച്ചരിച്ചോറുണ്ട് പച്ചമീൻ ചാറുണ്ട്
ഉച്ചയ്ക്ക് ഉണ്ണാനായി വന്നോളൂട്ടോ
പുഞ്ചവരമ്പത്തു, പാമ്പിന്റെ പൊത്തുണ്ട്
സൂക്ഷിച്ചു വന്നോളൂ പൊന്നുചേട്ടാ
ഒരു കുപ്പി മണ്ണെണ്ണ കത്തിത്തീരും വരെ
പണ്ടാരതള്ളയ്ക്കുറക്കമില്ല
ടാറിട്ട റോഡാണ് റോഡിന്നരികാണ്
വീടിന്നടയാളം ശീമക്കൊന്ന
ആയിരം കൊമ്പുള്ള ചെമ്പകചോട്ടില്
ഒറ്റയ്ക്കിരുന്നു ഞാനോർത്തു പാടും (ഓടേണ്ട)
വീട്ടിലേയ്ക്കുള്ള വഴിമറന്നോ
വാടൃപൂചൂടിയാലും ചൂടൃാപൂ ചൂടിയാലും
ചേട്ടനെ ഞാനെന്നും കാത്തിരിക്കും
ആരൊക്കെതിർത്താലും എന്തു പറഞ്ഞാലും
ചേട്ടനില്ലാത്തോരു ലോകമില്ല
എന്നുമുറക്കത്തിൽ ചേട്ടനെക്കണ്ടു ഞാൻ
ഞെട്ടിയുണർന്നു കരച്ചിലല്ലേ
പുലരിവിടരുമ്പോൾ വിരലുമറയുന്നു
പലരും പറഞ്ഞു നീ കേട്ടിട്ടില്ലേ
ചാലക്കുടിപ്പുഴ നീന്തികടന്നാലും
അന്തിക്കുമുമ്പ് ഞാനെത്താം പൊന്നേ
വേലൂരിക്ഷേത്രം ഞാൻ മുട്ടുത്തി കേറ്യാലും
നേരമിരുട്ട്യാലും എത്താം പൊന്നേ
കാണാത്തതല്ലല്ലോ ആക്രാന്തം വേണ്ടെന്ന്
ആയിരം വട്ടം പറഞ്ഞില്ലേ ഞാൻ (ഓടേണ്ട)

അമ്മായീടെ മോളെ ഞാൻ

അമ്മായീടെ മോളെ ഞാൻ
നിക്കാഹ് ചെയ്തീട്ടാകെ കുഴപ്പമായി
അവൾ കാലത്തേണിക്കൂല്ല മുറ്റമടിക്കൂല്ല
പല്ലുകൂടി തേയ്ക്കൂല്ലാന്നേ (2)
മുറ്റമടിയ്ക്കാനായി ചൂലെടുത്താൽ
അവൾ നടന്നോണ്ടുറങ്ങും ചെയ്താൽ
തല്ലാനോ പാടില്ല കൊല്ലാനോ പാടില്ല
മാമാന്റെ മോളായി പോയ് (2) (അമ്മാ)
എന്റുമ്മാനെ തല്ലാനായി ഒരു ദിവസം
കുറ്റിച്ചൂലുകൊണ്ടോടിച്ചവൾ (2)
മിണ്ടാനോ പാടില്ല പറയാനോ പാടില്ല
മാമാന്റെ മോളായി പോയ് (2) (അമ്മാ)

ആറടി മണ്ണിലുറങ്ങിയല്ലോ

നേരേ പടിഞ്ഞാറ് സൂര്യൻ താനെ മറയുന്ന സൂര്യാ
ഇന്നലെ ഈ തറവാട്ടിൽ തത്തിക്കളിച്ചൊരു പൊൻസൂര്യൻ
തെല്ലുതെക്കെ പുറത്തെ മുറ്റത്തെ ആറടി മണ്ണിലുറങ്ങിയല്ലോ (2)
ഏതൊരു കർക്കടകരാവ് ഉണ്ണാതുറങ്ങുന്ന രാവ്
അന്നെല്ലേ പെണ്ണുചിരത വേദനയോടെ പെറ്റവനേ (തെല്ലു)
ഇരുപത്തെട്ടുകെട്ടുമ്പോൾ കുട്ടുകുട്ടാ വിളിയുയരുമ്പോൾ
ഉപ്പും പുളിയും ചേർത്ത് കുഴച്ച് നുണഞ്ഞ കുട്ടാ (തെല്ലു)
തമ്പ്രാൻ കനിഞ്ഞില്ല അന്ന് വേല കൂലിയും തന്നില്ല അന്ന്
ചോർന്നിരിക്കുന്ന കൂരയുടെ കീഴിൽ
ഒത്തിരിനേരം കരഞ്ഞ കുട്ടാ (തെല്ലു)
ആദ്യം എഴുത്തിനിരുത്തി ആശാൻ പഠിപ്പിച്ചിരുത്തി
പാഠം പഠിക്കവേ മുന്നിൽ കാണേകാണേ വളർന്ന ഉണ്ണീ (തെല്ലു)
വല്യകുലേശൻ പരുഷ നൂറിൽ നൂറോടെ വല്യ പരുഷ
കരയേറിയ അച്ഛന്റെ തന്തുയം
പുത്തിരിയേകിയ പൊന്നുമുത്തേ (തെല്ലു)
മകരകൊയ്ത്തില് കിട്ടിയ നെല്ല് നാടുകാട്ടി നടന്നത് വിറ്റു
ചന്ദിരന്മാരുദിക്കണ കുപ്പായം
കെട്ടിച്ചു തന്നില്ലേ എന്റെ കുട്ടാ... (തെല്ലു)
കൈയ്യിൽകൊടികണ്ടപ്പോ കുട്ടാ തത്തപ്പോലെ ചൊല്ലിയില്ലച്ഛൻ
വേണ്ട കുട്ടാ തീക്കളിയാണിത് പേപിടിച്ചുള്ള പാർട്ടികളാ
ആളെ കണ്ടാലറിയില്ലാ കുട്ടാ
കൊടിനിറം നോക്കിയാ കാര്യങ്ങള് (2)
ആ ഓർമ്മകൾ പോയി മറഞ്ഞു എന്റെ കുട്ടന്റെ പാട്ടുകൾ നിന്നു
ആ രാത്രിയിൽ പേരറിയാത്തവർ
ചെണ്ട തകർത്തു ആകത്തുവന്നേ
കണ്ണടച്ചുറങ്ങുമെൻ കുട്ടനെതൊട്ട് കുലവിളിച്ചെന്റെ ദൈവേ (2)
കൊടുങ്ങല്ലൂര് മീനഭരണി കോഴിവെട്ടും കുരുതിയുമുണ്ടേ
തമ്മിൽ തമ്മിൽ വെട്ടി മരിക്കണ ഏതൊരു ദൈവം അരുളിയതാ
വാളും കത്തിയും കമ്പിപാരയും കൊണ്ടു നടക്കണതെന്തിനാവോ (2)
(നേരേ)

ചാലക്കുടി ചന്തയ്ക്കു പോയപ്പോ

ചാലക്കുടി ചന്തയ്ക്കു പോകുമ്പോ
ചന്ദനചോപ്പുള്ള
മീൻകാരി പെണ്ണിനെ കണ്ടേ ഞാൻ
ചെമ്പല്ലി കരിമീൻ ചെമ്മീന്
പെണ്ണിന്റെ കൊട്ടേല്
നെയ്യുള്ള പിടക്കണ മീനാണേ (ചാലക്കുടി)
പെണ്ണിന്റെ പഞ്ചാരപുഞ്ചിരി കട്ടങ്കലക്കിന്റെ കച്ചോടം (2)
അന്നത്തെ ചന്തേലെ കച്ചോടം
പെണ്ണിന്റെ കൊട്ടേലെ മീനായ് (2) (ചാലക്കുടി)
മീനുംകൊണ്ടഞ്ചാറുവട്ടം
അങ്ങോട്ടുമിങ്ങോട്ടും ഓടീ ഞാൻ (2)
നേരമ്പോയ് മീനും ചീഞ്ഞ്
അന്നത്തെ കച്ചോടം വെള്ളത്തിലായ് (2) (ചാലക്കുടി)
പെണ്ണ് ചിരിക്കണ കണ്ടെന്റെ
കച്ചോടം പോയല്ലോ കാശും പോയീ (2)
ചന്ദനചോപ്പുള്ള പെണ്ണ്
ചതിക്കണ കാര്യം നേരാണേ (2) (ചാലക്കുടി)

ഭാഗം മൂന്ന്

ഓർമ്മകളിൽ മണി

Kalabhavan mani, periya nadigan!! great loss, RIP Sir.

Rajinikanth

Sad about my friend Kalabhavan Mani. One more of my Malayalee brothers dying of cirrhosis. He had more talent than time.

Kamal Haasan

നിങ്ങളുടെ കലാഭവൻ മണി, ഞങ്ങളുടെയും

മമ്മൂട്ടി

നിങ്ങൾക്കു പറയാവുന്നതിനേക്കാൾ കൂടുതലൊന്നും ഞങ്ങൾക്ക് മണിയെപ്പറ്റി പറയാനില്ല. മണി എത്രത്തോളം നിങ്ങളിൽ ആഴത്തിൽ സ്വാധീനിച്ചിട്ടുണ്ടോ അത്രത്തോളം ഞങ്ങളിലെല്ലാവരെയും മണി സ്വാധീനിച്ചിട്ടുണ്ട്. മണിയുടെ സദ്പ്രവൃത്തികളും മണിയുടെ അഭിനയ പ്രകടനവും കഥാപാത്രങ്ങളും ആയിരിക്കും മണിക്കുള്ള ഏറ്റവും വലിയ സ്മാരകങ്ങൾ. സിനിമയുള്ളിടത്തോളം കാലം, കാലാകാലങ്ങളോളം, തലമുറ തലമുറകൾ മണിയെന്ന നടൻ പകർന്നുവെച്ചിട്ടുള്ള അദ്ദേഹത്തിന്റെ അഭിനയപാടവം കണ്ട് അദ്ഭുതം കൂറട്ടെ....

ഏറ്റവും പ്രിയപ്പെട്ട സ്നേഹിതൻ

മോഹൻലാൽ

നഷ്ടമായത് സത്യസന്ധനായ, നന്മയുള്ള, ധൈര്യമുള്ള ഒരു സ്നേഹിതനെയാണ്. എനിക്കൊരുപാട് ഭക്ഷണം അദ്ദേഹം ഉണ്ടാക്കിത്തന്നിട്ടുണ്ട്. എന്റെ സിനിമകൾക്ക് വരെ അദ്ദേഹം പോസ്റ്ററുകൾ ഒട്ടിച്ചിട്ടുണ്ട്. എന്നെ

വലിയ ഇഷ്ടമായിരുന്നു, എനിക്കും. അദ്ദേഹം നമ്മളെ വിട്ടുപോയെങ്കിലും ആ മനോഹരമായ, നിഷ്കളങ്കമായ ചിരി എന്നും നമ്മുടെ കൂടെയുണ്ടാകും; ആ മനോഹരമായ മുഖവും.

To my dearest bethlehem monayi... ആദരാഞ്ജലികൾ

Suresh Gopi

Very sad to hear that Kalabhavan Mani is no more. A great Talented actor and singer, Heartfelt condolences to the family and fans of Kalabhavan Mani. Rest in peace!

K.S. Chithra

Very sad to hear that Kalabhavan Mani is no more! super talented actor of malayalam cinema, he was just 46!! we are lossing too many talents off late.

Kushbu

Shocked by the demise of Kalabhavan Mani. I witnessed him rowing in the Nehru Trophy Boat Race just five years ago. RIP

Shashi Tharoor

ശുദ്ധമായ മനസ്സുണ്ടായിരുന്ന എന്റെ അനിയൻ ഇന്നസെന്റ്

ഞാൻ പ്രസിഡണ്ടായ അമ്മ എന്ന സംഘടനയുടെ എക്സിക്യൂട്ടീവ് അംഗമായിരുന്നു മണി. അദ്ദേഹം കൂടെയുണ്ട് എന്നത് ഞങ്ങൾക്ക് ഒരു ധൈര്യമായിരുന്നു. ഞാൻ ചാലക്കുടിയിൽ ഇലക്ഷനിൽ മത്സരിച്ചപ്പോൾ നിശ്ശബ്ദമായ രാഷ്ട്രീയ വർക്കുകളുമായി മണി കൂടെനിന്നു.

മണി പെട്ടെന്ന് ദേഷ്യം വരുന്ന ഒരാളാണ്, പെട്ടെന്ന് സന്തോഷം വരുന്ന ഒരാളാണ്, പെട്ടെന്ന് സങ്കടം വരുന്ന ഒരാളാണ്. അത് മനസ്സ് ശുദ്ധമായതുകൊണ്ടാണ്.

മണിച്ചേട്ടൻ എന്നെയാദ്യമായി കരയിപ്പിച്ചു
മഞ്ജു വാര്യർ

അന്ന്, മണിച്ചേട്ടൻ തെങ്ങിൻ മുകളിലിരുന്നുകൊണ്ട് എന്നെ നോക്കി തങ്കഭസ്മക്കുറിയിട്ട തമ്പുരാട്ടീ എന്നുപാടി. സല്ലാപത്തിലെ ഞങ്ങളുടെ ആദ്യ കൂടിക്കാഴ്ച. പക്ഷേ, അതിനുമുമ്പ് മണിച്ചേട്ടന്റെ ശബ്ദം മിമിക്രി കാസറ്റുകളിൽ ഒരുപാട് കേട്ട് ചിരിച്ചിട്ടുണ്ട്. അച്ഛനും അമ്മയ്ക്കുമായിരുന്നു കൂടുതൽ ഇഷ്ടം. നായിക എന്ന വിശേഷണത്തോടൊപ്പം സല്ലാപം തന്ന സന്തോഷങ്ങളിലൊന്ന് മണിച്ചേട്ടനൊപ്പമാണല്ലോ അഭിനയം എന്നതായിരുന്നു. ഒരുപാട് ചിരിക്കാമല്ലോ എന്നോർത്ത് ഞാനൊരുപാട് സന്തോഷിച്ചു.

ഒട്ടുമിക്ക സിനിമകളിലും മണിച്ചേട്ടൻ ഒപ്പമുണ്ടായിരുന്നു. ആഘോഷമായിരുന്നു ആ നാളുകൾ. നാടൻപാട്ട് പാടാൻ പഠിപ്പിക്കൽ, അനുകരണം... അങ്ങനെ ചിരിമാത്രം നിറഞ്ഞുനിന്ന അവസരങ്ങൾ. അന്നൊക്കെ തോന്നിയിരുന്നു മണിച്ചേട്ടൻ ചിരിപ്പിക്കാനായി മാത്രം ജനിച്ചയാളാണെന്ന്. അത് ഒരുപാട് കരഞ്ഞ ഒരാളായതുകൊണ്ടാണെന്ന് പിന്നീട് മനസ്സിലാവുകയും ചെയ്തു.

വ്യക്തിപരമായ ഒരുപാട് അവസരങ്ങളിൽ മണിച്ചേട്ടൻ ഒപ്പം നിന്നു. ആ മനസ്സിന്റെ നന്മ കണ്ട നേരങ്ങൾ. ഇന്നലെ മണിച്ചേട്ടൻ എന്നെ ആദ്യമായി കരയിച്ചു. ചിരിപ്പിച്ചവർ കരയിക്കുമ്പോഴാണ് നോവ് കൂടുതൽ.

അവസാന കാഴ്ചയിൽ മുകളിലിരുന്നുകൊണ്ട് മണിച്ചേട്ടൻ പാടുന്നില്ല; പകരം താഴേക്ക് നോക്കി ചിരിക്കുന്നു.

കംപ്ലീറ്റ് ആക്ടർ
വിക്രം

മണിയേട്ടൻ ചെയ്ത എല്ലാ പടങ്ങളിലും അവരുടെ മാജിക്ക് ഉണ്ട്. അവരൊരു കംപ്ലീറ്റ് ആക്ടർ. ഒരു വില്ലനായിട്ട് കാണുമ്പൊ നമ്മൾ അവരെ കണ്ട് പേടിച്ചു, ഒരു ക്യാരക്ടർ ആർട്ടിസ്റ്റായിട്ട് കാണുമ്പൊ നമ്മൾ

അവരെ കണ്ട് കരഞ്ഞു, കൊമേഡിയൻ ആയിട്ട് കാണുമ്പൊ ചിരിച്ചു, ഹീറോ ആയിട്ട് കാണുമ്പൊ പ്രേമിച്ചു...

താങ്ക് യൂ മണിയേട്ടാ, ഫോർ ഇൻസ്പൈറിംഗ് ഓൾ ഓഫ് അസ്..

IN MEMORY OF MANICHETTTAN

Jishnu Raghavan

Manichettan was a great friend and he used to take special care of me. He knows I like to eat in thattu kada. He is very aware of the best places around where we get food. He suddenly says let s go out and have food jishnu.... As soon as he enters the thattu kada it s like celebration time... All the best dishes line up there.... And it is so fun to eat with him. He is so fun while acting and we are always at ease working with him.... Have spent a lot of amazing moments with the fun loving guy.... He has worked hard to come this far.... may his journey further be as great and eventful as it was till now.... love you mani chetta.

Respect to a great performer!

a good friend. will cherish time spent with him!
Rest in peace sir

Suriya

You will be missed forever manichetta! so me of my best memories on sets during the early stages of my career are with this men! Rest in Peace!

Prithviraj

ഇല്ല വിശ്വസിക്കില്ല കലാഭവൻ മണി മരിക്കുന്നില്ല.... ജീവിക്കുന്നു ഞങ്ങളി ലൂടെ...

കുഞ്ചാക്കോ ബോബൻ

Shocked to hear about the death of Kalabhavan Mani sir. We worked together in something something. Such a wonderful person! RIP sir

Jayam Ravi

RIP Mani chetta! A huge loss to our industry. Have always had such warm interactions with him. Can t believe it...

Dulquer Salmaan

ഞങ്ങളെപ്പോലെ ഒരു സിനിമാപാരമ്പര്യവും ഇല്ലാതെ സിനിമയിലെത്തിയവർക്കെന്നും ഒരു ധൈര്യമായിരുന്നു മണിച്ചേട്ടൻ. ഞങ്ങളെ ഒരുപാട് മോട്ടിവേറ്റ് ചെയ്തിട്ടുള്ള ഒരാളായിരുന്നു. നിങ്ങളുടെ പാട്ടും, നിങ്ങളുടെ ചിരിയും എന്നും ഞങ്ങളുടെ ഓർമ്മകളിൽ ജീവിക്കും.

ആസിഫലി

അന്നത്തെ മണി, എന്നത്തെയും...

സിബി മലയിൽ

കലാഭവൻ മണിയെക്കുറിച്ചുള്ള എന്റെ ആദ്യ ഓർമ്മ 22 വർഷങ്ങൾക്കു മുമ്പ് 1994 ഒക്ടോബർ മാസത്തിലെ ഒരു പകലിലാണ്. എന്റെ മുമ്പിൽ ആദ്യത്തെ സിനിമയുടെ അവസരത്തിനായി കാത്തുനിന്നപ്പോൾ മണിയുടെ കണ്ണിൽ ഞാൻ കണ്ട, ആ സിനിമയിൽ അഭിനയിക്കാൻ ഞാൻ അനുവാദം കൊടുത്തപ്പോൾ - ഞാനയാളെ എടുത്തിരിക്കുന്നു എന്ന് പറഞ്ഞപ്പോൾ അയാളിൽ നിറഞ്ഞു കണ്ട നന്ദി - സ്നേഹം - ബഹുമാനം, മണിയെ ഞാൻ അവസാനമായി കണ്ടപ്പോഴും ആ മുഖത്തുണ്ടായിരുന്നു. മണി ഒരുപാട് വളർന്നു. സാമ്പത്തികമായിട്ടും ഭൗതികമായിട്ടും ഒരുപാട് നേട്ടങ്ങൾ കൊയ്തെടുത്തു. ശാരീരികമായ വലിയ പുഷ്ടി മണിക്കുണ്ടായി. പക്ഷേ, മണി എന്ന സാധാരണക്കാരനായ മനുഷ്യന്റെ മനസ്സിന് ഒരു മാറ്റവും ഉണ്ടായില്ല. ഒരാളോടും ആ മാറ്റത്തിന്റെ നിലപാട് ഒരു കാലത്തും മണി എടുത്തിട്ടുമില്ല.

പച്ചയായ മനുഷ്യൻ

വിനയൻ

'വാസന്തിയും ലക്ഷ്മിയും പിന്നെ ഞാനും' ചിത്രീകരണം നടക്കുമ്പോൾ എന്റെ കണ്ണുനനയിച്ച ഒരു അനുഭവമുണ്ട്. സായ്കുമാറിന്റെ തോമസ് സാർ നാട്ടിലെത്തിയാൽ രാമുവിന് പഴയ ഉടുപ്പുകളൊക്കെ കൊടുക്കും. തൂക്കു പാലത്തിലൂടെ നടന്ന് തോമസ് സാർ വന്നോയെന്ന് രാമു അലക്കുകാരിയോട് ചോദിക്കുന്നൊരു രംഗമുണ്ട്. "എന്തിനാ രാമു" വെന്ന് അലക്കുകാരി ചോദിക്കുമ്പോൾ "സാറുവന്നിരുന്നെങ്കിൽ കുപ്പായം എന്തെങ്കിലും കിട്ടുമായിരുന്നു, തന്ന കുപ്പായമെല്ലാം പിഞ്ചിക്കീറി തുടങ്ങി" യെന്ന് രാമു മറുപടി പറയും. മനോഹരമായി മണി ഈ രംഗം അഭിനയിച്ചു. ഞങ്ങളെല്ലാവരും അറിയാതെ കൈയടിച്ചു. ഈ രംഗം കഴിഞ്ഞ് മണി പൊട്ടിക്കരഞ്ഞു. പുതിയൊരു ഉടുപ്പോ, നിക്കറോ കിട്ടാതിരുന്ന ബാല്യത്തിന്റെ വേദന പറഞ്ഞാണ് മണി കരഞ്ഞത്. അമ്മ വീട്ടുജോലിക്ക് പോകുന്ന വീട്ടിൽ നിന്നും കിട്ടുന്ന പഴയ നിക്കറും ഉടുപ്പുമെല്ലാമായിരുന്നു പഠനകാലത്ത് മണിയുടെ പുത്തൻ വസ്ത്രം. ഒരു മനുഷ്യൻ പച്ചയായി അവന്റെ ഇല്ലായ്മയുടെ ജീവിതം പറയുമ്പോൾ നമ്മുടെ കണ്ണും നിറഞ്ഞുപോകും.

കരിനാക്കിന്റെ ശക്തി

സലിംകുമാർ

നിന്റെ കരിനാക്കിന്റെ ശക്തി ഏറ്റവും കൂടുതൽ അടുത്തറിഞ്ഞ ഒരാളാണ് ഞാൻ. എന്റെ വിവാഹത്തലേന്ന് എന്റെ വീട്ടിൽ വന്ന് നാടൻപാട്ടൊക്കെ പാടുന്നതിന്റെ കൂട്ടത്തിൽ ഒരു കാര്യം കൂടി നീ പറഞ്ഞു, "ഞാൻ സിനിമയിൽ വന്നു. ഇനി അടുത്തതായി വരുന്നത് സലിംകുമാർ ആയിരിക്കും" എന്ന്. നീയതു പറഞ്ഞതിന്റെ രണ്ടാം ദിവസം അത് ഫലവത്തായി. സനിമയിൽ അഭിനയിക്കാൻ എന്നെ തേടി ആളു വന്നെത്തി.

ഒരു മാർച്ച് മാസത്തിൽ കലാഭവന്റെ ടെമ്പോ വാനിൽ ഞാൻ നിന്നെയും കാത്തിരുന്നിട്ടുണ്ട്. നീയായിരുന്നു ഗ്രൂപ്പ് ലീഡർ. അതായിരുന്നു നമ്മുടെ ആദ്യ സമാഗമം. അന്ന് നീ എന്നോട് പറഞ്ഞു, "ഇവിടെ ഇപ്പോൾ വേണ്ടത് ഒരു കോമഡി ചെയ്യുന്ന മിമിക്രികാരനെ അല്ല, മ്യൂസിക് ചെയ്യുന്ന ഒരാളെയാണ്. അന്നത്തെ പരിപാടി കഴിഞ്ഞ് പിറ്റേന്ന് കലാഭവനിൽ എത്തിയ എന്നെ അവിടെ സ്ഥിരം ആർട്ടിസ്റ്റ് ആക്കിയതും നിന്റെ വാക്കുകളുടെ ബലത്തിൽ മാത്രമായിരുന്നു.

കലാഭവന്റെ വാനിൽ ബാക്ക് സീറ്റുകളെ നമ്മൾ വിളിച്ചിരുന്ന പേരായിരുന്നു 'തെമ്മാടിക്കുഴി' എന്ന്. അവിടെയായിരുന്നു ഞാനും സാജനും ഒക്കെ. ഒരു ബീഡി വലിക്കാൻ നീയുറങ്ങുന്നതും നോക്കി എത്രയോ രാത്രികൾ ഞങ്ങൾ ഇരുന്നിട്ടുണ്ട്. നീയിപ്പോഴും ഉറങ്ങുകയാണ് മണി... ഇവിടെ പറവൂരിൽ ബീഡിയും വലിച്ചു ഞാൻ ഇരിക്കുകയാണ്. പക്ഷേ കലാഭവനിൽ ചെന്ന് പരാതി പറയാൻ ഇന്ന് നീയില്ല, പരിപാടിക്ക് കിട്ടുന്ന കാശിൽ നിന്ന് പിഴ ഈടാക്കാൻ ആബേലച്ചനും ഇല്ല. ഞാൻ സ്വസ്ഥമായി ഇരുന്ന് വലിക്കുകയാണ്...

പറയാതെ പടിയിറങ്ങിപ്പോയ ഒരാൾ

ഷാജി കൈലാസ്

നിന്റെ ചിരിച്ചുകൊണ്ടുള്ള മുഖം മാത്രമേ ഞാൻ കണ്ടിട്ടുള്ളൂ. ഞാൻ വിളിച്ചാൽ എവിടെയാണ് ഷൂട്ടിംഗ്? എന്താണ് റോൾ? എന്നൊന്നും ചോദിക്കാതെ ഓടിവരുന്ന മണിയെ മാത്രം. ആ ശരീരത്തിൽ ഇനി ജീവന്റെ തുടിപ്പുകൾ ബാക്കിയില്ല എന്നോർക്കുവാൻ പോലും സാധിക്കില്ല, ആ ചേതനയറ്റ ശരീരം കാണുവാനുള്ള ശക്തിയും എനിക്കില്ല. ഒരിക്കൽ ഷൂട്ടിംഗിനിടയിൽ മണിയുടെ റൂമിലേക്ക് കടന്നുചെന്ന ഞാൻ കണ്ടത് തറയിൽ കിടന്നുറങ്ങുന്ന മണിയെ ആയിരുന്നു. അവന്റെ ഡ്രൈവറും മറ്റുള്ളവരും ബെഡിലും. ഞാൻ അവനോടു ചോദിച്ചു ഇതെന്താ ഇങ്ങനെയെന്ന്! അവൻ പറഞ്ഞ മറുപടി മാത്രം മതിയായിരുന്നു അവനെ ജനങ്ങൾക്ക് ഇത്ര ഇഷ്ടപ്പെടാനുള്ള കാരണം അറിയാൻ. "ഞാൻ എന്നും ബെഡിൽ അല്ലേ കിടന്നുറങ്ങുന്നത്, പക്ഷെ ഇവർ അങ്ങനെയല്ലല്ലോ?"

ഷൂട്ടിംഗ് ലൊക്കേഷനിൽ അവനെ കാണാൻ വരുന്നവർക്ക് വയറുനിറയെ ഭക്ഷണം കൊടുക്കാതെ അവൻ ഒരിക്കലും തിരിച്ചയച്ചിട്ടില്ല. ജീവിതത്തിന്റെ എല്ലാ കയ്പ്പുരസങ്ങളും രുചിച്ചറിഞ്ഞ്, അതിനോടെല്ലാം പടവെട്ടി ജയിച്ചു കയറിവന്ന ആ കലാകാരനോട് ആദരവും അല്പം അസൂയയും തോന്നുന്നതിൽ ഒരു തെറ്റുമില്ല. കടന്നുവന്ന വഴികൾ മറക്കാതെ, വളർത്തി വലുതാക്കിയവരെ മറക്കാതെ, അവരിലൊരാളായി ജീവിച്ച മണി ഇത്ര നേരത്തെ യാത്ര പറഞ്ഞു പിരിയേണ്ട ഒരാളായിരുന്നില്ല. തന്റെ സ്വതഃസിദ്ധമായ കഴിവുകൾകൊണ്ട് ആയിരങ്ങളെ കയ്യിലെടുക്കാൻ കഴിഞ്ഞിരുന്ന ആ മണികിലുക്കം ഇനി ഓർമകളിൽ മാത്രം എന്ന് തിരിച്ചറിയുമ്പോൾ നെഞ്ചിൽ ഒരു വിങ്ങലാണ്. സ്വന്തം കുടുംബത്തിലെ ഒരാൾ പറയാതെ പടിയിറങ്ങിപ്പോയ ഒരു സങ്കടം. ഇറങ്ങിപ്പോയ അയാൾ ഇനി തിരിച്ചുവരില്ല എന്നുകൂടി അറിയുമ്പോൾ ആ സങ്കടം ഇരട്ടിയാകുന്നു. നല്ല ഓർമ്മകൾ മാത്രം സമ്മാനിച്ച് പിരിഞ്ഞുപോയ പ്രിയസുഹൃത്തിനു കണ്ണുനീരിൽ കുതിർന്ന വിട...

നാദിർഷയുടെ കലാഭവൻ മണിപ്പാട്ട്

നാടൻ പാട്ടുകൾ ചേലില് പാടണ
മണിയെന്റെ നല്ലൊരു ഫ്രണ്ടാ
ങ്യാഹഹ എന്നു ചിരിക്കുന്ന ഫ്രണ്ടാ
എണ്ണക്കറുപ്പുള്ള ഫ്രണ്ടാ
നാലാളു കൂടുമ്പൊ നാണിച്ചിരിക്കാതെ
നർമ്മം വിതയ്ക്കുന്ന ഫ്രണ്ടാ
നർമ്മത്തിൽ മർമ്മം കുറിക്കാനും
കർമ്മം നടത്താനും
അറിവുള്ള നെറിവുള്ള ഫ്രണ്ടാ...

Shocked and saddened to know great actor Kalabhavan Mani passed away. RIP

Mahat Raghavendra

Oh God, shocking news, cannot digest the fact about Mani s untimely demise, an incredibly talented and versatile acotr. My heartfelt condolences to his family and freinds which includes me.

Vineeth

Rest in peace Kalabhavan Mani Sir, the man who transformed from a comedian to a singer to a villian to a hero.

Naresh Allari

Manichettan, an actor with indomitable energy levels!! A human with infinite abundance of love. Will miss him more as a true human... Malayalam cinema is turning into a graveyard...

Anoop Menon

Yet another sad news and a big loss to the industry. Versatile actor, Kalabhavan Mani is no more with us. Shocking!! Life is so fragile! RIP
Rai Laxmi

Shocked & saddended to hear about the sudden demise of kalabhavan mani. worked with him in Papanasam, A great talent, RIP.
Ghibran

Extremly shocking to know the demise of Kalabhavan Mani. Was a fantastic actor superb entertainer & more of all a great human being. RIP.
Prasanna

RIP Mani chetta, we all will miss you.
Aju Varghese

Really sad to hear the loss of a gift to the film industry. Kalabhavan Mani sir was an honour to have worked with you in a few films, RIP sir.
Vimala Raman

ഞങ്ങളുടെ പ്രിയപ്പെട്ട മണിച്ചേട്ടന് അനിയത്തിക്കുട്ടിയുടെ ആദരാഞ്ജലികൾ
ഭാമ

അംഗീകരിക്കാനാവാത്ത വിയോഗം. ഏട്ടന് ആദരാഞ്ജലികൾ.
ഗിന്നസ് പക്രു

മരിക്കുമ്പൊ മണി എല്ലാം കൊണ്ടുപോയി

ഹരിശ്രീ അശോകൻ

എന്റെ ജീവിതത്തിൽ, എന്നെയിതുവരെ ആരും 'ചേട്ടായീ' എന്നു വിളിച്ചിട്ടില്ല. മരണം വരെ മണിയെന്നെ ചേട്ടായീന്നേ വിളിച്ചിട്ടുള്ളു. ഒരുപാടൊരുപാട് പറയാനുണ്ട്, പറയാൻ പറ്റുന്നില്ല. നമ്മളെല്ലാവരും പറയും എന്തു സംഭവിച്ചാലും, എന്തുണ്ടാക്കിയാലും നമ്മള് മരിക്കുമ്പൊ ഒന്നും കൊണ്ടുപോകാറില്ലെന്ന്, അതു തെറ്റാണ്. മരിക്കുമ്പൊ മണി എല്ലാം കൊണ്ടുപോയി. മണിയെ സ്നേഹിക്കുന്ന എല്ലാവരുടെയും സന്തോഷവും ചിരിയും മണി കൊണ്ടുപോയി.

ഉള്ളിലെന്നും വേദനയായി മണി

ബി.ആർ. പ്രസാദ്

ചാലക്കുടിയിൽ നിന്ന് ഒരു പയ്യൻ വന്നു, ഞാൻ ഓട്ടോറിക്ഷ ഓടിക്കുന്ന ആളാണ് എന്ന് പറഞ്ഞു. ഞാൻ സാധാരണ ഇന്റർവ്യൂ ചെയ്യുന്ന പോലെ ചെയ്തു. പക്ഷേ, മണിയുടെ പ്രകടനം കണ്ടുകഴിഞ്ഞപ്പോൾ ഞാൻ അച്ചനോടു പറഞ്ഞു, “അച്ചാ, മണി ഫിക്സ്ഡ് ഇനി ഇതിനപ്പുറം വേറെ ഒന്നുമില്ല”. ദുഃഖമുണ്ട്, ഇപ്പോൾ പുകഴ്ത്തി പറയുന്ന പലയാളുകളും ജീവിച്ചിരുന്നപ്പോൾ അദ്ദേഹത്തിന്റെ കുറ്റങ്ങൾ മാത്രം പറഞ്ഞു. അത് ഉള്ളിൽ ഒരു വേദനയായി നിൽക്കുകയാണ്.

അബിക്കാ, എനിക്കിഷ്ടാണ്. പക്ഷേ ഞാൻ വരില്ല

അബി

കൊച്ചിൻ സാഗർ എന്ന ട്രൂപ്പ് ഞാൻ നടത്തിക്കൊണ്ടിരുന്ന സമയത്ത് ഞാനൊരു ദിവസം പറഞ്ഞു, “മണി നീ ഇങ്ങോട്ടു പോര്. സാഗറിൽ നിക്ക്. ഇവിടെയാവുമ്പൊ പരിപാടിയെക്കുറിച്ച് ടെൻഷൻ വേണ്ട, പരിപാടി വിജയിക്കുമോ എന്ന ടെൻഷൻ വേണ്ട. കൊള്ളാവുന്ന ആർട്ടിസ്റ്റുകളാണ് എല്ലാവരും, ഗ്യാരണ്ടി ആർട്ടിസ്റ്റാണ്. അതുകൊണ്ട് പരിപാടി സക്സസ് ആണ്. നീ ധൈര്യമായിട്ട് പോര്” ഇഷ്ടം പോലെ പരിപാടിയാണ്, മുപ്പതു പരിപാടി ഉണ്ടായിരുന്ന ഒരു ട്രൂപ്പാണ് അന്ന് സാഗർ. മണിക്കന്ന് കലാഭവനിൽ ഏഴോ എട്ടോ, ഒമ്പതോ പത്തോ പരിപാടി മാക്സിമം. ഞാൻ

പെയ്മെന്റും കൂടുതൽ ഓഫർ ചെയ്തു. മണി പറഞ്ഞു. "അബിക്കാ, എനിക്കിഷ്ടാണ് നിങ്ങളുടെ കൂടെയൊക്കെ വന്ന് കളിക്കാൻ. ഷിയാസ്, ദിലീപ്, നാദിർഷ, കോട്ടയം നസീർ, സലിംകുമാർ, ഹരിശ്രീ അശോകൻ... എല്ലാവരും ഉള്ള സ്ഥലത്ത് എനിക്ക് ഭയങ്കര ഇഷ്ടമാണ്. പക്ഷേ, എന്നെ വിശ്വസിച്ചാണ് അബിക്കാ ഇന്ന് ആബേലച്ചൻ കലാഭവൻ കൊണ്ടു പോയ്ക്കൊണ്ടിരിക്കുന്നത്. ഞാനും കൂടി പോന്നു കഴിഞ്ഞാൽ അച്ചന് ഭയങ്കര വിഷമമാവും. ഞാൻ ചെയ്യുന്നത് ഒരു ചതിയല്ലേ അബിക്കാ?"

ഞാനിങ്ങനെ പലരെയും, പലട്രൂപ്പുകളിലുള്ളവരെയും എന്റെ ട്രൂപ്പി ലേക്ക് ക്ഷണിച്ചിട്ടുണ്ട്. അവരൊക്കെ ചാടി എന്റെ കൂടെ വന്നിട്ടുമുണ്ട്. പക്ഷേ, മണി മാത്രം വന്നില്ല. അതായിരുന്നു മണി.

മിന്നാമിനുങ്ങേ... മിന്നും മിനുങ്ങേ... എങ്ങോട്ടാണെങ്ങോട്ടാണീ തിടുക്കം...

ജി. വേണുഗോപാൽ

2009ലെ ഒരു ഗാനമേള സദസ്സ്, ചാലക്കുടിക്കടുത്തുള്ള ഒരു അമ്പല പ്പറമ്പ്. എന്റെ ഗാനങ്ങളോരോന്നായി പാടിത്തീരുമ്പോഴേക്കും 'ഒരു കലാ ഭവൻ മണി ഗാനം' എന്ന പൊതു ആവശ്യം ഉയർന്നു കേട്ടുകൊണ്ടേയി രിക്കുന്നു. പ്രകോപനം സഹിക്കവയ്യാണ്ടായപ്പോൾ ഞാൻ പറഞ്ഞു "ദയ വായി ക്ഷമിക്കുക, എനിക്ക് മണിയുടെ ഗാനങ്ങളറിയില്ല. ഞാൻ വിചാരി ച്ചാൽ അവ അതുപോലെ പാടാൻ സാധിക്കുകയുമില്ല" എന്നിട്ട് ശബ്ദം താഴ്ത്തി, " മണി വിചാരിച്ചാൽ ഉണരുമീ ഗാനവും ചന്ദനമണിവാതിലും അതുപോലെ പാടാൻ സാധിക്കുമെന്നും തോന്നുന്നില്ല".

ഒറ്റപ്പെട്ട കൈയടികളും ബഹുഭൂരിഭാഗം കൂക്കുവിളികളും ഏറ്റുവാങ്ങി ക്കൊണ്ട് പരിപാടി തുടർന്നു. സംഗീത പരിപാടി തീരാൻ ഏതാനും നിമിഷങ്ങൾ മാത്രം ബാക്കിയുള്ളപ്പോൾ സ്റ്റേജിനു സമീപം ഒരു വെള്ള കാർ വന്നു നിന്നു. ജയാരവങ്ങൾക്കിടയിൽ മണി ഇറങ്ങി വന്ന് ബലി ഷ്ഠമായ ഒരു ആലിംഗനത്തിൽ എന്നെ കുടുക്കി ! മൈക്കിലൂടെ മണി യുടെ പ്രശസ്തമായ ഒരു ഗാനം പാടി ആ വേദിയിൽ എന്നോടുള്ള സ്നേഹാദരങ്ങൾ പ്രകടിപ്പിച്ചു. മണിയുടെ നിർദ്ദേശപ്രകാരം രണ്ടുമാസ ത്തിനുള്ളിൽ അബുദാബിയിൽ ഒരു സ്റ്റേജിൽ ഞങ്ങൾ ഒത്തുചേർന്നു. തുടർന്ന് ബഹറിനിലും ഷാർജയിലും...

മണിക്ക് ജീവിതം ഒരാഘോഷമായിരുന്നു. സംഗീതവും, നൃത്തവും, ചടുലമായ ചുവടുവെപ്പുകളും നിറഞ്ഞ ഈ ആഘോഷത്തിൽ തനിക്ക് പ്രിയപ്പെട്ടവരെയെല്ലാം മണി ചേർക്കും. ഭക്ഷണം രുചിയായി പാചകം

ചെയ്ത് വിളമ്പും. കഠിനമായി ദേഷ്യപ്പെടും. ഉടൻ ആറിത്തണുത്ത് കെട്ടിപ്പിടിച്ച് കരഞ്ഞ് മാപ്പിരക്കും. സിനിമാ കാമറയുടെ മുന്നിലും പിന്നിലുമുള്ള ചായം തേച്ച മുഖങ്ങൾക്കിടയിൽ ചായം ലവലേശമില്ലാത്ത അപൂർവ്വ വ്യക്തിത്വങ്ങളിലൊന്നായിരുന്നു മണിയുടേത്. സിനിമയിൽ കരയാൻ മണിക്ക് ഗ്ലിസറിൻ വേണ്ടായിരുന്നു, കുഞ്ഞുന്നാളുകളിൽ ചാല ക്കുടിപ്പുഴയിലെ മണ്ണുവാരി കുട്ടകളിൽ നിറയ്ക്കുന്നതോർത്താൽ മതി യായിരുന്നു! ഈ ഒരു സത്യസന്ധത, ആർജവം മണിയെ പലപ്പോഴും പല കുഴപ്പങ്ങളിലും കൊണ്ടു ചാടിച്ചിരുന്നു.

നാല്പത്തഞ്ച് വയസ്സിനുള്ളിൽ, ഒരു പുരുഷായുസ്സിൽ ചെയ്യാൻ സാധിക്കുന്ന ഒട്ടനവധി കാര്യങ്ങൾ ചെയ്ത് തീർത്ത് തിടുക്കത്തിൽ എങ്ങോ പോയ് മറഞ്ഞ മണിയുടെ ഒരു ഗാനം എന്റെ മനസ്സിൽ ഉടക്കി ക്കിടക്കുന്നു. ഞാൻ വീണ്ടും പറയട്ടെ, മണി പാടുന്നപോൽ എനിക്ക് പാടാൻ സാധിക്കില്ല. ഈ ചേട്ടന്റെ കണ്ണീർ പ്രണാമമിതാ, "മിന്നാ മിനുങ്ങേ... മിന്നും മിനുങ്ങേ... എങ്ങോട്ടാണെങ്ങോട്ടാണീ തിടുക്കം..."

ഇങ്ങനെയും ഒരു മനുഷ്യൻ പൊട്ടിക്കരയുമോ

നരേൻ

വീരപുത്രനിലാണ് മണിയേട്ടനോടൊപ്പം അവസാനമായിട്ട് അഭിനയി ക്കുന്നത്. അതിൽ ഞാൻ ചെയ്ത അബ്ദുറഹിമാൻ സാഹിബ് എന്ന കഥാപാത്രം മരിക്കുന്നത് മണിയേട്ടന്റെ മടിയിൽ കിടന്നാണ്. അബ്ദു റഹിമാൻ സാഹിബ് മരിക്കുമ്പോൾ മണിയേട്ടൻ പൊട്ടിക്കരയുന്ന ഒരു രംഗമുണ്ട്. മണിയേട്ടൻ പൊട്ടിക്കരയുകയാണ്. നമുക്കറിയാം നമ്മൾ അഭി നയിക്കുകയാണ്. പക്ഷേ, ഇങ്ങനെയും ഒരു മനുഷ്യൻ പൊട്ടിക്കരയുമോ. എന്റെ കണ്ണുകൾ പതുക്കെ ഒന്നു ചലിച്ചു. അത് ഞാൻ മാത്രമേ അറി ഞ്ഞുള്ളൂ എന്നാണ് വിചാരിച്ചത്. മോണിട്ടറിൽ നോക്കിയപ്പോൾ പതുക്കെ എന്റെ കണ്ണനങ്ങുന്നു. ഡയറക്ടർ പറഞ്ഞു, ഒരു ടേക്കും കൂടി ചെയ്യണം. മണിയേട്ടൻ എന്നെ സൈഡിലേക്ക് വിളിച്ചു പറഞ്ഞു "മോനെ, ചങ്കു പൊട്ടിയിട്ടാ മോനെ നിനക്കു വേണ്ടി ഞാൻ കരഞ്ഞത്. ഇനി ഞാൻ എന്തു ചെയ്യാൻ പോകുന്നു എന്നെനിക്കറിയില്ല. എന്തുതന്നെ ആയാലും ശരി, എന്തൊക്കെ ശബ്ദം കേട്ടാലും ശരി, ഞാൻ മറിഞ്ഞുവീഴുകയോ എന്തുതന്നെയായാലും നീ അനങ്ങാതെ കിടക്കണം മോനെ" മണി യേട്ടനെ അറിയാൻ സാധിച്ചതിൽ, മണിയേട്ടനോടൊപ്പം സമയം ചെല വഴിക്കാൻ സാധിച്ചതിൽ, മണിയേട്ടനിൽ നിന്നും പഠിച്ചതിൽ അഭിമാനി ക്കുന്നു.

ഞാനാദ്യമായിട്ട് കണ്ട സിനിമാനടൻ

സുരാജ് വെഞ്ഞാറമൂട്

'മലയാളി മാമന് വണക്കം' എന്ന സിനിമ റിലീസ് ആയ ദിവസമാണ്. ആ സിനിമയും കണ്ടിട്ട് അദ്ദേഹവും അദ്ദേഹത്തിന്റെ സുഹൃത്തുക്കളും ചാലക്കുടിയിലെ തട്ടുകടയ്ക്കടുത്ത് നിൽക്കുന്നു. തൃശ്ശൂരിൽ എനിക്കൊന്നൊരു പ്രോഗ്രാമുണ്ടായിരുന്നു. സെക്കൻഡ് പ്രോഗ്രാമും കഴിഞ്ഞ് തിരുവനന്തപുരം ഡിസ്കവറി എന്ന ട്രൂപ്പിന്റെ വണ്ടിയിൽ ഭക്ഷണം കഴിക്കാൻ ചാലക്കുടി ഇറങ്ങിയതാണ്. ട്രൂപ്പിന്റെ വണ്ടി കണ്ട് അദ്ദേഹം ഓടി അടുത്ത് വന്ന് നമ്മളോടൊക്കെ സംസാരിച്ചു. അന്ന് എനിക്കൊക്കെ, ഒരു കലാകാരന് 150 രൂപവച്ചാണ് ശമ്പളം. അദ്ദേഹം വന്ന്, "നിങ്ങള് ഭക്ഷണം കഴിച്ചോ?" എന്ന് ചോദിച്ച് ഒരു അഞ്ഞൂറു രൂപ എടുത്ത് നമ്മളെ തന്നിട്ടു പറഞ്ഞു, "ഇത് എന്റെ ഒരു സന്തോഷമാണ്."

-വേണ്ട ചേട്ടാ

"ചാലക്കുടിയിൽ ആരു വന്നാലും ഭക്ഷണം കഴിക്കാതെ പോകരുത്. വിശന്നിരിക്കരുത്" എന്നും പറഞ്ഞ്...

വേണമെങ്കിൽ അഞ്ഞൂറുരൂപ തന്ന് ഭക്ഷണം കഴിച്ചോ എന്നും പറഞ്ഞ് പോകാം. പക്ഷേ, കൂടെ നിന്ന്, ഭക്ഷണമെല്ലാം കഴിപ്പിച്ച്, സന്തോഷായിട്ട് നമ്മളെ മടക്കി അയച്ചു... ഞാനാദ്യമായിട്ട് കണ്ട സിനിമാനടൻ.

പെങ്ങളേ എന്ന വിളി ഇപ്പോഴും എന്റെ കാതുകളിൽ മുഴങ്ങുന്നുണ്ട്...

ആശ ശരത്ത്

നമ്മളോട് ഒരുപാട് അടുത്തുനിൽക്കുന്നവരുടെ വേർപാടിനോട് പൊരുത്തപ്പെടാൻ കുറച്ചേറെ സമയം വേണ്ടിവന്നേക്കാം. മണിച്ചേട്ടന്റെ വേർപാട് എല്ലാവരെയും പോലെ, എനിക്കും വ്യക്തിപരമായി വാക്കുകൾകൊണ്ട് പറയാൻ പറ്റുന്ന വലിയ നഷ്ടമാണ്. ഏറ്റവും ആത്മാർഥമായി, നിഷ്കളങ്കമായ സ്നേഹത്തോടെയുള്ള പെങ്ങളേ എന്നുള്ള ആ വിളി ഇപ്പോഴും എന്റെ കാതുകളിൽ മുഴങ്ങുന്നുണ്ട്... ആദ്യമായി ഞാൻ മണിച്ചേട്ടനെക്കുറിച്ച്, അദ്ദേഹം ചെയ്യുന്ന നന്മകളെക്കുറിച്ച് അറിയുന്നത് മണിച്ചേട്ടന്റെ സ്വന്തം നാട്ടുകാരിയായ എന്റെ സഹായി ശാന്തച്ചേച്ചിയിൽ നിന്നാണ്. മണിച്ചേട്ടനെക്കുറിച്ച് പറയുമ്പോൾ അവർക്ക് നൂറുനാവായിരുന്നു. കഴിഞ്ഞ 16 വർഷങ്ങളായി അവരുടെ നാട്ടിലെ ഗവൺമെന്റ് ആശുപത്രിയിൽ രോഗികൾക്കും കൂടെ വരുന്നവർക്കും ആഹാരം നൽകുന്നത് മണിച്ചേട്ടനാണ് എന്ന അറിവ് എനിക്ക് അദ്ഭുതമായിരുന്നു. പിന്നീട്

അദ്ദേഹത്തെക്കുറിച്ചുള്ള ഓരോ അറിവുകളും ആ വലിയ മനുഷ്യനോടുള്ള ബഹുമാനം കൂട്ടുന്നതായിരുന്നു.

പാപനാശം സിനിമയിലാണ് മണിച്ചേട്ടനോടൊപ്പം അഭിനയിക്കാനുള്ള അവസരം എനിക്ക് കിട്ടിയത്. ആ ദിവസങ്ങളിലെല്ലാം പകൽ മുഴുവൻ നീളുന്ന ഷൂട്ടിംഗിന് ശേഷവും എല്ലാ രാത്രികളിലും മണികിലുക്കം പ്രോഗ്രാമുകൾ ചെയ്യാനായി മണിച്ചേട്ടൻ പോകാറുണ്ടായിരുന്നു. വിശ്രമമില്ലാതെ ജോലി ചെയ്യുന്നത് കണ്ടപ്പോൾ ഞാൻ അതിനെക്കുറിച്ച് മണിച്ചേട്ടനോട് ചോദിച്ചു. അന്ന് അദ്ദേഹം എനിക്ക് തന്ന മറുപടി ഹൃദയത്തിൽ തട്ടുന്നതായിരുന്നു. സിനിമയിലൂടെ കിട്ടുന്ന പണം തന്റെ കുടുംബത്തിനുള്ളതാണെന്നും മറ്റു പരിപാടികളിലൂടെ പാടി കിട്ടുന്ന തുക ദാനമായി അർഹരായവർക്ക് നൽകാനുള്ളതാണെന്നും പറയുമ്പോൾ ആ കണ്ണുകൾ നിറയുന്നുണ്ടായിരുന്നു. നിഷ്കളങ്കമായി, ഹൃദയം നിറയെ മറ്റുള്ളവരെ സ്നേഹിച്ച, സഹായിച്ച ആ വലിയ കലാകാരന് എന്റെ ഹൃദയം നിറഞ്ഞ ആദരാഞ്ജലികൾ...

മണിച്ചേട്ടൻ തന്ന കസേര

ടിനി ടോം

മിമിക്രിക്കാരെ ഒരധഃകൃത വർഗമായിട്ടാണ് സിനിമക്കാർ കണ്ടുകൊണ്ടിരുന്നത്. പക്ഷേ, ഞങ്ങളുടെ മണിച്ചേട്ടൻ വന്നതോടുകൂടി ഞങ്ങൾക്ക് ധൈര്യമായിട്ട് ഒരു കസേര ലഭിക്കുന്ന സ്ഥാനത്തെത്തി. അദ്ദേഹം വേദിയിലും കൂലിപ്പണിക്കാരനായിരുന്നു, ജീവിതത്തിലും കൂലിപ്പണിക്കാരനായിരുന്നു, ടീവിയിലും കൂലിപ്പണിക്കാരനായിരുന്നു, സിനിമയിലും കൂലിപ്പണിക്കാരനായിരുന്നു. വിയർത്തഭിനയിക്കുന്ന ഒരു വ്യക്തി. എന്തെങ്കിലും കൊടുത്തിട്ടുണ്ടെങ്കിൽ അതിന്റെ ആയിരം ഇരട്ടിയായിട്ട് തിരിച്ചുതന്നിട്ടുള്ള വ്യക്തി.

മണി എന്റെ നായകൻ

അനിൽ കെ. നായർ

കലാഭവൻ മണി എന്റെ ആദ്യത്തെ നായകനായിരുന്നു. എന്റെ സിനിമയിൽ, പുള്ളിമാനിൽ ഒരു പാട്ടുണ്ട്. ആനന്ദം പരമാനന്ദമാണെന്റെ കുടുംബം എന്നു തുടങ്ങുന്ന ഒരു പാട്ട്. ഞങ്ങളൊക്കെ മണിച്ചേട്ടന് കുടുംബക്കാരായിരുന്നു. ചിരിപ്പിച്ചിട്ടുണ്ട്, ചീത്തപറഞ്ഞിട്ടുണ്ട്, കെട്ടിപ്പിടിച്ചിട്ടുണ്ട്, ഒരുപാടൂട്ടിയിട്ടുണ്ട്.

ചാലക്കുടിയിൽ നിന്നും മടങ്ങുമ്പോൾ സുഹൃത്തുക്കളിലൊരാൾ ചോദിച്ചു, നമുക്കാ പാഡിയിലൊന്ന് കയറണ്ടെ എന്ന്. പാഡിയുടെ സ്ട്രക്ചർ എനിക്ക് മനപ്പാഠമാണ് പാഡിയുടെ മാത്രമല്ല ചാലക്കുടിപ്പുഴ യുടെയും ഔട്ട് ഹൗസിന്റെയും മാത്രമല്ല അതിന്റെ ഉമ്മറത്ത് രാജാവിനെ പ്പോലെ നിവർന്നു നിന്നിരുന്ന, ഒരിക്കലും തളർന്നുപോയിട്ടില്ലാത്ത ആ മനുഷ്യന്റെയും. കലാഭവൻ മണിയില്ലാത്ത പാഡിയിലേക്കോ കലാഭവൻ മണിയില്ലാത്ത ചാലക്കുടിയിലേക്കോ ഇനിയില്ല. ഔട്ട് ഹൗസിന്റെ അടുക്കളയിൽനിന്ന് പിടിച്ചിരുത്താൻ തക്കവണ്ണം ഇനിയൊരിക്കലും മണിച്ചേട്ടന്റെ രസക്കൂട്ടുകളുടെ മണം പൊങ്ങില്ല.

ഭാഗം നാല്
മണിയുടെ തിരശീലാ ജീവിതം

മണിയുടെ സിനിമകൾ

സിനിമ	വർഷം
അക്ഷരം	1995
സമുദായം	1995
ദി പോർട്ടർ	1995
സല്ലാപം	1996
സാമൂഹ്യപാഠം	1996
സ്വർണ്ണകിരീടം	1996
മാന്ത്രികക്കുതിര	1996
കിരീടമില്ലാത്ത രാജാക്കൻമാർ	1996
കല്യാണ സൗഗന്ധികം	1996
കാതിൽ ഒരു കിന്നാരം	1996
എക്സ്ക്യൂസ് മി ഏതു കോളേജിലാ	1996
പടനായകൻ	1996
ദില്ലിവാലാ രാജകുമാരൻ	1996
മന്നാടിയാർ പെണ്ണിന് ചെങ്കോട്ടചെക്കൻ	1997
വാചാലം	1997
ഉല്ലാസപ്പൂങ്കാറ്റ്	1997
മന്ത്രമോതിരം	1997
കുടമാറ്റം	1997
കാരുണ്യം	1997
കല്ല്യാണപ്പിറ്റേന്ന്	1997
കോട്ടപ്പുറത്തെ കൂട്ടുകുടുംബം	1997
ദി ഗുഡ് ബോയ്സ്	1997
ഗജരാജമന്ത്രം	1997
ഇക്കരെയാണെന്റെ മാനസം	1997
ന്യൂസ് പേപ്പർ ബോയി	1997
ഗുരു ശിഷ്യൻ	1997
സയാമീസ് ഇരട്ടകൾ	1997
സമ്മാനം	1997
ഭൂതകണ്ണാടി	1997

ശിബിരം	1997
മൈ ഡിയർ കുട്ടിച്ചാത്തൻ	1997
ഭാരതീയം	1997
രാജതന്ത്രം	1997
അഞ്ചരകല്യാണം	1997
ദി കാർ	1997
ആറാം തമ്പുരാൻ	1997
കഥാനായകൻ	1997
മായപ്പൊൻമാർ	1997
മീനത്തിൽ താലികെട്ട്	1998
മന്ത്രിമാളികയിൽ മനസ്സമ്മതം	1998
ഇളമുറത്തമ്പുരാൻ	1998
ബ്രിട്ടീഷ് മാർക്കറ്റ്	1998
സമ്മർ ഇൻ ബത്‌ലഹേം	1998
ഓരോ വിളിയും കാതോർത്ത്	1998
ഒരു മറവത്തൂർ കനവ്	1998
അച്ചാമ്മക്കുട്ടിയുടെ അച്ചായൻ	1998
മീനാക്ഷിക്കല്ല്യാണം	1998
ചിത്രശലഭം	1998
കൊട്ടാരം വീട്ടിൽ അപ്പൂട്ടൻ	1998
മലബാറിൽ നിന്നൊരു മണിമാരൻ	1998
കാറ്റത്തൊരു പെൺപ്പൂവ്	1998
കുടുംബവാർത്തകൾ	1998
കൈക്കുടന്നനിലാവ്	1998
ആലിബാബയും ആറര കള്ളൻമാരും	1998
ഒന്നാം വട്ടം കണ്ടപ്പോൾ	1999
പ്രണയനിലാവ്	1999
പഞ്ചപാണ്ഡവർ	1999
കണ്ണെഴുതി പൊട്ടുംതൊട്ട്	1999
സാഫല്യം	1999
ക്രൈം ഫയൽ	1999
പല്ലാവൂർ ദേവനാരായണൻ	1999
ക്യാപ്റ്റൻ	1999
മൈ ഡിയർ കരടി	1999
ജെയിംസ് ബോണ്ട്	1999
ഇൻഡിപെൻഡൻസ്	1999
ആകാശഗംഗ	1999
വാസന്തിയും ലക്ഷ്മിയും പിന്നെ ഞാനും	1999
മില്ലേനിയം സ്റ്റാർസ്	2000
ദി ഗാങ്	2000
ഇവൾ ദ്രൗപതി	2000

നരസിംഹം	2000
റാപിഡ് ആക്ഷൻ ഫോഴ്സ്	2000
വർണ്ണകാഴ്ചകൾ	2000
വല്യേട്ടൻ	2000
മി. ബട്‌ലർ	2000
കൊച്ചു കൊച്ചു സന്തോഷങ്ങൾ	2000
ദൈവത്തിന്റെ മകൻ	2000
ദാദാസാഹിബ്	2000
നളചരിതം നാലാംദിവസം	2001
സൂത്രധാരൻ	2001
വക്കാലത്തു നാരായണൻകുട്ടി	2001
രാക്ഷസരാജാവ്	2001
ദോസ്ത്	2001
കരുമാടിക്കുട്ടൻ	2001
ആന്ദോളനം	2001
നരിമാൻ	2001
ആകാശത്തിലെ പറവകൾ	2001
ഈ നാട് ഇന്നലവരെ	2001
ഫോർട്ട് കൊച്ചി	2001
ഭർത്താവുദ്യോഗം	2001
അച്ഛനെയാണെനിക്കിഷ്ടം	2001
വൺ മാൻ ഷോ	2001
ദി ഗാർഡ്	2001
വാൽക്കണ്ണാടി	2002
അഖില	2002
നന്ദനം	2002
സാവിത്രിയുടെ അരഞ്ഞാണം	2002
മലയാളി മാമന് വണക്കം	2002
കുബേരൻ	2002
കൺമഷി	2002
ജഗതി ജഗദീഷ് ഇൻ ടൗൺ	2002
ബാംബൂ ബോയ്സ്	2002
നക്ഷത്രക്കണ്ണുള്ള രാജകുമാരൻ- അവനുണ്ടൊരു രാജകുമാരി	2002
വെള്ളിത്തിര	2003
ബാലേട്ടൻ	2003
പട്ടാളം	2003
റിലാക്സ്	2003
മത്സരം	2003
ശിങ്കാരി ബോലോനാ	2003

സേതുരാമയ്യർ സിബിഐ	2004
സി.ഐ.മഹാദേവൻ 5 അടി 4ഇഞ്ച്	2004
കണ്ണിനും കണ്ണാടിക്കും	2004
താളമേളം	2004
മാറാത്ത നാട്	2004
മയിലാട്ടം	2004
കുസൃതി	2004
വെട്ടം	2004
നാട്ടുരാജാവ്	2004
മാമ്പഴക്കാലം	2004
മാജിക് ലാമ്പ്	2004
ഇരുവട്ടം മണവാട്ടി	2004
അന്നൊരിക്കൽ	2005
പൗരൻ	2005
പൊന്മുടിപ്പുഴയോരത്ത്	2005
ബെൻ ജോൺസൺ	2005
മാണിക്യൻ	2005
ഉടയോൻ	2005
ലോകനാഥൻ ഐ.എ.എസ്	2005
അനന്തഭദ്രം	2005
മയൂഖം	2005
രാവണൻ	2005
ചിന്താമണി കൊലക്കേസ്	2006
നരകാസുരൻ	2006
കിസാൻ	2006
ചാക്കോ രണ്ടാമൻ	2006
റെഡ് സല്യൂട്ട്	2006
കാളി	2006
എബ്രഹാം ആൻഡ് ലിങ്കൻ	2007
രക്ഷകൻ	2007
പായുംപുലി	2007
ഭസ്മാസുരൻ	2007
നസ്രാണി	2007
നന്മ	2007
ഇന്ദ്രജിത്ത്	2007
നഗരം	2007
ഛോട്ടാ മുംബൈയ്	2007
സ്വർണ്ണം	2008
കേരളാ പോലീസ്	2008
പാർത്ഥൻ കണ്ട പരലോകം	2008

ഷേക്സ്പിയർ എം.എ.മലയാളം	2008
ചെമ്പട	2008
കബഡി കബഡി	2008
മായാബസാർ	2008
അപൂർവ്വ	2008
ബുള്ളറ്റ്	2008
ട്വെന്റി 20	2008
ഒരു ബ്ലാക്ക് ആൻഡ് വൈറ്റ് കുടുംബം	2009
ആയിരത്തിൽ ഒരുവൻ	2009
ലൗ ഇൻ സിംഗപ്പൂർ	2009
സുന്ദരി സുന്ദരൻ	2009
മലയാളി	2009
കറൻസി	2009
പ്രമുഖൻ	2009
കഥ പറയും തെരുവോരം	2009
കേരളോത്സവം	2009
ബ്ലാക്ക് സ്റ്റാലിയൻ	2010
ത്രീ ചാർ ചൗ ബീസ്	2010
ഒരിടത്തൊരു പോസ്റ്റ്മാൻ	2010
ഹോളിഡെയ്സ്	2010
അണ്ണാറക്കണ്ണനും തന്നാലായത്	2010
കാൻവാസ്	2010
പുള്ളിമാൻ	2011
യുഗപുരുഷൻ	2011
ഓറഞ്ച്	2011
ശിക്കാർ	2011
ചേകവർ	2011
ഒരു സ്മാൾ ഫാമിലി	2011
ഭക്ത ജനങ്ങളുടെ ശ്രദ്ധയ്ക്ക്	2011
ആദാമിന്റെ മകൻ അബു	2011
ആഴക്കടൽ	2011
ദി ഫിലിംസ്റ്റാർ	2011
മനുഷ്യമൃഗം	2011
പ്രിയപ്പെട്ട നാട്ടുകാരെ	2011
വീരപുത്രൻ	2012
മദിരാശി	2012
സ്നേക്ക്&ലാഡർ	2012
ഫെയ്സ് ടു ഫെയ്സ്	2012
എം.എൽ.എ മണി പത്താം ക്ലാസ്സും ഗുസ്തിയും	2012
ബാച്ചിലർ പാർട്ടി	2013
ഹസ്ബൻഡ്സ് ഇൻ ഗോവ	2013

അയാളും ഞാനും തമ്മിൽ	2013
പ്രഭുവിന്റെ മക്കൾ	2013
ഒരു കുടുംബ ചിത്രം	2013
ടൂറിസ്റ്റ് ഹോം	2013
ആമേൻ	2013
റെബേക്ക ഉതുപ്പ് കിഴക്കേമല	2013
ക്രോക്കഡൈൽ ലൗ സ്റ്റോറി	2014
കരീബിയൻസ്	2014
ഒളിപ്പോര്	2014
ഗുണ്ട	2014
പറങ്കിമല	2014
കൊന്തയും പൂണുലും	2014
കാരണവർ	2015
ചക്കരമാമ്പഴം	2015
ആലിഫ്	2015
യാത്ര ചോദിക്കാതെ	2015
കേരള ടുഡെ	2015
ഇരുവഴി തിരിയുന്നിടം	2015
ഇലഞ്ഞിക്കാവ് പി.ഒ	2015
വണ്ടർഫൂൾ ജേണി	2016
മൂന്നാം നാൾ	2016
കംപാർട്ട്മെന്റ്	2016
മായാപുരി 3ഡി	2016

തമിഴ്

മരുമലർച്ചി	1998
വഞ്ചിനാഥൻ	2001
തെന്നവൻ	2002
നാം	2003
ജെയ് ജെയ്	2003
തട്ടി താവൂദ് മനസ്സ്	2003
ബന്ദ പരമശിവം	2003
പുതിയ ഗീതൈ	2003
കാതൽ കിസ് കിസ്	2003
കൂത്ത്	2004
ശിങ്കാര ചെന്നൈ	2004
സെമ രാഗലയ്	2004
ബോസ്	2004
ആയി	2004

സെവേൽ	2005
ജിതൻ	2005
അന്യൻ	2005
മഴൈ	2005
ആറു	2005
പാസ കിലിഗൽ	2006
സംതിങ് സംതിങ് ഉനക്കും എനിക്കും	2006
വേൽ	2006
മോദി വിളയാട്	2009
യാരുക്ക് തെരിയും	2009
എന്തിരൻ	2010
കങ്കാരു	2014
ശങ്കരാപുരം	2014
പാപനാസം	2015
കലൈ വേന്ദൻ	2015
ലൗ ഗുരു	2015

തെലുങ്ക്

ജെമിനി	2002
ആയുധം	2003
അർജുൻ	2004
നിരസിംഹദ്	2005
എടവത്തെ നാകേന്ദി	2007

കന്നഡ

ദുർഗൈ	2004
ചലഞ്ച്	2012
മൈത്രി	2015

പിന്നണി പാടിയ ചിത്രങ്ങൾ

സമ്മാനം	1995
കൊട്ടാരം വീട്ടിലെ അപ്പൂട്ടൻ	1998
കണ്ണെഴുതി പൊട്ടും തൊട്ട്	1999
ഓ പ്രിയേ	2000
അച്ഛനെയാണെനിക്കിഷ്ടം	2001
ആകാശത്തിലെ പറവകൾ	2001
ദി ഗാർഡ്	2001

കരുമാടിക്കുട്ടൻ	2001
ബാംബൂ ബോയ്സ്	2002
കൺമഷി	2002
വാൽക്കണ്ണാടി	2002
കുസൃതികണ്ണൻ	2003
കണ്ണിനും കണ്ണാടിക്കും	2004
കാഴ്ച	2004
മത്സരം	2004
അനന്തഭദ്രം	2005
ബെൻ ജോൺസൺ	2005
ചാക്കോ രണ്ടാമൻ	2006
കിസാൻ	2006
റെഡ് സല്യൂട്ട്	2007
എബ്രഹാം ലിങ്കൺ	2007
ഇവൻ	2007
കബഡി കബഡി	2008
ട്വന്റി 20	2010

സംഗീത സംവിധാനം

മണി മുഴങ്ങുന്നത് ആർക്കുവേണ്ടി	2001
എം.എൽ.എ. മണി പത്താംക്ലാസ്സും ഗുസ്തിയും	2012

കഥ

എം.എൽ.എ. മണി പത്താം ക്ലാസ്സും ഗുസ്തിയും	2012

ടെലിവിഷൻ

മണിമേളം (കൈരളി)
വിനോദശാല (ദൂരദർശൻ)
ചിരി അരങ്ങ് (ദൂരദർശൻ)

മണി ചിത്രങ്ങളിലൂടെ

കുടുംബത്തോടൊപ്പം

സഹോദരൻ രാമകൃഷ്ണനോടൊപ്പം

വാസന്തിയും ലക്ഷ്മിയും പിന്നെ ഞാനും

കരുമാടിക്കുട്ടൻ

UNIVERSITY

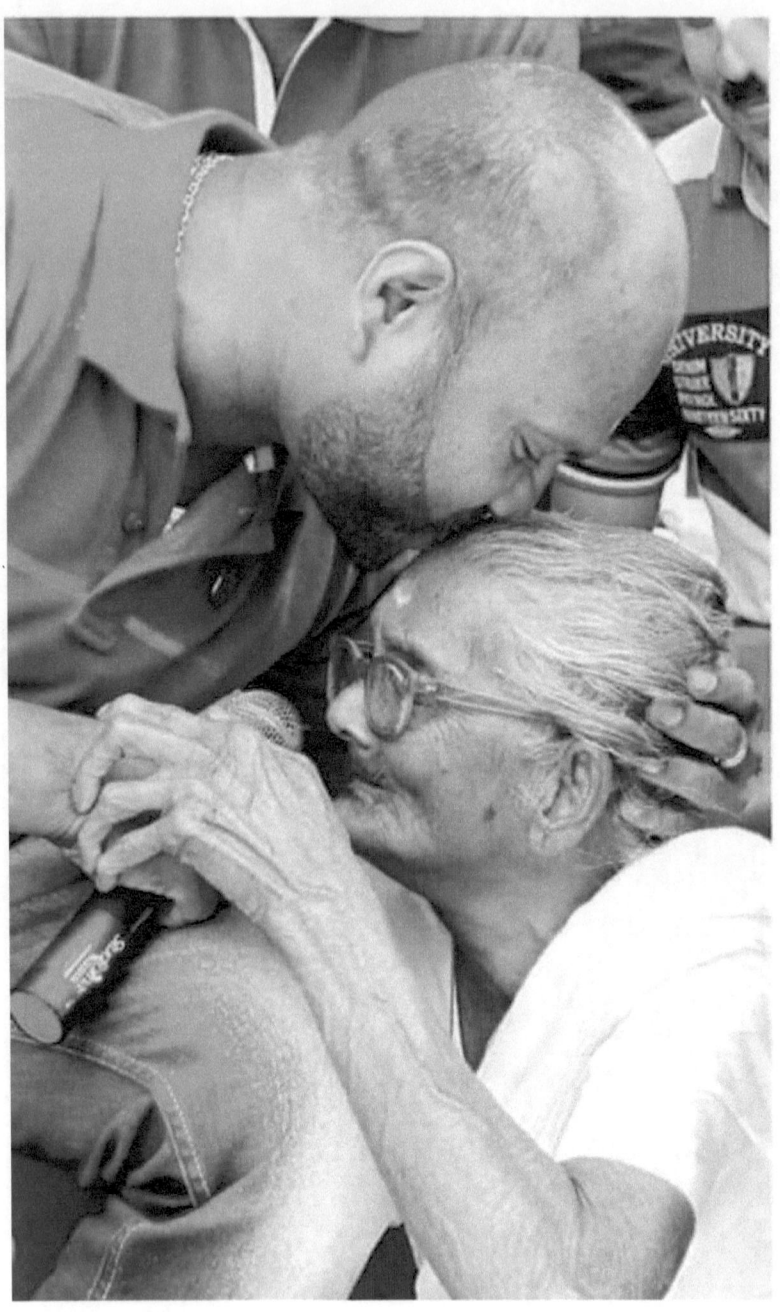

BEN 100
RE 2 STROKE
KL-45
A-100

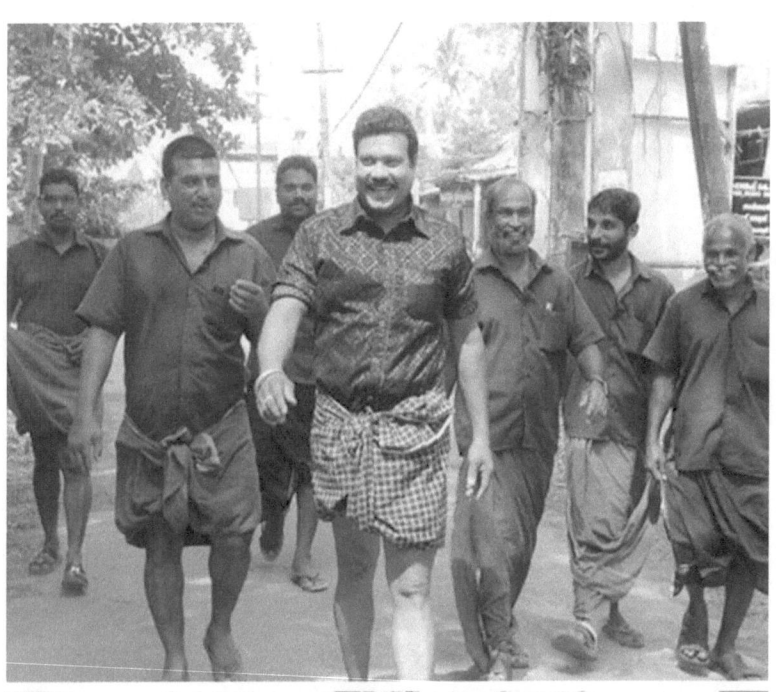

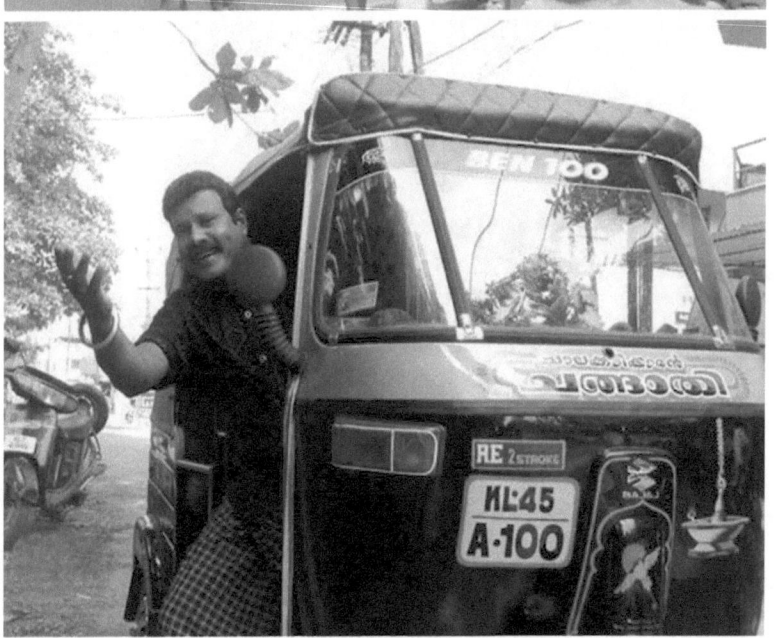

ഒരു നോക്കു കാണാൻ

വിലാപയാത്ര

www.ingramcontent.com/pod-product-compliance
Lightning Source LLC
LaVergne TN
LVHW041945070526
838199LV00051BA/2915